ആകാശത്തിനും ഉയരെ

ദുർഗ മനോജ്

ആറ്റിങ്ങൽ സ്വദേശിനി. മനഃശാസ്ത്രത്തിൽ ബിരുദാനന്തര ബിരുദം. ഉള്ളൂർ സർവ്വീസ് സഹകരണ ബാങ്കിന്റെ സെക്രട്ടറി ഇൻ ചാർജ് ആയി പ്രവർത്തിച്ചു വരുന്നു. പ്രചോദനാത്മക പുസ്തകങ്ങളായ വിജയം നിങ്ങളുടേതാണ്, ജയിക്കണം എനിക്ക്, വാത്മീകി രാമായണം: ആദികാവ്യത്തിന്റെ സംക്ഷിപ്ത ഗദ്യപരിഭാഷ, ബാലസാഹിത്യ നോവലുകളായ കുഞ്ഞനിലയും ആൽമരവും, ഉത്തരധ്രുവത്തിൽ നിന്നൊരു കുഞ്ഞു മേഘം, സ്നേഹക്കൂട്ട് എന്നിവയാണ് പ്രസിദ്ധീകരിച്ച കൃതികൾ. ഇന്നലെകളില്ലാതെ എന്ന ഹ്രസ്വചിത്രത്തിനായി കഥയും തിരക്കഥയും സംഭാഷണവും എഴുതി. ചലച്ചിത്രമേഖലയിലും പ്രവർത്തിക്കുന്നു, ഒപ്പം ആനുകാലികങ്ങളിലും എഴുതുന്നു.

ഭർത്താവ്: മനോജ് എം. പി.

മക്കൾ: ശിവാനി എം., ഹരി നാരായണൻ എം.

വിലാസം:

ജാനകി വില്ല, പാലസ് റോഡ്

ആറ്റിങ്ങൽ 695101

www.durgamanoj.com

ദുർഗ മനോജ്

ആകാശത്തിനും ഉയരെ

മാക്സ് ബുക്സ്
കോട്ടയം
2021

വില: **300** രൂപ

Akashathinum Uyare
By Durga Manoj
Malayalam Self Help

Published by:-
MAX BOOKS
Maxlive Media Solutions Pvt Ltd.
Muppathiyil Building, Muttambalom Post,
Kanjikuzhy, Kottayam 686 004
maxlivemediasolutions@gmail.com
maxbookskerala@gmail.com
Ph: 90740 98776, 73060 23373

Cover Design: Maxcreations

Printed in India
at Penta Offset, Kottayam
Edition:
First Editon October 2021
Copies: 1000
Price: Rs. 300

ISBN: 978-81-950097-0-1

ദേഹിദേഹബന്ധനം പോലെ ജീവിതത്തിൽ വിജയവും തോൽവിയും സമാസമമാകാറുണ്ട്. എന്നാൽ വിജയത്തിലേക്ക് പ്രചോദിപ്പിക്കുന്ന അവസരങ്ങളെ മുതൽക്കൂട്ടാക്കാൻ പലർക്കും കഴിഞ്ഞെന്നു വരില്ല. നഷ്ടപ്പെടാൻ ഒന്നുമില്ലെന്നു തോന്നിയാൽ പിന്നെ തോൽവിക്കു പ്രസക്തിയില്ലെന്നതാണ് സത്യം. വിജയത്തിന്റെ തീരത്തേക്ക് നീന്തുമ്പോൾ വിലപ്പെട്ടതു പലതും ത്യജിക്കേണ്ടി വരുമോയെന്ന ഭയമാണ് പലതിനും വിഘാതമാവുന്നത്. അതിനെ മറികടക്കാൻ ആത്മവിശ്വാസം കൂടിയേ തീരൂ. ഈ പുസ്തകത്തിലെ ഓരോ വരിയും, ഓരോ കഥയും, ഓരോ അധ്യായവും അതു നൽകും. കാരണം, നിങ്ങളോരുത്തരും വിജയിക്കണമെന്നും ആനന്ദിക്കണമെന്നുമുള്ള ഉത്കൃഷ്ടമായ ആഗ്രഹമാണ് ഈ കൃതിയുടെ പിന്നിലുള്ളത്. അത്തരമൊരു വലിയ പദ്ധതിയിൽപ്പെടുന്ന മൂന്നാമത് പുസ്തകമാണിത്. പുസ്തകത്തിനായി ഏറെ കഠിനാധ്വാനം ചെയ്ത ദുർഗേച്ചിക്ക് നന്ദി!

അജീഷ് ചന്ദ്രൻ
പ്രസാധകൻ

അജ്ഞാന തിമിരാന്ധസ്യ
ജ്ഞാനാഞ്ജന ശലാകയാ
ചക്ഷുരുന്മീലിതം യേന
തസ്മയ് ശ്രീ ഗുരുവേ നമഃ

ഉള്ളടക്കം

ആമുഖം

ഹരിദ്വാർ ഘാട്ടിൽ അപരിചിതരായ അനേകർക്കിടയിൽ തികച്ചും ഒറ്റയ്ക്കായിരുന്നു ഞാൻ. കുതിച്ചൊഴുകുന്ന ഗംഗയിൽ അപ്രത്യക്ഷമാകുന്ന ചിരാതുകളും പൂക്കളും. ജീവിതവും ഇതുപോലെ കുതിച്ചൊഴുകി ചുഴികളിൽ അപ്രത്യക്ഷമാകുകയല്ലേ? ഇതിനിടയിലെ അനർഘ നിമിഷങ്ങൾ എപ്പോഴാണു നാം ഒന്ന് ഓർത്തെടുക്കുക? പരിമിതികളും പരാധീനതകളും പരിഭവങ്ങളും നിറഞ്ഞ ജീവിതത്തിന്റെ, നഷ്ടപ്പെട്ട നിറം വീണ്ടെടുക്കാൻ എല്ലാ മനുഷ്യർക്കും സാധിക്കാത്തതെന്തേ?

ആരതി കഴിഞ്ഞു ജനസഹസ്രം അവനവന്റെ താവളങ്ങളിൽ ചേക്കേറുകയാണ്. എന്റെ മുന്നിലൊരു കുഞ്ഞുണ്ട്. ചെമ്പൻ മുടിയുള്ളവൾ. അവൾ കുഞ്ഞരിപ്പല്ലു കാട്ടിച്ചിരിക്കുന്നുമുണ്ട്. ഒരു മുത്തുമണി! ഒരു യാചക സംഘത്തിലെ കുഞ്ഞാണവൾ. അല്പനേരം അവർക്കൊപ്പം ചെലവിട്ട്, അവളുടെ പാൽച്ചിരി ക്യാമറയിലൊപ്പി ഞാൻ തിരിച്ചു നടക്കുമ്പോൾ ഓർത്തത് ആനന്ദത്തിനു കാരണങ്ങൾ എത്രയെത്ര, എന്നിട്ടും മനുഷ്യർ ദുഃഖിതരും പരാജിതരും ആണല്ലോ എന്നായിരുന്നു.

അന്നു ഗംഗയുടെ കരയിലൂടെ ഏകാകിനിയായി നടന്നപ്പോൾ ഉള്ളിൽ ഒരു ചെറു മോഹം മൊട്ടിട്ടു. ജീവിതത്തിൽ ഇല്ലായ്മകളേയും വല്ലായ്മകളേയും അതിജീവിച്ചു മുന്നേറാൻ സാധാരണക്കാരിൽ സാധാരണക്കാരെ വരെ പ്രേരിപ്പിക്കുന്ന ഒരു പുസ്തകം എഴുതണം.

മനസ്സ് വെറുതേ ഉച്ചരിച്ചു, ജയിക്കണം എനിക്ക്!

എന്റെ ജീവിതത്തിൽ കാർത്തിക് സാർ എന്ന വ്യക്തിക്ക് ഏറെ പ്രാധാന്യമുണ്ട്. അപെക്സ് ലബോറട്ടറീസ് എന്ന ഫാർമ കമ്പനിയുടെ ഡയറക്ടർ ആയിരുന്നു അദ്ദേഹം. ബിരുദം കഴിഞ്ഞ ഉടനേ എറണാകുളം നഗത്തിൽ ലേഡീ മെഡിക്കൽ റെപ്രസെൻററ്റീവ് ആയി ഉദ്യോഗ ജീവിതം ആരംഭിച്ചപ്പോൾ അദ്ദേഹം നൽകിയ ഏറ്റവും വലിയ സമ്മാനം പേഴ്സണൽ ട്രെയിനിങ്ങുകൾ ആയിരുന്നു. സെയിൽസ് പ്രൊമോഷനൊപ്പം ജീവനക്കാരുടെ ജീവിതത്തിലും വെളിച്ചം നിറയണമെന്ന ആ തീരുമാനം എനിക്കു മുന്നിൽ തുറന്നിട്ട സാധ്യതകൾ വലുതായിരുന്നു.

ആകാശത്തിനും ഉയരെ

ജീവിതത്തിലെ കടുത്ത വിഷമതകളിലും പ്രതീക്ഷയുടെ തിരിനാളം കെടാതെ സൂക്ഷിക്കാൻ ഞാൻ പഠിച്ചത് ആ കളരിയിൽ നിന്നാണ്.

പിന്നീട്, കാലം കടന്നു പോകവേ, കുട്ടിക്കാലത്ത് അച്ഛനും അമ്മയും ഏട്ടനും പകർന്നു തന്ന വായനാശീലം ഒരു തുണയായി. അലമാരയിൽ വസ്ത്രങ്ങളേക്കാൾ പുസ്തകങ്ങൾ നിറഞ്ഞപ്പോൾ, ജീവിതത്തിൽ കൈപിടിച്ചു കൂടെക്കൂട്ടിയ നല്ല പാതി, പുസ്തകം ചിതലെടുക്കാതിരിക്കുവാൻ ഒരു ഇരുമ്പ് പത്തായം പണിയിച്ചു തന്നു. ഏറെക്കിതച്ചും, വീണ്ടും ആവേശത്തിൽ കുതിച്ചും ജീവിതം മുന്നോട്ട്.

'പിറവി' മാസികയിൽ ലോക സിനിമകളെക്കുറിച്ച് എഴുതി വന്ന വി.കെ ജോസഫ് എന്ന പ്രിയപ്പെട്ട എഴുത്തുകാരനെ നേരിൽക്കണ്ടത് അടുത്ത വഴിത്തിരിവ്. അങ്ങനെ എഴുത്തിന്റെ വഴിയിൽ. ആദ്യ രണ്ടു പുസ്തകങ്ങൾ പിറന്നു വീണു. ഗുരു നിത്യയുടെ ശിഷ്യൻ ഷൗക്കത്ത് എന്ന വഴികാട്ടിയാണ് യാത്രയുടെ ലോകത്തിലേക്ക് ധൈര്യപൂർവ്വം കൈപിടിച്ചുയർത്തിയത്.ആദ്യ യാത്ര മുതൽ ഒറ്റക്കു യാത്ര ചെയ്യാം എന്നു തീരുമാനിച്ചതിനാൽ അതിൽ പരിഭ്രമം തോന്നാതെയായി. ഒറ്റക്കു ജനറൽ കമ്പാർട്ട്മെന്റുകളിലെ തിക്കിലും തിരക്കിലും അസ്വസ്ഥതയില്ലാതെ യാത്ര ചെയ്യുവാൻ പഠിച്ചു. ഏതു പരിതസ്ഥിതിയിലും ഒരു സഹായം എവിടെ നിന്നെങ്കിലും എനിക്കായ് കടന്നു വന്നിരുന്നു. അവർക്കു പല രൂപങ്ങളായിരുന്നു. അവരിൽ സ്നേഹം ഞാൻ തൊട്ടെടുത്തു.

ജീവിതത്തിന്റെ അടുത്ത ഘട്ടത്തിൽ എഴുത്തുകാരുടെ ലോകത്തിൽ നിന്നും ചില ഗാഢ സൗഹൃദങ്ങൾ രൂപം കൊണ്ടു. പ്രവാസി എഴുത്തുകാരൻ സി. പി. അനിൽകുമാർ എന്ന സി.പി, പിന്നെ ദാ അടുത്ത ആഴ്ച്ച പുസ്തക പ്രകാശനത്തിന് തീയതി ഉറപ്പിക്കാം എന്നു വാക്കു തന്നിട്ട് പൊടുന്നനെ കടന്നു പോയ എന്റെ പ്രിയ സുഹൃത്ത് ഹരി, എന്ന ഹരികുമാർ കരുണാകരൻ. അജിത്ത് ആർ, മണ്ണന്തല ബൈജു, ഇവരൊക്കെ വെറും സുഹൃത്തുക്കൾ അല്ല, ഏത് ആപത്തിലും ഓടി എത്തുന്നവർ ആണ്.

ഓരോ എഴുത്തിനും ഒരു വിധിയുണ്ട്. അത് പ്രകാശനം ചെയ്യപ്പെടണം എന്ന വിധി.ആ വിധിയുടെ ശരിയായ അധിപർ പബ്ലിഷർ ആണ്. മാക്സ് ബുക്സ് കോട്ടയം ആണ് എന്റെ മനസ്സറിഞ്ഞ പബ്ലിഷിങ് ഹൗസ്. കഥയോ കവിതയോ നോവലോ അല്ല ഞാൻ എഴുതിയിരിക്കുന്നത് എന്നു പറഞ്ഞ് മാക്സ് ബുക്സിന്റെ എഡിറ്റർക്ക് അയക്കുമ്പോൾ ഇതു നമ്മൾ പുസ്തകമാക്കുന്നു എന്നു പറഞ്ഞത് ചേർത്തു നിർത്തിയത് അവരാണ്. ഒപ്പം ഒരു നിർദ്ദേശം കൂടി മുന്നോട്ടു വെച്ചു. ഇത് ഒരു പുസ്തകമല്ല. അഞ്ചു പുസ്തകങ്ങൾ അടങ്ങിയ ഒരു സീരീസ് ആണ് നമ്മൾ

ഉദ്ദേശിക്കുന്നത് എന്ന്. 2019 ൽ.'വിജയം നിങ്ങളുടേതാണ്' എന്ന സീരീസിലെ ആദ്യ പുസ്തകം പുറത്തിറങ്ങിയപ്പോൾ ഞാൻ കരുതിയിരുന്നില്ല അതിനൊരു തുടർച്ച ഉണ്ടാകുമെന്ന്. എന്നാൽ.'വിജയം നിങ്ങളുടേതാണ്' രണ്ടാം എഡിഷൻ പിന്നിട്ടതോടെ ജയിക്കണം എനിക്ക് 2020ൽ പുറത്തു വന്നു. ഇതു സീരീസിലെ മൂന്നാം പുസ്തകമാണ്..'ആകാശത്തിനും ഉയരെ' എന്ന പേരിലേക്ക് ആകർഷിക്കപ്പെട്ട് എഴുതിത്തുടങ്ങുകയായിരുന്നു എന്നും പറയാം.

ചിലപ്പോൾ ചിന്തിക്കാം എന്തിനാണ് ഇത്തരത്തിൽ ഒരു എഴുത്ത് എന്ന്. കാരണം ഇതാണ്. ഓരോ മനുഷ്യനും ഈ ഭൂമിയിൽ ജനിക്കുമ്പോൾ ഒരു നിയോഗമുണ്ടാകും. അതു മനോഹരമായി പൂർത്തിയാക്കി മടങ്ങുവാനാകണം ജീവിതം. ആ ജീവിതത്തിന്റെ ആനന്ദം ഇല്ലാതാക്കുന്ന നൂറുകണക്കിനു ഘടകങ്ങളിൽ ഏറ്റവും പ്രധാനം അവനവന്റെ മനസ്സു തന്നെയാണ്. ആ മനസ്സിൽ അന്ധകാരം കുടിയേറിയാൽ അവിടെ വെളിച്ചം നിറയ്ക്കാൻ, പ്രതിസന്ധികളിൽ തളരാതിരിക്കുവാൻ, ഏത് ആപത്തിലും പ്രകാശത്തിന്റെ ഒരു തരി വെളിച്ചം കണ്ടെത്തുവാൻ സ്വന്തം മനസ്സിനെ പരിശീലിപ്പിക്കുവാൻ ഒരു പുസ്തകം. വായിച്ചതും, കേട്ടതും, അനുഭവിച്ചതുമായ കാര്യങ്ങളിൽ നിന്നും ജീവിതത്തിന്റെ ഓരോ ഘട്ടങ്ങളിലും സാധാരണ ജീവിതത്തിലെ കടമ്പകൾ കടക്കുവാനുള്ള ഉപായങ്ങൾ, മനസ്സിൽ സന്തോഷം നിറയ്ക്കുവാനുള്ള വിദ്യകൾ ഇവയൊക്കെയാണ് ഈ പുസ്തകത്തിൽ പ്രതിപാദിക്കുന്നത്.

ജീവിതത്തിന്റെ ഓരോ ഘട്ടത്തിലും കൈ പിടിച്ചുയർത്തിയവരെ ഓർക്കാതെ എനിക്കു മുന്നോട്ടു നീങ്ങുവാനാകില്ല. അച്ഛന്റെ അഭാവത്തിൽ, അച്ഛനോളം സ്നേഹം തന്നു മോളെ എന്നു വിളിച്ച് എന്റെ ഉയർച്ചക്കു വേണ്ടി പ്രാർത്ഥിക്കുന്ന ഉദയഭാനു അങ്കിൾ, ഇന്നും എഴുത്തിലും ജീവിതത്തിലും പ്രതിസന്ധിയിൽ കൂടെ നിൽക്കുന്ന ഏട്ടൻ രാജീവ് നായർ, ഏട്ടത്തി ദീപചേച്ചി, അനിയത്തി ജാനകിനായർ, പ്രാർത്ഥനയുമായി സദാ കൂടെ നിൽക്കുന്ന അമ്മ കമലാ ദേവി, ജീവിതത്തിൽ താങ്ങും തണലുമായ ഭർത്താവ് എന്നതിനപ്പുറം നല്ല സുഹൃത്തായി ചേർത്തു പിടിക്കുന്ന ഏട്ടൻ എം. പി. മനോജ്, മക്കൾ ശിവാനി, ഹരിനാരായണൻ ഇവരൊക്കെയാണ് എന്റെ ശക്തി. ഒപ്പം കാലയവനിയ്ക്കുള്ളിൽ മറഞ്ഞ അച്ഛൻ കെ വി പ്രസ് സുകുമാരൻ നായർ, ഏട്ടന്റെ അമ്മ പത്മിനി, അവരുടെ അനുഗ്രഹം എന്നുമുണ്ടാകും എന്ന വിശ്വാസം എന്നെ മുന്നോട്ടു നയിക്കുന്നു.

മുന്നിൽ അലകളൊഴിഞ്ഞു ശാന്തമായ സമുദ്രമാണ്. ധനുഷ്ക്കോടി മുനമ്പ്. ഞാൻ ഏകയാണ്. ജീവിതമെന്ന അലയൊഴിയാത്ത സമുദ്രം

ആകാശത്തിനും ഉയരെ

ഉള്ളിൽ നിറച്ച് ഞാൻ അലകളൊഴിഞ്ഞ സമുദ്രം കണ്ടു നിൽക്കുന്നു. പഞ്ചാര മണലിനും, നീല ജലത്തിനും പറയുവാൻ ധാരാളമുണ്ട്. ഞാൻ കേൾക്കുകയാണ് തിരകൾ ആകാശത്തിനോടു പറയുന്ന ആ കഥകൾ.

ഏറെ നന്ദിയോടെ, അതിലേറെ പ്രാർത്ഥനയോടെ ആകാശത്തിനും ഉയരെ എന്ന ഈ പുസ്തകം എന്റെ പ്രിയപ്പെട്ട വായനക്കാർക്കായി സാദരം സമർപ്പിക്കുന്നു, സ്വീകരിച്ചാലും.

ദുർഗ മനോജ്

ഠഠ

അധ്യായം 1

ജീവിതമെന്ന നിർമലചിത്രം

ഞായർ അവധിയുടെ ആലസ്യം എല്ലാവരേയും പൊതിഞ്ഞുപിടിച്ച ഒരു വൈകുന്നേരം, പൊടുന്നനെയാണ് ആ ചോദ്യമുയർന്നത്.

ജീവിതം എന്നതൊരു യുദ്ധമാണോ?

നിരന്തരം വിജയത്തെക്കുറിച്ചു മാത്രം സംസാരിക്കുമ്പോൾ ജീവിക്കാൻ മറക്കുന്ന മനുഷ്യരാകില്ലേ നമ്മൾ?

പൂമൊട്ടു വിരിയുന്നതൊരു ചെടി തിരിച്ചറിയുന്നുണ്ടാകുമോ? എത്ര നിശ്ശബ്ദമായി, ശാന്തമായി, സ്വാഭാവികമായാണ് അതു സംഭവിക്കുന്നത്!

അതുപോലെ, ഒരു പുഴു പൂമ്പാറ്റയാകുന്നത്, ഒരു ഉറവ പിറവിയെടുക്കുന്നത്, അങ്ങനെയങ്ങനെ പ്രകൃതിയപ്പാടെ നമുക്കു കാട്ടിത്തരുന്ന ഒന്നുണ്ട്, ശാന്തമായ, സ്വാഭാവികമായ ജീവിതം.

ആ ജീവിതത്തിന്റെ സ്വച്ഛന്ദ പ്രയാണം, നമ്മൾ ലക്ഷ്യങ്ങൾ നിശ്ചയിക്കുന്നതിലൂടെ അട്ടിമറിക്കപ്പെടുകയല്ലേ?

ചോദ്യമുയർന്ന വേളയിൽ പുറത്തൊരു ചെറു മഴ പെയ്തു.

ഓടിറമ്പിലൂടെ വെള്ളത്തുള്ളികൾ മെല്ലെ ചുട്ടുപഴുത്ത ഭൂമിയിലേക്ക്.

എങ്ങും ഉയരുന്ന മണ്ണിന്റെ ഗന്ധം.

ജീവിത സമസ്യകൾക്കുത്തരം തേടുമ്പോൾ, ഒരു ഉത്തരം, ഒരു വഴി, എന്ന പ്രമാണം പലപ്പോഴും ദുഷ്ക്കരമാകും. അറിഞ്ഞുറപ്പിച്ച ഉത്തരം നൂറുവട്ടം മനസ്സിൽ ആവർത്തിച്ചാലും അടുത്തൊരു ഘട്ടത്തിലെ പെരുമാറ്റത്തിലും തെറ്റാവർത്തിച്ചേക്കാം.

പതിയെ, മുൻപു കേട്ടു മറവിയിലേക്കു ചാഞ്ഞു തുടങ്ങിയ ഒരു കഥയോർമ്മ വന്നു.

ആ കഥ ഇങ്ങനെയായിരുന്നു.

ഒരിടത്തൊരു ഗ്രാമത്തലവൻ ജീവിച്ചിരുന്നു. പണ്ഡിതൻ, ബുദ്ധിമാൻ, മറ്റുള്ളവർ ബഹുമാനിക്കുന്ന വ്യക്തിത്വം, അദ്ദേഹത്തിന് ഒരേയൊരു മകൻ. എന്നാലോ അച്ഛനു നേർവിപരീതമായ പ്രകൃതം. പഠിക്കാൻ താ

ത്പര്യമില്ല, ഉത്തരവാദിത്വം ഏൽക്കാനും, കൃഷിയോ വ്യാപാരമോ ചെയ്യാനും താത്പര്യമില്ല. ഉച്ചവരെ ഉറങ്ങുന്ന അവൻ നിത്യവുമൊരു സ്വപ്നം കണ്ടു. ഒരു നിധി പേടകം. ഒടുവിലവൻ അച്ഛനോടു പറഞ്ഞു

'ഒരു നിധി പേടകം കിട്ടിയാൽ എന്റെ എല്ലാ പ്രശ്നങ്ങളുമവസാനിക്കും. ഞാനതു നിരന്തരം സ്വപ്നം കാണുന്നു. എന്നാലത് എവിടെയാണെന്നു മാത്രം സ്വപ്നം കാണിച്ചു തരുന്നില്ല. അച്ഛൻ ത്രികാലജ്ഞാനിയല്ലേ? അതിനാൽ അച്ഛൻ എനിക്കു വേണ്ടി അതു കണ്ടെത്തിത്തരൂ. എനിക്കു വേണ്ടതു നൽകാൻ അച്ഛനു സാധിക്കുന്നില്ലെങ്കിൽ, അച്ഛന്റെ വിജ്ഞാനം കൊണ്ടെന്തു ഫലം? അധികാരം കൊണ്ടെന്തു കാര്യം?'

മകന് അവനാഗ്രഹിക്കുന്ന ഉത്തരം നൽകാനാകാതെ അച്ഛൻ നിസ്സഹായനായി. മകൻ പകൽ പാതി ഉറങ്ങിയും രാത്രി പാതി ലഹരിയിൽ മുങ്ങിയും ജീവിതം ജീവിച്ചു തീർത്തു. ഒടുവിൽ അച്ഛൻ വാർദ്ധക്യത്തിന്റെ അവശതകളിലേക്കു കടന്നു. ഇനിയും വൈകിയാൽ? ആ ചിന്ത അദ്ദേഹത്തിൽ അസ്വസ്ഥത പടർത്തി. ഒടുവിൽ അദ്ദേഹം മകനെ വിളിച്ച് അടുത്തിരുത്തി. വളരെ അകലെയുള്ള ഒരു സ്ഥലത്തേക്കു പോകാനും, അവിടെ മഞ്ഞുമൂടിയ മലയടിവാരത്ത് ഒരു ക്ഷേത്രമുണ്ടെന്നും, തികച്ചും വിജനമായ ആ ക്ഷേത്രത്തിനടുത്തുള്ള വലിയ ആൽമരത്തിനു തെക്കുഭാഗത്ത് പത്തടി മാറി ഒരു കുഴിയെടുത്താൽ അവിടെ അവനായ് ഒരു നിധി പേടകം മറഞ്ഞിരിപ്പുണ്ടെന്നും അറിയിച്ചു. ഒരു വർഷത്തോളം യാത്ര വേണ്ടിവരും അവിടേക്കെത്താനെന്നും, അത്രയും ദൂരം യാത്ര ചെയ്യാൻ തയ്യാറാണെങ്കിൽ നിധി സ്വന്തമാക്കാൻ സാധിക്കുമെന്നും പറഞ്ഞു.

നിധിയെന്ന വാക്കു കേട്ടതും മകൻ യാത്രക്കു തയ്യാറായി. നീണ്ട യാത്രയാണു മുന്നിൽ. വസ്ത്രങ്ങൾ, ഭക്ഷണം, വഴിച്ചെലവിനു കാശ്, കാടും മേടും താണ്ടുവാൻ വേണ്ട ആയുധങ്ങൾ എല്ലാം തയ്യാറായി. ഗ്രാമാതിർത്തി വരെ ചില സേവകർ അവനെ അനുഗമിച്ചു. ഇനി കാടരികിലൂടെയുള്ള യഥാർത്ഥ യാത്രയാണ്. വേണമെങ്കിൽ ഇപ്പോൾ പിന്തിരിയാം. അതല്ലെങ്കിൽ ഭാണ്ഡക്കെട്ടുമേന്തി നടക്കണം. അതും ഒരു വർഷത്തോളം. സേവകർ മടങ്ങിയിരിക്കുന്നു. വളരെ അകലെ, ഒരാൽ മരത്തിനു ചുവട്ടിൽ തനിക്കു വേണ്ടി മറഞ്ഞിരിക്കുന്ന ആ വലിയ നിധിശേഖരത്തെക്കുറിച്ചവൻ ചിന്തിച്ചു. അങ്ങനെ ആ യാത്ര അവൻ ഒറ്റക്ക് ആരംഭിച്ചു.

യാത്രയിൽ പലതരം അനുഭവങ്ങളുണ്ടായി. ചിലപ്പോൾ ചിലർ അയാളെ അലിവോടെ സഹായിച്ചു. ഭക്ഷണവും രാത്രി തങ്ങാൻ ഇടവും നൽകി. ചിലർ കൊള്ളയടിക്കാൻ ശ്രമിച്ചു. യാത്രയിൽ മഴയും മഞ്ഞും വെയിലും കടന്നു പോയി. ചിലപ്പോൾ വൃക്ഷങ്ങൾ ഇലകൊഴി

ച്ചും മറ്റു ചിലപ്പോൾ പച്ചക്കുട ചൂടിയും കാണപ്പെട്ടു. അയാളതൊന്നും കണ്ടില്ല, കേട്ടില്ല. ശ്രദ്ധ നിധിയിൽ മാത്രമായിരുന്നു. ആ നീണ്ട യാത്രയ്ക്കൊടുവിൽ മലയടിവാരത്തിലെ ആ ക്ഷേത്രം അയാൾ കണ്ടെത്തി. ഒപ്പം ക്ഷേത്രത്തിനു മുന്നിലെ വലിയ അരയാലും കണ്ടു. ലക്ഷ്യത്തിലെത്തി. എന്നാലുമതു കൊണ്ടു മാത്രം കാര്യമില്ല. ആൽമരത്തിനു തെക്കുഭാഗത്തു പത്തടി മാറിയാണ് അച്ഛൻ പറഞ്ഞ പ്രകാരം നിധി മറഞ്ഞിരിക്കുന്നത്. അയാൾ ഉചിതമായ സമയത്തിനായി കാത്തു നിന്നു. തികച്ചും ഒറ്റപ്പെട്ട ആ ക്ഷേത്രത്തിൽ അയാൾ രാത്രിയാകാൻ കാത്തിരുന്നു.

ഒടുവിൽ, രാത്രി നിധി തേടി കുഴിച്ചു തുടങ്ങി. ഒരു രാത്രി, രണ്ടു രാത്രി... ദിവസങ്ങൾ കടന്നു പോയി. കുറച്ചു ദിവസങ്ങൾക്കുള്ളിൽ അവിടെ നിധിയൊന്നുമില്ലെന്ന സത്യം അയാൾ തിരിച്ചറിഞ്ഞു. തിരിച്ചു മടങ്ങാൻ നിശ്ചയിച്ചു. സ്വാഭാവികമായി അയാൾ നിരാശനാകേണ്ടതാണ്. എന്നാൽ അയാൾ ശാന്തനായിരുന്നു. എന്ത് അന്വേഷിച്ചാണോ ആ യാത്ര ചെയ്തത് ആ ലക്ഷ്യം അയാളുടെ മനസ്സിൽ ഒരു ലക്ഷ്യമേ അല്ലാതായി മാറിത്തുടങ്ങിയിരുന്നു.

ഒരു വർഷം, ആ ഒരു വർഷത്തെ നിരന്തര യാത്ര അയാളെ ആന്തരികമായി പരിവർത്തനപ്പെടുത്തിയിരുന്നു. നിധി കിട്ടാത്തതിൽ അച്ഛനോടയാൾക്ക് ദേഷ്യമൊന്നും തോന്നിയില്ല. അയാൾക്കു മുമ്പ് മറ്റാരോ അത് കൊണ്ടുപോയി എന്നയാൾ കരുതി. അയാൾ മടക്കയാത്രയാരംഭിച്ചു. തിരിച്ചു മടങ്ങുമ്പോൾ അയാളുടെ ചുമലിൽ ഭാരിച്ച ഭാണ്ഡക്കെട്ടുകൾ ഉണ്ടായിരുന്നില്ല.

ഇത്തവണ പച്ച വിരിച്ച വയലും, മഞ്ഞുപുതച്ച പർവ്വതങ്ങളുടെ ദൂരക്കാഴ്ചയും, വസന്തത്തിന്റെ വരവും മഴയും മഞ്ഞും വെയിലുമയാൾ കണ്ടറിഞ്ഞു. സ്വന്തം ഭക്ഷണം തേടാനുമതു പാകം ചെയ്യാനും പഠിച്ചു. വസ്ത്രങ്ങൾ കഴുകാനും, ചെറുതൊഴിലുകൾ ചെയ്യാനുമയാൾ പഠിച്ചു. നിധി തേടിയിറങ്ങിയ യാത്രയിൽ അയാളെ സഹായിച്ചവരെ, അവർ പ്രത്യുപകാരം ആഗ്രഹിച്ചിരുന്നില്ല എന്നറിഞ്ഞിട്ടും അയാൾ സഹായിച്ചു. അവരുടെ വയലിൽ പണിയെടുത്തും, നെയ്ത്തുകാരുടെ ശാലകളിൽ പണിയെടുത്തുമയാൾ യാത്ര തുടർന്നു. നിരായുധനും ഭാണ്ഡങ്ങളേതുമില്ലാത്തതിനാലും കൊള്ളക്കാരും അയാളെ കണ്ട മട്ടു വച്ചില്ല.

ഒടുവിലയാൾ സ്വന്തം വീട്ടിലെത്തി. അയാൾ ആദ്യമെത്തിയത് അച്ഛനടുത്തേക്കാണ്. അയാൾ അച്ഛനെ കെട്ടിപ്പിടിച്ചു. അച്ഛൻ ചോദിച്ചു,

'നിനക്ക് നിധി കിട്ടിയോ?' മകൻ പറഞ്ഞു,

'ഇല്ല. എനിക്ക് മുമ്പേ മറ്റാരോ അതു കണ്ടെത്തി.'

'നിനക്കതിൽ നിരാശയുണ്ടോ?'

ആകാശത്തിനും ഉയരെ

'ഇല്ലച്ഛാ, ഞാനീ യാത്ര ചെയ്തതു കൊണ്ടു മാത്രം ധാരാളം സ്ഥല ങ്ങൾ കണ്ടു. പഠിച്ചു. ഞാൻ സന്തോഷവാനാണ്. എനിക്കിതു പുതിയ അനുഭവമാണ്.'

അച്ഛൻ മകനെ അടുത്തേക്കു വിളിച്ചു. അവന്റെ കയ്യിൽ മെല്ലെ തട വിക്കൊണ്ട് പറഞ്ഞു,

'മോനെ, ആ സ്ഥലം എനിക്കു പരിചിതമായ പ്രദേശമാണ്. അവിടെ യാതൊരു നിധിയും ആരും ഒളിപ്പിച്ചിട്ടില്ല. എന്നാൽ അവിടേക്കുള്ള യാ ത്രയും മടക്കവും ഈ പ്രകൃതിയിലേക്കു നിന്റെ ശ്രദ്ധ തിരിക്കുവാൻ വേണ്ടിയായിരുന്നു. അതു സാധിച്ചു. ഈ ജീവിതമെന്നത് ഒരു യുദ്ധമേ യല്ല. ഓരോ വ്യക്തിയും, പ്രപഞ്ചത്തിലെ ഏതൊരു ജീവനേയും പോ ലെ സ്വാഭാവികമായി ജീവിക്കുവാൻ തയ്യാറായാൽ മാത്രം മതി. ഓരോ നിമിഷവും ഒരു മരണപ്പോരു നടത്തിയല്ല മുന്നേറേണ്ടത്, മറിച്ചു സ്വന്തം ജീവിതത്തിന്റെ ലക്ഷ്യത്തെക്കുറിച്ചും, ജീവിതത്തിന്റെ ഉദ്ദേശ്യത്തെക്കു റിച്ചും ബോധവാനാകുക എന്നതാണു പ്രധാനം. പരീക്ഷകളും തൊഴി ലും ഒക്കെ ജീവനോപാധിയിലേക്കുള്ള വഴിയോ അല്ലെങ്കിൽ ജീവനോ പാധിയോ മാത്രമാണ്. അതിനുമപ്പുറം ഈ പ്രപഞ്ചത്തിലൊരു വ്യക്തി യായി നാം പരിണമിക്കുമ്പോൾ ഒരു നിയോഗം നമ്മിൽ നാമറിയാതെ കടന്നു വരുന്നുണ്ട്. വേണമെങ്കിൽ ആ നിയോഗമാണ് ജന്മത്തിനു നിദാ നമെന്നു പോലും പറയാം. അങ്ങനെയെങ്കിൽ നമ്മുടെ ഓരോരുത്തരുടേ യും ജന്മം മഹത്വമുള്ളതാണെന്നു വരുന്നു. എങ്കിലും ചിലർ വളരെ ബു ദ്ധിമുട്ടി ജീവിതം ജീവിച്ചു തീർക്കേണ്ടി വരുന്നതു സ്വന്തം നിയോഗമെ ന്തെന്നു തിരിച്ചറിയുവാനാകാത്തതിനാലാണ്.

രണ്ടു വർഷം നീണ്ട യാത്രയിലൂടെ നീ കണ്ടെത്തിയതു പ്രകൃതി യെത്തന്നെയാണ്. ചെറു പൂവിനും പുഴുവിനും അതിന്റേതായ സ്ഥാന മുണ്ടെന്നു നീ തിരിച്ചറിഞ്ഞു കഴിഞ്ഞു. ഒപ്പം, അതിനേക്കാൾ സവിശേ ഷതകൾ ഏറെയുള്ള മനുഷ്യജീവനു ഈ പ്രകൃതിയിൽ എത്രമാത്രം കാര്യങ്ങൾ ചെയ്തു സ്വന്തം നിയോഗം പൂർത്തീകരിക്കുവാനാകുമെന്നും മനസിലാക്കിക്കഴിഞ്ഞു. ക്രോധത്തേയും ലോഭത്തേയും അതിജീവിച്ചു കഴിഞ്ഞു. സ്വന്തം നിലയിൽ ജീവിതം നയിക്കുവാനും ആശ്രയിക്കുന്നവ രെ സംരക്ഷിക്കുവാനും പഠിച്ചിരിക്കുന്നു. ഇതാണ്, ഈ അറിവാണു നി നക്കായി ഞാൻ കാത്തു വച്ച നിധി. ആ നിധി സ്വീകരിക്കുവാൻ നീ പാ കപ്പെടേണ്ടതുണ്ടായിരുന്നു. ഞാനാ സമയത്തിനായി കാത്തു. വിത്തു വിതയ്ക്കാൻ കർഷകൻ മഴ കാത്തു നിൽക്കുന്നതു പോലെ. നീ പ്രതീ ക്ഷ തെറ്റിച്ചില്ല. ഇനി നിന്റെ മുന്നിൽ നിവർന്നു കിടക്കുന്നതു നിന്റെ തന്നെ ജീവിതമാണ്. തെറ്റുകളിൽ നിന്നു പഠിച്ചു, വിജയങ്ങളിൽ വിനയ

ത്തോടെ മുന്നേറുക. അതാണു ജീവിതം.'

അച്ഛന്റെ വാക്കുകൾക്ക് മുന്നിൽ മകൻ കൈകൂപ്പി നിന്നു. അവന്റെ കണ്ണുകൾ നിറഞ്ഞൊഴുകി.

കഥ അവസാനിച്ചപ്പോൾ പുറത്തു മഴയുടെ ഗതി ഉച്ചസ്ഥായിയിലായി. അതിരുകളില്ലാത്ത ആകാശത്തിനു കീഴിലാണു നാം ജീവിക്കുന്നത്. സ്വന്തം ലക്ഷ്യം മണൽത്തരിയോളമോ ആകാശത്തോളമോ എന്നതു നിശ്ചയിക്കുന്നത് അവനവനാണ്.. ജീവിതം യുദ്ധമല്ല. കണ്ടും, അറിഞ്ഞും, പഠിച്ചും മുന്നേറേണ്ടതാണത്.

അധ്യായം 2

എല്ലാം നഷ്ടമാകുന്ന അവസ്ഥയിൽ ഒരു മുന്നേറ്റം

എന്റെ മുന്നിൽ സുന്ദർരാജ സാർ തല കുമ്പിട്ടിരിക്കുന്നു. അത്രയും ദുഃഖിതനായി അദ്ദേഹത്തെ ഞാനിതിനു മുൻപു കണ്ടിട്ടേയില്ല. പലപ്പോഴും എന്റെ മനസു പതറുമ്പോൾ ധൈര്യം പകർന്നു കൂടെ നിന്ന വ്യക്തി. സ്വകാര്യ ജീവിതത്തിൽ ആവർത്തിച്ചുണ്ടായ പരാജയങ്ങളിൽ ആടി ഉലഞ്ഞാണ് അന്ന് എന്നെ കാണാൻ വന്നത്. സാറുമായി സംസാരിച്ചു തുടങ്ങിയപ്പോൾ മനസിലായി അദ്ദേഹം നിരാശയുടെ പടുകുഴിയിലാണെന്ന്. ഏതാണ്ടു രണ്ടു മൂന്നു മണിക്കൂറുകൾ സാറിനൊപ്പമിരുന്നു സംസാരിച്ചു കാര്യങ്ങൾ വലിയ കുഴപ്പത്തിലൊന്നുമല്ലെന്നു ബോധ്യപ്പെടുത്തി സമാധാനിപ്പിച്ചു യാത്ര അയച്ച ശേഷമാണു ഞാനും ഒന്നാശ്വസിച്ചത്.

ഓരോ മനുഷ്യനും പലവിധത്തിൽ, പല തവണ പരാജയങ്ങളിലൂടെ കടന്നു പോകേണ്ടി വരാറുണ്ട്. എന്നാൽ ഓരോ പരാജയത്തിനുമിടയിൽ നീണ്ട ഇടവേളകളുണ്ടെങ്കിൽ അവ തരണം ചെയ്യാൻ താരതമ്യേന എളുപ്പമാണ്. കഴിഞ്ഞ തവണ എന്താണു സംഭവിച്ചത് എന്ന് വിശകലനം ചെയ്തു വീണ്ടുമൊരു ശ്രമം തീർത്തും സാധ്യമാണ്.

എന്നാൽ തുടരെത്തുടരെ പരാജയങ്ങൾ സംഭവിച്ചാലോ?

ഒന്നിൽ നിന്നൊന്നിലേക്ക് ഒരു കുത്തൊഴുക്കിലാണു നാം പെടുന്നതെങ്കിൽ?

അപ്പോൾ സംഗതി പ്രശ്നമാണ്. ആദ്യം കൈവിട്ടു പോകുന്നതു ധൈര്യമാണ്. കാൽച്ചുവട്ടിലെ മണ്ണൊലിച്ചു പോകുമ്പോൾ ആരാണ്, എവിടെയാണ് ആലംബം എന്നാവും ചിന്ത. ക്രമേണ മനസ്സിൽ ഇരുൾ നിറയും. ഈ സമയം വിജയമെന്ന ചിന്ത വല്ലാതെ നേർത്തു പോയിട്ടുണ്ടാ

കുമുള്ളിൽ. എവിടെയോ വളരെ ചെറിയ ഒരു പ്രകാശകിരണം മാത്രമാകും അവശേഷിച്ചിട്ടുണ്ടാവുക. അതിനെക്കെടുത്തിക്കളയുവാൻ ചുറ്റുപാടുകൾ മത്സരിക്കുന്നുണ്ടാവും.

ഒരു ഭാഗം ആവർത്തിച്ചാവശ്യപ്പെടും.'ഇനി രക്ഷയില്ല ഉപേക്ഷിക്കൂ' എന്ന്. ഈ ഘട്ടത്തിൽ മനസു തളർന്നു പോകാതെ സ്വയം സംരക്ഷിക്കുക എന്നതു മാത്രമാണു പ്രതിവിധി.

അതിനെന്താണു മാർഗം?

1. ഏതു കഠിനമായ പാതയിലൂടെ സഞ്ചരിക്കുമ്പോഴും ഒന്നോർക്കാം എക്കാലവും ഇതിങ്ങനെതന്നെ തുടരുകയില്ലയെന്ന്.

2. ഏതു കഠിനമായ ചുറ്റുപാടിലും നമ്മൾ ഒറ്റയ്ക്കല്ല എന്ന ഉറപ്പ്.

ഒരിക്കലൊരു അച്ഛനും മകളും കൂടി നടന്നു വരുമ്പോൾ നിറയെ പൂവിട്ടൊരു മരം ആ കുഞ്ഞു കണ്ടു. അവൾ അച്ഛനോടു പറഞ്ഞു,

'അച്ഛാ ആ പൂക്കൾക്ക് എന്തു ഭംഗി!'

അച്ഛൻ പറഞ്ഞു 'മോളേ നീ ആ പൂക്കൾ പറിക്കുവാൻ ശ്രമിക്ക്.'

മകൾ ചെറിയ പെൺകുട്ടി, അവൾ എത്ര ശ്രമിച്ചാലും ഉയരത്തിലുള്ള ആ ചില്ലയിലൊന്നു തൊടാൻ പോലുമാകില്ല. കുറേ ചാടി നോക്കി. നിരാശയായിരുന്നു ഫലം. അവൾക്കു കരച്ചിൽ വന്നു. ഒടുവിലവൾ അച്ഛനോടു തന്നെ പറഞ്ഞു,

'അച്ഛാ, എന്നെ ഒന്നു സഹായിക്കൂ എന്നെ ഒന്നെടുത്തുയർത്തു.'

അച്ഛൻ ചിരിച്ചു കൊണ്ടവളെ എടുത്തുയർത്തി. അവൾ പൂക്കൾ നിറഞ്ഞ ചില്ലകുലുക്കി ആവോളം പൂക്കൾ പറിച്ചു.

ഈ കഥ നമ്മെ പഠിപ്പിക്കുന്ന ഒരു വലിയ കാര്യമുണ്ട്. ഒരു പ്രശ്നത്തിലകപ്പെടുമ്പോൾ നാം കരുതും നമ്മളൊറ്റക്കാണെന്ന്. ആരും സഹായത്തിനെത്തില്ലെന്ന്. ഉയരത്തിലുള്ള ചില്ല ലക്ഷ്യമാക്കി ചാടിത്തളർന്ന കുഞ്ഞിനെപ്പോലെ നാം പല പ്രശ്നങ്ങളും സ്വയം നേരിടാൻ ശ്രമിക്കും. സാമ്പത്തികമാകട്ടെ, വിദ്യാഭ്യാസ സംബന്ധിയാകട്ടെ, തൊഴിൽ സംബന്ധിച്ചാകട്ടെ, പലേടത്തും നാം കഥയിലെ കൊച്ചു കുട്ടിയുടെ സമാനമായ അവസ്ഥയിൽപ്പെട്ടു പോകും. നമ്മളെ സഹായിക്കാൻ കെൽപ്പുള്ളവർ തൊട്ടരികിലുണ്ടാവും. പക്ഷേ നാം അവരെ ഓർക്കില്ല. നമ്മൾ കൂടുതൽ നിരാശരാകും. എന്നാൽ ആ ഘട്ടത്തിൽ നമ്മെ സഹായിക്കാനാകുന്നവരോടു സഹായം അഭ്യർത്ഥിച്ചാൽ ആ വിഷമഘട്ടം വളരെ എളുപ്പം തരണം ചെയ്യാം. നമ്മുടെ ഒരു പൊതു ചിന്തയാണ് ആരും ആരേയും സഹായിക്കില്ലെന്ന്. എന്നാൽ ഇന്നും ഈ ലോകം പുലരുന്നതു നന്മ നിറഞ്ഞ ആയിരക്കണക്കിനാളുകൾ ഈ ഭൂമിയിലുള്ളതുകൊണ്ടാണ്.

ആകാശത്തിനും ഉയരെ

നിരാശയുടെ പടുകുഴിയിൽ പെട്ടു പോകുമ്പോൾ സ്വയം മനസിന്റെ വാതിലുകൾ കൊട്ടിയടച്ചു കൂടുതൽ ഇരുട്ടിനെ ക്ഷണിച്ചു വരുത്താതിരിക്കുക.

3. നിരന്തരം കഠിനമായ ജീവിതചര്യയിലൂടെ സഞ്ചരിക്കുമ്പോൾ ഉറപ്പിക്കേണ്ടതു സ്വയം നിരാശയിലേക്കു വീണുപോകില്ലെന്നാണ്.

4. സുഹൃത്തിനോടു മനസു തുറന്നു സംസാരിച്ചാൽ സ്വയം കുറേയേറെ ബാലൻസ് ചെയ്യാനാകും.

5. പ്രശ്നങ്ങൾ ഒന്നിനു പിന്നാലെ വരുമ്പോൾ പഴയ ബാലമാസികകളിലെ വഴി കണ്ടു പിടിക്കുന്ന കളിയോർക്കാം. മിക്കപ്പോഴും നാം മുയൽക്കുഞ്ഞിനു വഴിക്കാണിക്കാൻ ശ്രമിക്കുമ്പോൾ ചെയ്യുക, മുയൽക്കുഞ്ഞിന്റെ വീട്ടിൽ നിന്നു മുയൽക്കുഞ്ഞിലേക്കാവും വഴി വരച്ചെത്തുക. അതുപോലെ പല പ്രശ്നങ്ങൾക്കും ഉത്തരം തേടേണ്ടതു പരമ്പരാഗത രീതിയിൽ തന്നെ ആകണമെന്ന നിർബന്ധം വേണ്ട. ചില കാര്യങ്ങളിൽ ഉത്തരങ്ങൾ അല്പം വ്യത്യസ്തമായിരിക്കും. അവയ്ക്കായി വ്യത്യസ്ത മാർഗങ്ങളിലൂടെ സഞ്ചരിക്കേണ്ടിയും വന്നേക്കാം. അതിനു തയ്യാറാവുക എന്നതാണു പ്രധാനം.

6. നമ്മുടെ പല പ്രശ്നങ്ങളും യഥാർത്ഥത്തിൽ നമ്മുടേതായിരിക്കില്ല എന്ന സത്യം.

അതെ, പലപ്പോഴും നാം നമ്മുടെ പ്രശ്നമെന്ന പേരിൽ കൊണ്ടു നടക്കുന്നതു നമ്മുടെ പ്രിയപ്പെട്ടവരുടെ പ്രശ്നമാകും

ഉദാഹരണത്തിനു മകളുടെ പ്രണയം, മകന്റെ മാർക്ക്, ബന്ധുജനങ്ങളുടെ കുടുംബ പ്രശ്നങ്ങൾ, പങ്കാളിയുടെ ആരോഗ്യം തുടങ്ങിയവ.

ഇവിടെ, ആരോഗ്യപരമായ കാര്യങ്ങളിൽ കേട്ട ഉടൻ അന്തം വിട്ട് ബഹളം കൂട്ടാതിരിക്കുക. രോഗങ്ങളുടെ കാര്യത്തിൽ, അത്യന്തം വിനാശകാരികളും, വിനാശകാരിയുടെ രൂപവും മട്ടും പ്രകടിപ്പിക്കുന്ന ചില കപട അവസ്ഥകളുമുണ്ടാകും. അത്തരം സാഹചര്യത്തിൽ ഇന്റർനെറ്റിൽ പരതി സ്വന്തം വിജ്ഞാനം കൊണ്ടു കാര്യങ്ങൾ തീരുമാനിക്കുന്നതിലും മെച്ചം അതേ വിഷയത്തിൽ അറിവുള്ള ഒന്നോ രണ്ടോ പേരുടെ കൂടി അഭിപ്രായം കൂടി തേടുന്നതല്ലേ? ഒരു സർജറി ഒഴിവാക്കാനാകുമോ എന്നു രണ്ടു വട്ടം അന്വേഷിക്കാം. ഇത്തരം സാഹചര്യങ്ങളുണ്ടാകുമ്പോൾ പതറാതെ കാര്യങ്ങൾ കൊണ്ടുപോവുക എന്നതാണു പ്രധാനം. ആവശ്യമെങ്കിൽ സന്നദ്ധ സംഘടനകളുടെ സഹായം തേടാം.

ഇനി മക്കളുടെ വഴിതെറ്റിപ്പോക്കാണു വിഷയമെങ്കിൽ അവരോടു സംസാരിക്കുക. അവരുടെ നിലപാടുകൾ അവരുടെ മുന്നിൽ വച്ചു കുറ്റപ്പെടുത്തലിലൂടെ അല്ലാതെ വിശകലനം ചെയ്യുക. വിവാഹം പോലുള്ള വി

ഷയങ്ങളിൽ രണ്ടു കൂട്ടരുമായി സംസാരിക്കുക.

ചിലരെ കണ്ടിട്ടില്ലേ മലയിടിഞ്ഞു വരുമ്പോഴും മുഖത്ത് ഒരു ചിരി സൂക്ഷിക്കും. അതുപോലെ ഇത്തരം ഇടപെടലുകൾ നടത്തുമ്പോൾ ഉപയോഗിക്കുന്ന വാക്കുകൾ, ഭാഷ, അതിന്റെ ടോൺ, ശരീരഭാഷ ഒക്കെയും ആക്രമണത്തിന്റേതാകാതെ നോക്കാം. നമ്മുടെ അക്ഷോഭ്യമായ നിൽപ്പു മറുപുറത്തെ വീണ്ടുവിചാരത്തിനു പ്രേരിപ്പിക്കും.

ഇനി ലഹരി ഉപയോഗമാണു വിഷയമെങ്കിൽ ഒട്ടും അയവു വേണ്ട കൃത്യമായ മെഡിക്കൽ പരിരക്ഷയും കൗൺസലിങ്ങും വേണ്ടി വരും. ഒപ്പം അത്തരം സാഹചര്യങ്ങൾ ഒഴിവാക്കാൻ സഹായിക്കുകയും വേണം. മരണം സൃഷ്ടിക്കുന്ന നിതാന്ത ശൂന്യത മാറ്റി വച്ചാൽ മറ്റെന്തു പ്രശ്നത്തിനും ഒരു പരിഹാരം ഉണ്ട്. അല്പം ക്ഷമ, സഹായമഭ്യർത്ഥിക്കുവാനുള്ള മനസ് ഇവയുണ്ടോ? പ്രശ്ന പരിഹാരം വിദൂരത്തല്ല എന്നു ഉറപ്പിക്കാം.

ലക്ഷ്യത്തിലേക്കുള്ള യാത്രയിൽ അവശ്യമായ സഹായങ്ങൾ സ്വീകരിക്കുന്നതും ശരിയായ തീരുമാനമാണ്.

അധ്യായം 3

ദത്തുപുത്രന്റെ ലോക വിജയം

ഒരു വ്യക്തി എവിടെ ജനിക്കുന്നുവെന്നതല്ല ആ വ്യക്തിയുടെ ഭാവി നിർണ്ണയിക്കുക. അതുപോലെ പിറന്നു വീഴുന്നതു രാജകൊട്ടാരത്തിലാകണം, എന്നാലേ ജീവിതം ഭദ്രമാകൂ എന്നുമില്ല.

പിറന്നു വീഴുന്നത് അനാഥത്വത്തിലേക്കാവട്ടെ, ദാരിദ്ര്യത്തിലേക്കാവട്ടെ, അതല്ല ഒരു വ്യക്തിയുടെ ഭാവി നിശ്ചയിക്കുന്നത്. ലോകത്തെ വിസ്മയിപ്പിച്ച കണ്ടുപിടുത്തങ്ങളും, ആസ്വാദകരെ ആനന്ദിപ്പിച്ച കലാസൃഷ്ടികളുമൊക്കെ ജനിച്ചതു സമ്പന്നതയുടെ മടിത്തട്ടിൽ പിറന്നവരിൽ നിന്നായിരുന്നില്ല എന്നു ചരിത്രം പറയുന്നു. എന്നുവച്ചാൽ ജീവിതത്തിൽ മറ്റു ചിലതു കൂടിയുണ്ട് എന്നു തന്നെ. അതു പല വ്യക്തികൾ, വിഭിന്ന കാലഘട്ടങ്ങളിൽ നമുക്കു കാട്ടിത്തന്നിട്ടുമുണ്ട്.

ഇത് ഒരു ദത്തുപുത്രന്റെ കഥയാണ്.

അവൻ ലോകം കീഴടക്കിയ കഥ.

ആ കഥയ്ക്ക് ഒരു പ്രത്യേകത കൂടിയുണ്ട്. ഇതിലെ നായകൻ ഒരു ബുദ്ധിജീവി പഠിപ്പിസ്റ്റോ, രക്ഷകർത്താക്കളുടെ വാക്കു കേട്ടു വരച്ചവരയിൽ മാത്രം സഞ്ചരിച്ച ആളോ ആയിരുന്നില്ല. സ്വന്തം കമ്പനി ആരംഭിച്ച്, അതിന്റെ വളർച്ച താഴ്ച്ചകൾ സ്വയം കണ്ടറിഞ്ഞു, മെല്ലെ മെല്ലെ ലോകം അതിശയിപ്പിക്കുന്ന വിജയം നേടിയ വ്യക്തിയാണയാൾ.

ഇതു ലോകത്തിന്റെ പ്രിയ ബ്രാൻഡ് നെയിം ആയ ആപ്പിളിന്റെ കൂടി കഥയാണ്.

സ്റ്റീവൻ പോൾ ജോബ്സ്!

ഈ പേരു വിജയം എന്ന വാക്കിനു പര്യായമായി ഉപയോഗിക്കാം.

ഒന്നറിയണം, സ്വന്തം അച്ഛനമ്മമാരോടൊപ്പമല്ല കൊച്ചു സ്റ്റീവൻ ജീവിതമാരംഭിച്ചതു പോലും. സാൻഫ്രാൻസിസ്കോയിൽ 1955 ഫെബ്രുവരി 24-നായിരുന്നു സ്റ്റീവ് ജോബ്സിന്റെ ജനനം. സിറിയൻ സ്വദേശി

ആയിരുന്ന അബ്ദുൾഫത്താഹ് ജൻഡാലിന്റെയും, ജോആൻ സിംപ്സ ണിന്റേയും മകനായി ജനിച്ചു. ബിരുദ വിദ്യാർഥി ആയിരിക്കെയാണു ജോ ബ്സിന്റെ അമ്മ ജോആൻ ഗർഭിണി ആകുന്നത്. എന്നാൽ കുഞ്ഞിനെ വളർത്താൻ സാമ്പത്തികമായി വളരെ പ്രയാസമനുഭവിച്ചിരുന്ന അവർ സ്റ്റീവിനെ മക്കളില്ലാതിരുന്ന കാലിഫോർണിയൻ ദമ്പതികൾ ആയ പോൾ ജോബ്സ് - ക്ലാരാ ദമ്പതികൾക്കു നല്കി. സ്റ്റീവിനെ കോളേജിൽ വിട്ടു പഠിപ്പിക്കണമെന്നും നല്ല നിലയിൽ സ്റ്റീവ് എത്തണമെന്നും സ്റ്റീവിന്റെ അമ്മ ആഗ്രഹിച്ചിരുന്നു. അതിനാൽ കോളേജിലയച്ചു പഠിപ്പിക്കും എന്ന് ഉറപ്പു വാങ്ങിയാണ് അവന്റെ അമ്മ സ്റ്റീവിനെ പോൾ ജോബ്സ് - ക്ലാരാ ദമ്പതികൾക്കു കൈമാറിയത്. ജോബ്സിന്റെ ജനനത്തിനു ശേ ഷം യഥാർത്ഥ അമ്മയുടെ വിവാഹം നടന്നു. ഇതിൽ മോന സിംപ്സൺ എന്നൊരു പെൺകുട്ടിയും ജനിച്ചു. എന്നാൽ ഈ അനിയത്തിയെക്കുറി ച്ചു സ്റ്റീവ് അറിയുന്നതു വളരെ കാലത്തിനു ശേഷമാണ്.

പതിനേഴാം വയസിലാണു സ്റ്റീവ്, പോർട്ട്ലാൻഡിലെ റീഡ്കോളേ ജിൽ ബിരുദപഠനത്തിനായി ചേരുന്നത്. ഫിനാൻസ് കമ്പനിയിൽ ജോ ലി ഉണ്ടായിരുന്ന വളർത്തച്ഛന്റെ വരുമാനം ആ കുടുംബത്തിനു ജീവി ക്കാൻ മതിയാകുമായിരുന്നില്ല. എന്നാലും അവർ സ്റ്റീവിനെ കോളേജിൽ വിട്ടു പഠിപ്പിച്ചു. അന്നത്തെ ഹോം സ്റ്റഡ് ഹൈസ്കൂളിലെ പഠനം സ്റ്റീവ നെ സിലിക്കൺ വാലി പ്രോജക്ടുകളുമായി അടുപ്പിച്ചു. ആ ചെറുപ്പക്കാ രൻ വളരെ വ്യത്യസ്ത അഭിരുചികളാണ് അക്കാലത്തു പ്രദർശിപ്പിച്ചിരു ന്നത്. ഇലക്ട്രോണിക്സും ഷേക്സ്പിയർ സാഹിത്യവും ഒന്നുപോലെ ഇഷ്ടപ്പെട്ടു അയാൾ. തീർന്നില്ല, ഒരേ സമയം അതിബുദ്ധിമാനും അതു പോലെ ഹിപ്പികളുടെ അലസ ജീവിതവും അയാൾ പിന്തുടർന്നു. മുടി നീട്ടിവളർത്തിയ ആ ചെറുപ്പക്കാരൻ എങ്ങോട്ടാണു സഞ്ചരിക്കുക എന്ന് അയാൾക്കു പോലും തിട്ടമില്ലാത്ത കാലം. ഇക്കാലയളവിൽ മറ്റൊരു സം ഗതി സ്റ്റീവന്റെ മനസ്സിലേക്കു കടന്നു വന്നു. അതു ഭാരതത്തിൽ അക്കാ ലത്തു ജീവിച്ചിരുന്ന നീം കരോലിബാബ എന്ന ആത്മീയ ഗുരുവിനെ ക്കുറിച്ചുള്ള വാർത്തകളാണ്. അതോടെ എങ്ങനെയും ഭാരതത്തിലെത്തി ബാബയുടെ ശിഷ്യനാവുക എന്നതായി ലക്ഷ്യം.

ഇക്കാലയളവിൽ പിതാവിന്റെ സാമ്പത്തിക പ്രയാസം കൂടി കണ്ട സ്റ്റീവ്, യതൊരു പ്രയോജനവുമില്ലെന്നു വാദിച്ചു കൊണ്ടു മാതാപിതാ ക്കളറിയാതെ കോളേജു പഠനം മതിയാക്കി. പിന്നെ കേട്ടറിഞ്ഞ, ഇന്ത്യ യെന്ന രാജ്യത്തെ ആത്മീയ ഗുരുവിനെ കണ്ടെത്തുക എന്നതായി ചി ന്ത. പല രീതിയിലും ചെറിയ വരുമാനങ്ങൾ കണ്ടെത്തി ആ ഇത്തിരി സമ്പാദ്യവുമായി ഇന്ത്യയിലേക്ക് യാത്രതിരിച്ചു. എന്നാൽ, സുഹൃത്ത്

ആകാശത്തിനും ഉയരെ

ഡാനിയൽ കോട്ടുമായിച്ചേർന്ന് ആത്മീയാന്വേഷണത്തിനായി വന്ന സ്റ്റീവ് കണ്ടറിഞ്ഞത് ഇന്ത്യയിലെ ദാരിദ്ര്യം എന്തെന്നായിരുന്നു. സ്റ്റീവ് വരുമ്പോഴേക്കും അദ്ദേഹം ആരെയാണോ കാണാനും ശിഷ്യപ്പെടാനും ആഗ്രഹിച്ചത്, ആ ഗുരു സമാധിയാവുകയും ചെയ്തിരുന്നു. അതോടെ കയ്യിൽ പണമില്ലാതെ, ദാരിദ്ര്യം നേരിട്ട് അനുഭവിച്ചറിഞ്ഞ സ്റ്റീവും സുഹൃത്തും മടങ്ങാൻ തീരുമാനിച്ചെങ്കിലും ആത്മീയ അന്വേഷണം നിർത്താൻ തയ്യാറായില്ല. അങ്ങനെ തല മുണ്ഡനം ചെയ്തു ബുദ്ധമത അനുയായിയായി മാറുകയും ഏറെ വൈകാതെ തിരികെ സ്വന്തം രാജ്യത്തെത്തുകയും ചെയ്തു. ജീവിതത്തിന്റെ പരുക്കൻ യഥാർത്ഥ്യം മാത്രമേ മുന്നിലുള്ളൂ എന്ന സത്യവും ആ ചെറുപ്പക്കാരൻ തിരിച്ചറിഞ്ഞു. ജീവിതം മുന്നോട്ടു കൊണ്ടുപോകാൻ ഒരു മാർഗ്ഗം കണ്ടെത്തേണ്ടത് അത്യാവശ്യമാണെന്നും സ്റ്റീവ് മനസിലാക്കി.

അങ്ങനെ 1976 ൽ വോസ്നിയാക്കിനും റൊണാൾഡ് വെയിനുമൊപ്പം ആപ്പിൾ സാങ്കേതികവിദ്യയ്ക്കു സ്റ്റീവ് തുടക്കമിട്ടു. ആർക്കേഡ് വീഡിയോ ഗെയിം ബ്രേക്ക് ഔട്ടിനു വേണ്ടി ഒരു സർക്യൂട്ട് ഉണ്ടാക്കുക എന്നതായിരുന്നു സ്റ്റീവ് ഏറ്റെടുത്ത ആദ്യ ജോലി. ഇതു മാത്രമല്ല ആ സർക്യൂട്ടിൽ നിന്നും ഒഴിവാക്കപ്പെടുന്ന ഒരോ റ്റി.റ്റി.എൽ ചിപ്പിനും കമ്പനി 100 ഡോളർ വാഗ്ദാനം ചെയ്തു. സ്റ്റീവും സുഹൃത്തും കൂടി ആ സർക്കൂട്ടിനെ 46ചിപ്പുകളിലേക്കു ചെറുതാക്കി മാറ്റി. ആ പ്രതിഫലത്തിൽ നിന്നും മാറ്റിവച്ച തുകയാണ് സ്റ്റീവിന്റെ ബിസിനസ് സംരംഭത്തിന്റെ യഥാർത്ഥ മൂലധനമായി മാറിയത്.

1980 കളിൽ സ്റ്റീവ്, ആപ്പിൾ ലിസയും തുടർന്നു മക്കിന്റോഷും അവതരിപ്പിച്ചു. 1983ൽ അദ്ദേഹം പ്രശസ്തമായ പെപ്സിയുടെ സി.ഇ.ഒ ആയിരുന്ന ജോൺ സ്കുള്ളീനെ.'താങ്കളുടെ ബാക്കി ജീവിതം പഞ്ചസാര വെള്ളം വിറ്റ് ജീവിക്കണോ അതോ എന്റെ കൂടെ വന്ന് ലോകം മാറ്റണോ' എന്ന് ചോദിച്ച് ആപ്പിളിലേക്കു വരുത്തി. എന്നാൽ ഇതേ സ്കുള്ളീ ജോബ്സിനെ 1985 ൽ ആപ്പിളിൽ നിന്നു പുറത്താക്കി എന്നതു വിരോധാഭാസമായി. എന്നാൽ ജോബ്സ് നിരാശനായില്ല. അദ്ദേഹം നെക്സ്റ്റ് കമ്പ്യൂട്ടേഴ്സ് എന്ന കമ്പനി തുടങ്ങി. 1986 ൽ ജോബ്സ് പിക്സാർ എന്ന കമ്പനിക്കും തുടക്കമിട്ടു. ടോയ് സ്റ്റോറി പോലുള്ള പല പ്രശസ്ത സിനിമകൾ നിർമിച്ച കമ്പനിയാണിത്. 1996 ൽ ആപ്പിൾ നെക്സ്റ്റ്നെ വാങ്ങിയപ്പോൾ ജോബ്സ് ആപ്പിളിൽ തിരിച്ചെത്തി. 2001ൽ ആപ്പിൾ ഐപോഡ് അവതരിപ്പിച്ചു. ഇത് പാട്ടിന്റെ വ്യവസായത്തെ അട്ടിമറിച്ചു. തുടക്കത്തിലുണ്ടായ പരാജയങ്ങളിൽ പതറാതെ 2003 ൽ ഐ ട്യൂൺസിന്റെ വരെ വാണിജ്യ വിജയങ്ങൾ അദ്ദേഹം അനുഭവിച്ചറിഞ്ഞു. 2007 ൽ

ലോകത്തെ മാറ്റിമറിച്ച് ആപ്പിൾ ഐഫോൺ അവതരിപ്പിച്ചു.

2011 ഓഗസ്റ്റ് 24-ന് ആപ്പിളിന്റെ സി.ഇ.ഒ സ്ഥാനത്തു നിന്നു വിരമിക്കുകയാണെന്നു സ്റ്റീവ് ജോബ്സ് പ്രഖ്യാപിച്ചു. അദ്ദേഹത്തിന്റെ വിരമിക്കൽ കത്തിൽ ആപ്പിളിന്റെ വിജയഗാഥ തുടരുമെന്നും തന്റെ പിൻഗാമിയായി ടിം കുക്കിനെ നിയമിക്കുന്നതായും അറിയിച്ചു. സ്റ്റീവിന്റെ ആവശ്യപ്രകാരം, ടിംകുക്കിനെ ആപ്പിളിന്റെ ബോർഡ് ഓഫ് ഡയറക്ടേഴ്സിന്റെ ചെയർമാനായി നിയമിച്ചു. പാൻക്രിയാറ്റിക് അർബുദബാധ മൂലം 2011 ഒക്ടോബർ 5-ന് കാലിഫോർണിയയിലെ പാലൊആൾട്ടോയിൽ വച്ച് സ്റ്റീവ് അന്തരിച്ചു.

ഒരാളുടെ ജനനത്തിനും അപ്രതീക്ഷിത മരണത്തിനുമിടയിലുള്ള ജീവിതം മനസ്സിലാക്കലുകളുടേതാണ്. ഒപ്പം ആ മനസ്സിലാക്കലുകളിൽ നിന്നു വിജയം കൊയ്തെടുക്കാനാകുമ്പോൾ അവരെ ലോകം ശ്രദ്ധിക്കും. മാറുന്ന ലോകത്ത്, ആ മാറ്റത്തിനും മുൻപേ തയ്യാറാകുന്ന മനസുകളാണു നമ്മുടെ ഭൂമിയിലെ എല്ലാ പുതിയ കണ്ടുപിടുത്തങ്ങളുടേയും കാരണക്കാർ. അവരിലൊരാളാണ് സ്റ്റീവ് ജോബ്സും.

ഇന്നത്തെ ലോകത്തിനൊത്തു ചിന്തിക്കുന്നതു താരതമ്യേന അനായാസം സാധിക്കും. എന്നാൽ ഭാവിയിലെ ലോകം മുന്നിൽ കണ്ടു പ്രവർത്തിക്കാൻ, ചിന്തിക്കാൻ പ്രതിഭകൾക്കേ കഴിയൂ.

സ്റ്റീവൻ പോൾ ജോബ്സിന്റെ കഥ പ്രചോദിപ്പിക്കുന്നതാണ്.

ആകാശത്തിനും ഉയരേക്കു ലക്ഷ്യം നിർണ്ണയിക്കുന്നവർ പരാജയപ്പെടാറില്ല എന്ന സത്യം അതു വിളിച്ചോതുന്നു.

അധ്യായം 4

നാം തളരേണ്ടതുണ്ടോ?

രോഗാവസ്ഥകാരണം പഠനം പാതിവഴിയിൽ ഉപേക്ഷിക്കേണ്ടി വന്ന ഒരു പെൺകുട്ടിയുടെ നിസ്സഹായാവസ്ഥയെക്കുറിച്ച് ഒരു കൂട്ടായ്മയിൽ പലരും ചർച്ച ചെയ്യുകയാണ്. എല്ലാവരും സഹതാപത്തോടെ ആ പെൺ കുട്ടിയുടെ കഥ ആവർത്തിച്ചുകൊണ്ടിരുന്നു. എന്നാൽ ആർക്കും അതി നൊരു പരിഹാരം നിർദ്ദേശിക്കാനുമുണ്ടായില്ല. ഏറ്റവുമൊടുവിൽ.'വിധി' എന്ന വാക്കിൽ കാര്യം എത്തിയപ്പോൾ ഇടപെടാതിരിക്കാനായില്ല. ഒരാ ളുടെ കണ്ണിലെ കൃഷ്ണമണി മാത്രമാണു ചലിക്കുന്നത്. എന്നിട്ടും അയാൾ ലോകം കണ്ട എണ്ണം പറഞ്ഞ ശാസ്ത്രജ്ഞനാകുന്നതു സാ ധ്യമാണോ? തമോഗർത്തത്തെക്കുറിച്ചും പ്രപഞ്ച രഹസ്യങ്ങളെക്കുറിച്ചും എഴുതുന്നതു സാധ്യമാണോ?

'എ ബ്രീഫ് ഹിസ്റ്ററി ഓഫ് ടൈം.' ഈ പേരു ലക്ഷക്കണക്കിനു കോ പ്പികൾ വിറ്റഴിഞ്ഞ ഒരു പുസ്തകത്തിന്റേതാണ്. ഈ പുസ്തകത്തിന്റെ രചയിതാവ്, സർ ഐസക് ന്യൂട്ടനും, മഹാനായ ഐൻസ്റ്റീനും ശേഷം ലോകമാദരിച്ച ശാസ്ത്രജ്ഞനാണ്. അദ്ദേഹമാണ് സ്റ്റീഫൻ ഹോക്കിങ്ങ്.

എന്തുകൊണ്ടാണ് ഒരു ശാസ്ത്രജ്ഞന്റെ പുസ്തകം ലോകം ഇത്ത രത്തിൽ കൈ നീട്ടി സ്വീകരിക്കുന്നത്? ഒരു സാധാരണ ശാസ്ത്രജ്ഞൻ മാത്രമായിരുന്നില്ല അദ്ദേഹം എന്നതിനാലാണത്. ഒരാളുടെ ജീവിതം മറ്റ് അനേകം പേർക്കു ജീവിക്കാൻ പ്രത്യാശ നൽകുന്ന ഒന്നാകുമ്പോഴാ ണു ലോകമവരെ അംഗീകരിക്കുകയും ആദരിക്കുകയും ചെയ്യുക. ഇവി ടെ സ്റ്റീഫൻ ഹോക്കിങ്ങ്സിനു മോട്ടോർന്യൂറോൺ രോഗം ബാധിച്ച സമ യത്തു വൈദ്യശാസ്ത്രം അദ്ദേഹത്തിനു വിധിച്ച ആയുസ്സു വെറും രണ്ടു വർഷമായിരുന്നു. അവിടെ നിന്നാണ് എഴുപത്തിയാറു വയസ്സു വരെ അദ്ദേഹം ജീവിതം നിലനിർത്തിയത്.

രണ്ടു വർഷമേ ആയുസ്സുള്ളൂ എന്ന തിരിച്ചറിവാണു യഥാർത്ഥത്തിൽ ഹോക്കിങ് എന്ന പ്രതിഭയുടെ വളർച്ചയുടെ പിന്നിൽ. കാരണം, അവ

ശേഷിച്ച സമയത്തു ചെയ്തു തീർക്കുവാനുള്ള കാര്യങ്ങൾ മാത്രം ശ്രദ്ധിച്ചു കൂടുതൽ ആഴത്തിൽ ഗവേഷണപരമായ പഠനങ്ങളിൽ അദ്ദേഹം മുഴുകി. അങ്ങനെ വന്നപ്പോൾ രോഗത്തെക്കുറിച്ചോ മരണത്തെക്കുറിച്ചോ ആകുലപ്പെടുവാൻ അദ്ദേഹത്തിനു സമയമില്ലാതായി. അതോടെ, രോഗം അതിന്റെ സർവ്വപ്രതാപവും കാഠിന്യവും പുറത്തെടുത്തപ്പോഴും മരണം ഭയന്നു മാറി നിന്നു..

വീണ്ടും പറയട്ടെ,

നിശ്ചയ ദാർഢ്യത്തിനു മുന്നിൽ വിധി മാറി നിൽക്കുന്ന കാഴ്ച!

ഓക്സ്ഫോർഡ് വിദ്യാർത്ഥികളായിരുന്നു സ്റ്റീഫൻ ഹോക്കിങ്ങ്സിന്റെ മാതാപിതാക്കൾ. രണ്ടാം ലോകമഹായുദ്ധകാലത്തു, ജർമ്മനിയുടെ ബോംബ് വർഷത്തിൽ നിന്നു രക്ഷതേടി താമസിച്ചിരുന്ന ഹൈ ഗേറ്റിൽ നിന്ന് ഓക്സ്ഫോർഡിലേക്ക് അവർ താമസം മാറ്റി. ഈ സമയം ഹോക്കിംങ്സിന്റെ അമ്മ ഹോക്കിങ്ങിനെ ഗർഭം ധരിച്ചിരിക്കുകയായിരുന്നു.

ലണ്ടനിലെ ഹൈഗേറ്റിലെ ബൈറോൺ ഹൗസ് സ്കൂളിലായിരുന്നു ഹോക്കിങിന്റെ സ്കൂൾ പഠനം. സ്കൂളിലായിരിക്കെ വായിക്കാൻ പഠിക്കുന്നതിൽ പരാജയപ്പെട്ടതിനെത്തുടർന്നു ധാരാളം കുറ്റപ്പെടുത്തലുകൾ കേൾക്കേണ്ടി വന്നിട്ടുണ്ട്, ആ ബാലന്. പെൺകുട്ടികൾക്കായുള്ള സെന്റ് അൽബൻസ് ഹൈസ്കൂളിൽ ഹോക്കിങ് ഏതാനും മാസങ്ങൾ പോയിരുന്നു. അക്കാലത്തു ചെറിയകുട്ടികൾക്ക് ഏതു സ്കൂളിലും പഠിക്കാൻ കഴിയുന്ന കാലമായിരുന്നു.

പിന്നീട് റഡ്ലെറ്റ് ഗ്രാമത്തിലെ ഒരു സ്വതന്ത്ര വിദ്യാലയമായ റഡ്ലെറ്റ് സ്കൂളിൽ ഹാക്കിങ് ചേർന്നു. 1952 സെപ്തംബർ മുതൽ പഠിച്ച സെന്റ് അൽബൻസ് സ്കൂളിൽ നിന്നും ഒരു വർഷം നേരത്തേ ഹോക്കിങ്, ഹയർസെക്കന്ററി പാസായി. ഉയർന്ന നിലവാരമുണ്ടായിരുന്ന വെസ്റ്റ്മിൻസ്റ്റർ സ്കൂളിൽ മകനെ ചേർക്കാൻ അച്ഛൻ ആഗ്രഹിച്ചിരുന്നുവെങ്കിലും, പതിമൂന്നുകാരനായിരന്ന ഹോക്കിങ്ങിന് സ്കോളർഷിപ്പ് പരീക്ഷയുടെ ദിവസം അസുഖം ബാധിച്ചു. സ്കോളർഷിപ്പ് വഴിയുള്ള സാമ്പത്തിക സഹായമില്ലാതെ അദ്ദേഹത്തിന്റെ കുടുംബത്തിന് സ്കൂൾ ഫീസ് കൊടുക്കാൻ കഴിയുമായിരുന്നില്ല. അതിനാൽ ഹോക്കിങ് സെന്റ് അൽബനിൽ താമസിച്ചു.

മകനെ ഡോക്ടറാക്കാനായിരുന്നു മാതാപിതാക്കൾ ആഗ്രഹിച്ചിരുന്നതെങ്കിലും, സ്റ്റീഫൻ ഹോക്കിങ്ങിന് ഗണിതത്തിലും ഭൗതികശാസ്ത്രത്തിലുമായിരുന്നു താത്പര്യം. പതിനേഴാം വയസ്സിൽ ഓക്സ്ഫോർഡ് യൂണിവേഴ്സിറ്റിയിൽ നിന്ന് ഭൗതികശാസ്ത്രത്തിൽ ബിരുദം നേടി. കേംബ്രിഡ്ജിൽ ഗവേഷണ ബിരുദത്തിനു പഠിച്ചുകൊണ്ടിരിക്കുന്നതിനിടെ

യാണ് കൈകാലുകൾ തളർന്നു പോകാൻ കാരണമായ നാഡീരോഗം അദ്ദേഹത്തെ ബാധിച്ചത്. കൈകാലുകൾ ചലിപ്പിക്കാനാവാത്ത അവസ്ഥയിലും സഹപ്രവർത്തകരുടെ പിന്തുണ അദ്ദേഹത്തിന് ആത്മവിശ്വാസം പകർന്നു. ഗവേഷണ ബിരുദം നേടിയ ശേഷം 1965-ൽ ജെയ്ൻ വൈൽഡിനെ വിവാഹം കഴിച്ചു. ജെയിനുമായുള്ള വിവാഹനിശ്ചയമാണു കൂടുതൽ ജീവിക്കാൻ തനിക്കു പ്രചോദനമായതെന്നു സ്റ്റീഫൻ ഹോക്കിങ് പറഞ്ഞിട്ടുണ്ട്.

നക്ഷത്രങ്ങൾ നശിക്കുമ്പോൾ രൂപം കൊള്ളുന്ന തമോഗർത്തങ്ങളെക്കുറിച്ച് ഇന്നു ലഭ്യമായ വിവരങ്ങളിൽ പലതും ഇദ്ദേഹത്തിന്റെ ഗവേഷണങ്ങളിലൂടെ ഉരുത്തിരിഞ്ഞതാണ്. ബ്രിട്ടനിലെ കേംബ്രിഡ്ജ് യൂണിവേഴ്സിറ്റിയിലെ പ്രപഞ്ച ശാസ്ത്രവിഭാഗത്തിലെ ഡയറക്ടറായിരുന്നു അദ്ദേഹം. 1966ൽ ഡോക്ടറേറ്റ് നേടിയ സ്റ്റീഫൻ ഹോക്കിങ്, കേംബ്രിഡ്ജ് സർവ്വകലാശാലയിലെ ഗണിത ശാസ്ത്ര ലൂക്കാസിയൻ പ്രൊഫസർ എന്ന ഉന്നത പദവി മൂന്നു പതിറ്റാണ്ടുകൾ വഹിച്ചിരുന്നു.

ബ്രേക്ക് ത്രൂ ഇനിഷ്യേറ്റീവ് എന്ന അന്യഗ്രഹ ജീവൻ തേടുന്ന വമ്പൻ ഗവേഷണപദ്ധതി അദ്ദേഹം ആസൂത്രണം ചെയ്തു. ആൽബർട്ട് ഐൻസ്റ്റീനു ശേഷം ലോകത്തു ജീവിച്ചിരിക്കുന്ന ഏറ്റവും പ്രഗൽഭമായ മസ്തിഷ്കത്തിന്റെ ഉടമയെന്ന പേരിന് ഹോക്കിങ് അർഹമായി. രണ്ടു പേരുടെയും ഐക്യൂ നിലവാരം 160 ആണെന്നാണു ഗവേഷകർ കണ്ടെത്തിയത്. ദ യൂണിവേഴ്സ് ഇൻ എ നട്ട്ഷെൽ, മകൾ ലൂസിയുമായി ചേർന്നു കുട്ടികൾക്കായി അദ്ദേഹം എഴുതിയ ജോർജ്ജ്സ് സീക്രട്ട് കീ റ്റു ദ യൂണിവേഴ്സ്, ദ ഗ്രാൻഡ് ഡിസൈൻ, ബ്ലാക്ക് ഹോൾസ് ആൻഡ് ബേബി യൂണിവേഴ്സ്, ഗോഡ് ക്രിയേറ്റഡ് ദ ഇന്റിജേഴ്സ്, മൈ ബ്രീഫ് ഹിസ്റ്ററി തുടങ്ങിയവ പ്രസിദ്ധമായ കൃതികളാണ്.

എന്തുകൊണ്ടാണ് സ്റ്റീഫൻ ഹോക്കിങ് മറ്റുള്ളവർക്കു പ്രചോദനമാകുന്നതെന്നു ചോദിച്ചാൽ ഒരുത്തരമേ ഉള്ളൂ. അതിതാണ്.

ജീവിതം അവസാനിക്കുവാൻ പോകുന്നുവെന്നു നമ്മളോടു പറഞ്ഞാൽ നാമെന്താവും ചെയ്യുക? ഉടനെ തന്നെ ഭയന്നു നിലവിളിച്ച്, തകർന്നു തരിപ്പണമായി മരണത്തെ അങ്ങോട്ടു ചെന്നു കൂട്ടിക്കൊണ്ടുവന്നു മരിക്കും. എന്നാൽ, സ്വന്തം രോഗം തിരിച്ചറിഞ്ഞു ഡോക്ടർമാർ വിധി കല്പ്പിക്കുമ്പോൾ ഹോക്കിങ്ങിന് തൊട്ടടുത്ത കിടക്കയിൽ ഒരു ക്യാൻസർ ബാധിതനായ, ദിവസങ്ങൾ മാത്രം ആയുസ്സു നിശ്ചയിച്ച ഒരു ബാലനാണുണ്ടായിരുന്നത്. അവൻ കുട്ടിയായിരുന്നിട്ടു പോലും മരണത്തെക്കുറിച്ചോർക്കാതെ മുന്നിലുള്ള ഓരോ ദിവസവും സന്തോഷത്തോടെ വരവേറ്റു. ഇതു കണ്ട ഹോക്കിങ്ങ് സ്വയം പറഞ്ഞു,.'എന്റെ മുന്നിൽ ചുരു

ങ്ങിയതു രണ്ടു വർഷം ബാക്കിയുണ്ട്. അപ്പോൾ ഇനി ഒരു നിമിഷം പോലും പാഴാക്കാതെ എന്റെ ഗവേഷണപദ്ധതികൾ മുന്നോട്ടു നീക്കണം.'

സത്യത്തിൽ, മരണമെത്തുന്നതിനു മുൻപ് അദ്ദേഹം തിടുക്കത്തിൽ നടത്തിയ പഠന ഗവേഷണങ്ങളും രചനകളും ശാസ്ത്രലോകത്തെ അമ്പരപ്പിക്കുന്നതായിരുന്നു. കമ്പ്യൂട്ടർ നിയന്ത്രിത കസേരയിൽ പേശീചലനങ്ങൾ സൂക്ഷ്മമായി വിശകലനം ചെയ്തു മൈക്രോഫോൺ പുറത്തു വിടുന്ന സന്ദേശങ്ങളിലൂടെയാണ് അദ്ദേഹം ആശയ വിനിമയം നടത്തിയത്. ഒരു മനുഷ്യനും ധൈര്യപ്പെടാത്ത ആർജവം അദ്ദേഹം തന്റെ ഗവേഷണരംഗത്തു കാഴ്ചവച്ചു.

ഒന്നോർക്കാം, ഒന്നനങ്ങുവാൻ കഴിയാത്ത,

കൃഷ്ണമണികളുടെ ചലനം മാത്രം നിലനിന്നിരുന്ന ഒരു വ്യക്തിയിൽ നിന്നാണു പ്രപഞ്ച രഹസ്യങ്ങളെക്കുറിച്ചുള്ള സ്ഫോടനാത്മകമായ ഗവേഷണ ഫലങ്ങൾ പുറത്തുവന്നത്. അതായതു ജീവന്റെ നേരിയ അംശം പോലും വിജയിക്കുവാൻ ധാരാളമാണു സ്വയം നിശ്ചയിച്ചാൽ പിന്നെയൊന്നിനും നമ്മെ തോൽപ്പിക്കാനാവില്ലെന്നതാണു സത്യം.

അപ്പോൾ രോഗബാധിതയായ പെൺകുട്ടിക്ക് നമ്മൾ വിചാരിച്ചാൽ ആത്മവിശ്വാസം നൽകാനാവും അല്ലേ? അതെ.

എങ്കിൽ ആഴ്ച്ചയിൽ മൂന്നോ നാലോ ദിവസങ്ങൾ അവളുടെ വീട്ടിൽ ചെന്നു പാഠഭാഗങ്ങൾ പറഞ്ഞു കൊടുക്കാൻ ഞാൻ റെഡി.

ആത്മവിശ്വാസവും, പോസിറ്റീവ് ആയ ചിന്തകളും മനുഷ്യമനസ്സിൽ ഒരു പൂത്തിരി പോലെ കത്തി ഉയരും. ഒരു കൂട്ടം പെൺകുട്ടികൾ തങ്ങളുടെ കൂട്ടത്തിൽ അനാരോഗ്യം കൊണ്ടു പഠനം മുടങ്ങേണ്ട ഒരു പെൺകുട്ടിയുടെ ഒപ്പം കരുത്തു പകർന്നു നിൽക്കുവാൻ തീരുമാനിച്ചതു ലോകം ആരാധിക്കുന്ന ശാസ്ത്രജ്ഞന്റെ ഏറ്റവും അസാധ്യമെന്നു കരുതാവുന്ന ജീവിത കഥ കേട്ടാണ്.

പതറി വീഴുവാൻ കാരണങ്ങൾ അനേകമാണ്. മുന്നേറുവാൻ ഒരേ ഒരു കാരണവും. അതാണു നമ്മുടെ ജീവിതത്തിന്റെ ലക്ഷ്യം. ആ ലക്ഷ്യം ആകാശമെന്ന അതിരും ഭേദിക്കട്ടെ.

OO

അധ്യായം 5

നിശ്ശബ്ദ വിപ്ലവം

ഒരു നിശ്ശബ്ദ വിപ്ലവത്തെക്കുറിച്ചാണു പറയുന്നത്. നമ്മുടെ ഭാരതത്തിൽ കുറച്ചു വർഷങ്ങൾക്കു മുൻപു മാത്രം ആരംഭിച്ച ഗ്രാമീണവനിതകളുടെ സാമ്പത്തിക വിപ്ലവത്തെക്കുറിച്ച്. അധികാരികളുടെ കണ്ണു തുറപ്പിച്ച വിപ്ലവത്തെക്കുറിച്ച്.

ഇത്തരം ചെറുതെന്നു തോന്നുന്ന, വലിയ വിപ്ലവങ്ങളാണു യഥാർത്ഥത്തിൽ നമ്മുടെ നാടിനെ വികസനത്തിലേക്ക് എത്തിക്കുന്നത്. ഇച്ഛാശക്തിക്കു മുന്നിൽ കീഴടങ്ങാത്ത ഈ വനിതകളെക്കുറിച്ച് ഓർക്കുമ്പോൾ തന്നെ ഉൾപ്പുളകം തോന്നുന്നു. അറിയാം, ഈ ഗ്രാമീണ വനിതകളുടെ വിജയകഥ.

ആധുനിക ജീവിതത്തിന്റെ സ്വാതന്ത്ര്യങ്ങൾ ഒന്നുപോലും അനുഭവിക്കാൻ യോഗമില്ലാത്ത ലക്ഷക്കണക്കിനു ഗ്രാമീണർ ഉള്ള നാടാണു നമ്മുടേത്. നാഴികകളും വിനാഴികകളും അകലെ നിന്നും കാൽനടയായി വെള്ളം ശേഖരിച്ചു കൊണ്ടുവരേണ്ടവരും, കുടുംബം മുന്നോട്ടു കൊണ്ടുപോകാൻ ഏറ്റവും മോശം ചുറ്റുപാടിൽ പകലന്തിയോളം ജോലി ചെയ്യേണ്ടി വരുന്നവരും, ഏറ്റവും കുറഞ്ഞകൂലി പോലും നിരന്തരം നിഷേധിക്കപ്പെടുന്നവരും, നിരക്ഷരരും, ജീവിതത്തെക്കുറിച്ചുള്ള പ്രതീക്ഷകൾ നഷ്ടമായവരുമായ സ്ത്രീകളുടെ ഒരു ലോകമുണ്ട്. ആ സ്ത്രീകൾക്കു മുന്നിൽ അവർ ജീവിതത്തിൽ ഒരു ഘട്ടത്തിലും ചിന്തിക്കാൻ സാധ്യമല്ലാത്ത ഒരു സ്വപ്നം അവതരിപ്പിക്കുക. അവർ അത് ഏറ്റെടുക്കുക. പിന്നീടുള്ള കഥ ചരിത്രമാണ്. ഇന്ത്യയുടെ ഗ്രാമീണ വനിതകളുടെ ജീവിത സാഹചര്യം അപ്പാടെ മാറ്റിയെഴുതുവാൻ സഹായിച്ചുകൊണ്ടിരിക്കുന്ന വർത്തമാനകാല ചരിത്രം.

അതിപ്രകാരമാണ്.

ഒരു നാൾ നിരക്ഷരരായ ഒരു കൂട്ടം ഗ്രാമീണ വനിതകൾ റിസർവ്വ് ബാങ്ക് മന്ദിരത്തിലെത്തി, തങ്ങളുടെ ചെറിയ സമ്പാദ്യങ്ങൾ സ്വരൂപിക്കാ

നും ചെറിയ ലോണുകൾക്കുമായി ഒരു ഗ്രാമീണ മഹിളാ ബാങ്ക് ആരംഭിക്കാനുള്ള അനുവാദം തരണമെന്നപേക്ഷിച്ചു. നിരക്ഷരരായ ഗ്രാമീണ വനിതകൾ എങ്ങനെ ബാങ്ക് നടത്തുമെന്ന് ഉദ്യോഗസ്ഥർ അത്ഭുതം കൂറി. അപേക്ഷയുമായി വന്നവർക്ക് സ്വന്തം പേരുപോലും എഴുതി ഒപ്പിടാൻ അറിയില്ല. അതോടെ ആ അപേക്ഷ നിരസിച്ച ഉദ്യോഗസ്ഥനു മുന്നിലേക്കു നാലു മാസങ്ങൾക്കു ശേഷം സ്വന്തം പേരെഴുതി ഒപ്പിടാൻ പഠിച്ച ശേഷമാണ് ആ വനിതകൾ മുമ്പൈയിൽ നിന്നു വീണ്ടും യാത്ര തിരിച്ചത്. അവർ ഉദ്യോഗസ്ഥനോടു പറഞ്ഞു, ഞങ്ങൾക്കു സ്ക്കൂൾ വിദ്യാഭ്യാസമില്ലാത്തതിനു കാരണം ഞങ്ങളുടെ ഗ്രാമങ്ങളിൽ സ്ക്കൂളുകൾ ഇല്ലാത്തതുകൊണ്ടാണ്. അതിന്റെ കാരണം ഞങ്ങളല്ല, നിങ്ങൾ തന്നെയാണ്. ഒന്നുകൂടി ബോധ്യപ്പെടുത്താം ഒരു കാൽക്കുലേറ്ററിന്റേയും സഹായമില്ലാതെ ഞങ്ങൾ നിങ്ങളേക്കാൾ വേഗത്തിൽ പലിശ കണക്കുകൂട്ടും. അതിൽ ഞങ്ങൾ വിജയിച്ചാൽ മാത്രം ഞങ്ങളുടെ ബാങ്കിന് ലൈസൻസ് നൽകിയാൽ മതി. ഉദ്യോഗസ്ഥന്റെ ചോദ്യങ്ങൾക്കു കൃത്യമായ ഉത്തരം നൽകിയ ആ വനിതകൾ ബാങ്ക് ലൈസൻസ് നേടി. മുമ്പൈ നഗരത്തിൽ നിന്നും കർഷകനായ ഭർത്താവിനൊപ്പം അദ്ദേഹത്തിന്റെ ഗ്രാമത്തിലെത്തിയ ചേതന ഗാല സിൻഹയെന്ന വ്യക്തിയാണ് ഗ്രാമീണ വനിതകൾക്ക് ഊർജ്ജവും പ്രചോദനവുമായി നിന്നത്.

സാധാരണ ബാങ്കുകൾ സ്വീകരിക്കാത്ത ചില്ലറ തുകകൾ നിക്ഷേപമായി സ്വീകരിക്കുവാൻ ജൻധൻ ബാങ്ക് തീരുമാനിച്ചു. ബാങ്കിന്റെ പ്രവർത്തനം ലക്ഷ്യമിട്ടതു പ്രധാനമായും സ്ത്രീകളായ തെരുവുകച്ചവടക്കാർക്കിടയിലും, കർഷർക്കും, കന്നുകാലി വളർത്തുന്നവർക്കും, വീടില്ലാതെ റോഡരികിൽ ചായ്പ്പ് കെട്ടി അതിൽ താമസിക്കുന്നവർക്കു പോലുമായിരുന്നു. പ്രധാനപ്പെട്ട ബാങ്കുകൾ കാറിനും വീടിനും ലോൺ നൽകിയപ്പോൾ ഇവർ വെയിലത്തു കച്ചവടം ചെയ്യുന്ന വനിതകൾക്കു ലോൺ നൽകി. രാപ്പകൽ അധ്വാനിക്കുന്ന ആ വനിതകൾക്കു ബാങ്കിലേക്കു വരാനാകില്ലെന്നു കണ്ടു ബാങ്ക് അവർ ഇരിക്കുന്നിടത്തേക്കു ചെന്നു. ഒരു രൂപ സമ്പാദ്യം പോലും കൃത്യമായി സ്വീകരിച്ചു വരവു വെച്ചു. ഗ്രാമീണ മേഖലയിലെ ദാരിദ്ര്യത്തിന്റെ പരകോടി കണ്ട ആ വനിതകൾക്ക് ഇത്തിരി രൂപയുടെ സമ്പാദ്യമുണ്ടായിത്തുടങ്ങി.

ഒരു നാൾ ചേതനാ ഗാല സിൻഹയെത്തേടി ഒരു ഗ്രാമീണ വനിതയെത്തി. പേരു കാന്താഭായി. അവർക്ക് ലോൺ വേണം. എന്തിനാവും നാം ലോണെടുക്കുക?

മക്കളുടെ വിവാഹം, പഠനം, അതല്ലെങ്കിൽ വീട് നിർമ്മിക്കുക, വാഹനം വാങ്ങുക അങ്ങനെയാണ് ആവശ്യങ്ങളുടെ നിരയാരംഭിക്കുക.

എന്നാലിവിടെ കാന്താ ഭായ് വന്നതു സ്വന്തം പശുക്കൾക്ക് ആവശ്യമായ കാലിത്തീറ്റ വാങ്ങുവാൻ വേണ്ടിയായിരുന്നു. കിലോമീറ്ററുകളോളം യാത്ര ചെയ്ത അവർ സ്വന്തം കന്നുകാലികളുമായി എത്തിയതാണ്. കടുത്ത വരൾച്ചയാണ്. ഒരു തുള്ളി ജലമില്ല. മൺസൂൺ പിണങ്ങി മാറി നിൽക്കുന്നു. കർഷകർ കന്നുകാലികൾക്കു നൽകാൻ ഭക്ഷണവും വെള്ളവുമില്ലാതെ വലഞ്ഞ് അവയെ അറവുകാർക്കു വിൽക്കുകയാണ്. അവരോടു സർക്കാർ ആനുകൂല്യങ്ങൾ ലഭ്യമാക്കുവാൻ ഐഡന്റിറ്റി കാർഡ് ആവശ്യപ്പെട്ടു. എന്നാൽ അവർ പറഞ്ഞു ആ കന്നുകാലികൾക്കു വെള്ളം നൽകൂ. അതിനു ശേഷം നൽകാം തിരിച്ചറിയൽ കാർഡെന്ന്. അതോടൊപ്പം അവർ കൂട്ടിച്ചേർത്തു, എന്റെ മക്കൾക്കു കുടിക്കുവാൻ പാൽ ചുരത്തുമ്പോൾ പശു ഒരിക്കലും അവരുടെ തിരിച്ചറിയൽ കാർഡ് ആവശ്യപ്പെട്ടിട്ടില്ല എന്ന്.

അതാണ് കാന്താ ഭായ്.

അവർ ഒരു പ്രതീകം മാത്രമാണ്. ഉത്തരവാദിത്വബോധം തീരെയില്ലാത്ത കുടുംബനാഥന്മാർക്കിടയിൽ അധ്വാനവും പട്ടിണിയും ദാരിദ്ര്യവും അനാരോഗ്യവും തളർത്തിയ അനേകം ഗ്രാമീണ വനിതകളുടെ പ്രതീകം. കന്നുകാലികൾ അവർക്കു വെറും മൃഗങ്ങളല്ല. അവരുടെ പട്ടിണി മാറ്റാനുള്ള ജീവനോപാധിയാണ്. കൊടും വരൾച്ചയിൽ നിങ്ങൾ സ്വന്തം മക്കളെ കൊല്ലുമോ? അതുപോലെയാണു ഞങ്ങൾക്ക് കന്നുകാലികളെന്നവർ പറഞ്ഞപ്പോൾ ബാങ്ക്, ഒരു കന്നുകാലി ഷെഡ് ആരംഭിച്ചു. 14000 ത്തോളം കന്നുകാലികൾ, ഏഴായിരത്തോളം കർഷകർ, ഏതാണ്ട് 77 ഗ്രാമങ്ങളിൽ നിന്നായി അവിടെ വന്നു ചേർന്നു. ബാങ്ക് കന്നുകാലികൾക്കു വെള്ളവും തീറ്റയും നൽകി. മൺസൂൺ പെയ്യാൻ മറന്നപ്പോൾ ആ സംരംഭം അടുത്ത വർഷത്തെ മൺസൂൺ വരെ നീണ്ടു. കർഷകർ അവിടെ ഷെഡ് കെട്ടിപ്പാർത്തു. കുട്ടികൾ അവിടെ നിന്നു സ്ക്കൂളിൽ പോയി. ചെറിയ കച്ചവടങ്ങൾ ആ ക്യാമ്പിൽ തന്നെ ആരംഭിച്ചവരുമുണ്ട്. ജനങ്ങൾ തങ്ങളുടെ ആഘോഷങ്ങളും അവിടെ വച്ചു നടത്തി.

ഈ സംരംഭം ഒരു ബാങ്കിന്റെ പ്രവർത്തനമാണ് എന്നതാണ് അതിശയിപ്പിക്കുന്ന കാര്യം.

എ.സി മുറിയിലെ വൈറ്റ്കോളർ ജോലി എന്ന ഇമേജാണ് ബാങ്ക് എന്നു കേൾക്കുമ്പോൾ നമുക്കുണ്ടാവുക. എന്നാൽ മഴ കനിയാതെ ഒരു വലിയ പ്രദേശം അപ്പാടെ വരൾച്ചയെ അഭിമുഖീകരിച്ചപ്പോൾ, നമ്മൾ അതു ഉത്തരേന്ത്യയിൽ കൊടും വരൾച്ച എന്ന ചെറിയ വാർത്ത മാത്രമായി കണ്ടു. എന്നാൽ അതു ലക്ഷക്കണക്കിനു ജീവിതത്തെ നേരിട്ടു ബാധിച്ച ഒന്നായിരുന്നു. സർക്കാർ സംവിധാനങ്ങളുടെ ആഴ്ച്ചയിലൊരി

ക്കൽ മാത്രം കിട്ടുന്ന ടാങ്കർ വെള്ളത്തെ ആശ്രയിച്ചാണ് പലരും ജീവിച്ചത്. ആ കടുത്ത പ്രതിസന്ധി ഘട്ടത്തിലാണു കാന്താഭായി, ജൻ ധൻബാങ്ക് എന്ന ആശയം പ്രാവർത്തികമാക്കിയ ചേതന ഗാലാ സിൻഹയുടെ മുന്നിൽ എത്തിയത്. അവിടെ ലോൺ പണമായി അല്ല കർഷർ ആവശ്യപ്പെട്ടത്. വെള്ളവും കാലിത്തീറ്റയുമായാണ്.

ഒരേ ജോലി, എന്നാലതു രാജ്യത്തിന്റെ താഴേത്തട്ടിലെ അനേകർക്ക് ഉപകാരപ്പെടുംവിധം പ്രവർത്തിക്കാൻ സന്നദ്ധരാകുമ്പോൾ മാറുന്നതു രാജ്യത്തിന്റെ മുഖച്ഛായയാണ്. ചിലതു വളരെ സാധാരണ നിലയിലാവും ആരംഭിക്കുക. എന്നാലോ അതിൽ അനേകം പേരുടെ പ്രാർഥനയും പ്രയത്നവും നിശ്ചയദാർഢ്യവും ചേരുമ്പോൾ അത് അസാധാരണ വിജയമായി മാറും. അതു നമ്മെ പഠിപ്പിക്കുന്നതോ ഒരു കൂട്ടം നിരക്ഷകരായ ഗ്രാമീണ വനിതകളും.

ചെറു പ്രയത്നങ്ങളും വിപ്ലവമാണ്. അതിരില്ലാത്ത ആകാശം പോലെ വിശാലമായി ചിന്തിക്കുന്നതും വിപ്ലവമാണ്.

അധ്യായം 6

യഥാർത്ഥ വിജയി

സുനിതയുടെ പ്രശ്നം കേൾക്കുമ്പോൾ വളരെ നിസ്സാരമാണ്. പക്ഷേ അതവളെ മാനസികമായി ഏറെ ബുദ്ധിമുട്ടിക്കുന്ന ഒന്നായിരുന്നു. മുൻപ് ഓഫീസിലെ ചില പ്രശ്നങ്ങളിൽ വേണ്ടത്ര ആലോചിക്കാതെ നടത്തിയ പരാമർശങ്ങൾ ഇന്നവൾക്കു പ്രതിബന്ധങ്ങൾ സൃഷ്ടിച്ചിരിക്കുന്നു.

സത്യത്തിൽ സുനിത വളരെ ബുദ്ധിമതിയായ ഉദ്യോഗസ്ഥയാണ്. പഠിച്ചു ജോലി വാങ്ങുക എന്നതിനപ്പുറം ആ ജോലി പരിക്കേൽക്കാതെ മുന്നോട്ടു കൊണ്ടു പോകാൻ കെൽപ്പുള്ളവൾ. അവളുടെ തന്നെ ഭാഷയിൽ പറഞ്ഞാൽ,

'ജോലി കിട്ടുന്നതല്ല അതു നിലനിർത്തണം. അതിലാണു കാര്യം. അതിനു നമ്മൾ ഒരു യുദ്ധക്കളത്തിലാണെന്നു കണ്ടു തന്ത്രങ്ങൾ മെനയണം. കൂട്ടുകൂടാൻ പലരുമെത്തും. പരദൂഷണം പറയും. പക്ഷേ എപ്പോഴും കളിക്കളത്തിൽ നമ്മൾ ഒറ്റയ്ക്കാണെന്ന ബോധ്യം വേണം..'

അങ്ങനെ പറഞ്ഞ സുനിതയാണിപ്പോൾ കണ്ണീരൊലിപ്പിച്ചു തേർത്തട്ടിൽ തളർന്നുവീണ പാർത്ഥനെപ്പോലെ മുന്നിൽ.

ഒരു കപ്പു കാപ്പി മുന്നോട്ടു നീക്കിവച്ചു കൊടുത്തു, അതു കുടിക്ക് എന്നവളോടു പറഞ്ഞു കൊണ്ടു ഞാനൊരു പുരാണ കഥ അവളെ ഓർമ്മിപ്പിച്ചു. മഹാഭാരതത്തിലെ സുഭദ്രാ തനയൻ അഭിമന്യുവിന്റെ കഥ. യുദ്ധതന്ത്രങ്ങൾ അവൻ സ്വായത്തമാക്കിയതു ഗർഭത്തിലിരിക്കുമ്പോൾ. അതിൽ ഏറ്റവും തന്ത്രപരമായ ചക്രവ്യൂഹം ചമയ്ക്കാൻ ജനിക്കും മുൻപവൻ പഠിച്ചു. ഞാൻ ചോദിച്ചു,

'നീ പറയ്, അഭിമന്യൂ വിജയിയാണോ?'

'അവൾ ഒന്നു ചിന്തിച്ചു പിന്നെ പറഞ്ഞു, അഭിമന്യൂ ധീരനാണ്. അല്ലാതെ ആ ചെറുപ്രായത്തിൽ എങ്ങനെ മഹാരഥന്മാരോട് ഏറ്റുമുട്ടും? പക്ഷേ ഒടുവിൽ ആ കുട്ടി പൊരുതി മരിച്ചു.'

'ശരി... എന്റെ ചോദ്യത്തിന് ഉത്തരം നീ തന്നിട്ടില്ല. എങ്കിലും അടുത്ത ചോദ്യം ചോദിക്കാം. നിനക്കു പൊരുതി മരിച്ച അഭിമന്യുവിനെപ്പോലെ ആകണോ അതോ പൊരുതി ജയിച്ച അർജ്ജുനനാകണോ?'

ഒരു നിമിഷത്തെ ഇടവേളക്കു ശേഷം അവൾ പറഞ്ഞു

'അഭിമന്യു ധീരനും വീരനുമാണ്. പക്ഷേ പോർക്കളത്തിൽ ജീവൻ നഷ്ടമായി. എനിക്കു പൊരുതി ജയിച്ച അർജ്ജുനനാണാകേണ്ടത്..'

അതെ. അതാകണം നമ്മുടെ നിലപാട്.

നാം ചക്രവ്യൂഹം ചമയ്ക്കും. എന്നിട്ടു ചിന്തിക്കും എതിരാളികൾ മണ്ടന്മാരാണെന്ന്. യുദ്ധത്തിനിറങ്ങുമ്പോൾ ഓർക്കണം നിങ്ങൾ ചമയ്ക്കുന്ന വ്യൂഹം തകർക്കാനറിയുന്നവരാണു എതിരാളിയെന്ന്. നിങ്ങൾ വാൾകൊണ്ടു വെട്ടാനായുമ്പോൾ അവർ വാളെടുത്ത് തിരികെ ആക്രമിക്കുക മാത്രമല്ല പരിചകൊണ്ടു സ്വയം പ്രതിരോധിക്കുകയും ചെയ്യും. അതായത് ഇപ്പോൾ ഒരു പ്രശ്നത്തിൽ ഇടപെടുമ്പോൾ അതിൽ വിജയിച്ചേ തീരൂ എന്നൊരു നിർബന്ധം കൂടിയുണ്ടെങ്കിൽ തയ്യാറെടുപ്പ് അത്രകണ്ടു മികച്ചതാകണമെന്നു ചുരുക്കം.

ഇന്നു നമ്മൾ അമ്പും വില്ലുമായല്ല മറിച്ചു വാക്കുകളും പ്രവർത്തികളും കൊണ്ടാണു മുന്നിട്ടിറങ്ങുന്നത്. നമ്മൾ സൃഷ്ടിക്കുന്ന പ്രശ്നത്തിന്റെ ഉത്തരം മറുഭാഗത്തിന്റെ കൈവശം ഭദ്രമായിരിപ്പുണ്ടെങ്കിൽ എന്താണു നമ്മുടെ തയ്യാറെടുപ്പിന്റെ ഫലം? വീരമൃത്യു. അത്ര തന്നെ. അതിനാൽ തയ്യാറെടുപ്പുകളിൽ പൂർണ്ണ ശ്രദ്ധ വേണം.

ഒന്നോർത്താൽ മതിയായ ആലോചനയില്ലാതെ സംസാരിക്കുകയും എടുത്തു ചാടി പ്രവർത്തിക്കുകയും പ്രതികരിക്കുകയും ചെയ്യുന്നവർ വിവേകശൂന്യരാണ്. അവർ എന്നും മറ്റുള്ളവരെ പഴിച്ച് ജീവിക്കും. എന്നുമവർക്കു കുറ്റപ്പെടുത്താൻ കാരണങ്ങൾ വേണം.

ഒരു ഉദാഹരണം പറയാം.

അമ്മ പറഞ്ഞു തന്ന കഥയാണ്.

നമ്മുടെ നാട്ടിലെ ഒരു കാർന്നോരാണു കഥാപാത്രം. അയാൾ വലിയ ജന്മിയായിരുന്നു. പാടവും പറമ്പും ഒക്കെയായി രാജാവിനെപ്പോലെ ജീവിച്ചിരുന്നു അയാൾ. പുറമേക്ക് വലിയ ബുദ്ധിമാനായി ഭാവിക്കും എന്നാലോ കാര്യങ്ങൾ ഒന്നും കൃത്യമായി മനസിലാക്കില്ല. അദ്ദേഹത്തിന്റെ ഒരു വിനോദം വ്യവഹാരം നടത്തലാണ്. ശത്രുത തോന്നിയാൽ ആ വ്യക്തിയ്ക്കെതിരെ കോടതിയിൽ ഒരു കേസ് കൊടുക്കും. വക്കീലിനെ ഏൽപ്പിക്കും. എന്നാലോ അതിന്റെ നിയമ വശങ്ങൾ മനസിലാക്കുകയുമില്ല. ഒടുവിൽ അയാളുടെ കിടപ്പാടം ഉൾപ്പെടെ വക്കീലിന് കിട്ടി എന്നതാണ് കേൾവി.

ആകാശത്തിനും ഉയരെ

എന്തിനു പുറപ്പെട്ടിറങ്ങിയാലും അതേക്കുറിച്ച് ഇഴകീറി മനസിലാക്കിയിട്ടു മാത്രം ഇറങ്ങിപ്പുറപ്പെടുക. ഇറങ്ങുന്ന കാര്യത്തിൽ വിജയമുറപ്പു വരുത്തേണ്ടതു നമ്മുടെ സ്വന്തം ഉത്തരവാദിത്വമാണ്. അവനവനോളം ശുഷ്ക്കാന്തി മറ്റുള്ളവർക്കു നമ്മുടെ കാര്യങ്ങളിൽ ഉണ്ടാകില്ല എന്നറിയുക. ഇറങ്ങിയാൽ അതിന്റെ ഗുണദോഷങ്ങൾ വിലയിരുത്തുകയും പരാജയപ്പെട്ടാൽ നിരാശരാകില്ലാ എന്നു തീരുമാനിക്കുകയും ചെയ്യുക.

ജീവിതം പ്ലാനിങ്ങുകൾ നിറഞ്ഞതാണ്.

ശ്രദ്ധയോടെ പിഴവുകൾ അടച്ചു മുന്നോട്ടു നീങ്ങുന്നവരാണു യഥാർത്ഥ വിജയികൾ.

○○

അധ്യായം 7

നിങ്ങളാരാണെന്നു നിങ്ങൾക്കറിയില്ലെങ്കിൽ....

അത്താഴത്തിനു ശേഷം വിശേഷങ്ങൾ പറഞ്ഞിരിക്കുമ്പോഴാണ് അതറിഞ്ഞത്.

'അഖിലിന് കിട്ടിയ അഞ്ചാമത്തെ ജോലിയും നഷ്ടമായി. പഠിപ്പും സൗന്ദര്യവും ഒന്നുമല്ല ജോലി ചെയ്യാനുള്ള താൽപര്യവും അതിനുള്ള കഴിവുമാണ് പ്രധാനം. മാർക്കറ്റിങ് എന്നാൽ ആളുകളെ കൈകാര്യം ചെയ്യാൻ പ്രത്യേക കഴിവു വേണം.'

സത്യമാണ്. ഇതു കരാർ ജോലികളുടെ കാലം കൂടിയാണ്. ഒരിക്കൽ കയറിക്കൂടിയാൽ റിട്ടയർമെന്റ് വരെ ഉന്തിത്തള്ളി, കാഷ്വൽ ലീവും, സിക്ക് ലീവും തുടങ്ങി ആനുകൂല്യങ്ങൾ ആവോളം നുകരുവാൻ സാധിച്ചിരുന്ന ഒരു കാലം അസ്തമിക്കുകയാണ്. ഇനി ഓരോരുത്തരും അവനവന്റെ ജീവിതവും ഭാവിയും വളരെ കൃത്യമായി പ്ലാൻ ചെയ്തു മുന്നേറേണ്ട കാലമാണ്. ഒരു പൊങ്ങുതടി പോലെ ഒഴുക്കിനൊത്ത് ഒഴുകാൻ സാധിക്കുന്നവർക്കുള്ള ലോകമല്ല. മറിച്ച് ഒഴുക്കിനെതിരേ നീന്തി പാറക്കൂട്ടങ്ങളുയർത്തുന്ന പ്രതിബന്ധങ്ങൾ തകർത്തു മുന്നേറാനുള്ള കരുത്ത് ഓരോരുത്തരിലും നിറയേണ്ട കാലം. നിരന്തരം ജോലി നഷ്ടമാകുന്നുവെങ്കിൽ എവിടേയോ ഒരു പ്രശ്നം മറഞ്ഞിരിക്കുന്നുണ്ട്. അതെന്താണെന്നു കണ്ടെത്തണമെങ്കിൽ ആദ്യം ആ ചിന്ത വരേണ്ടത് അവനവനിൽത്തന്നെയാണ്.

യഥാർത്ഥത്തിൽ ഒരു അഖിലിന്റ മാത്രം പ്രശ്നവുമല്ലിത്. കണ്ടാൽ നല്ല യോഗ്യത. പക്ഷേ, പുറത്തു നിന്നു കാണും വിധമല്ല. ശരിക്കും ആ വ്യക്തിയുടെ ഉള്ളു കത്തുകയാണ്. പരാജയത്തിന്റെ കാരണമറിയാതെ ഉഴറുന്നവർ. പരിഹാരം എന്താണെന്നറിയില്ല അവർക്ക്. ഇവിടെ പരിഹാരം എന്ത് എന്നതിനേക്കാൾ എന്താണു പ്രശ്നം എന്നു പോലും മനസിലായിട്ടില്ല എന്നതാണു വിഷയം.

ഇത്തരം അവസ്ഥകൾ, അതായതു പുറത്തു നിന്നു നോക്കിയാൽ

ഭദ്രം പക്ഷേ ഉള്ളിൽ ആകെ അവ്യക്തത. അതുപോലെ പുറത്തു നിന്നു നോക്കുമ്പോൾ അവനെന്താ കുറവ്? പക്ഷേ, സ്വന്തം പരാജയങ്ങൾ അവൻ ആരോടു പറയും?

'ഓരോ വ്യക്തിയും ജനിച്ചു വീഴുന്ന, വളർന്നു വരുന്ന സാഹചര്യങ്ങൾ വിഭിന്നമാണ്. അത്രയും തന്നെ വിഭിന്നമാണ് ഓരോ മനുഷ്യന്റേയും ചിന്തകളും. അത്രയധികം വിഭിന്നരായ മനുഷ്യരെ നാം പൊതുവായ ചില ഘടകങ്ങൾ കൊണ്ട് അവരുടെ ജയപരാജയങ്ങൾ വിലയിരുത്തുന്നു.'

തോൽവി ആവർത്തിച്ച് സംഭവിക്കുന്ന ഒരാളിലെ പരിവർത്തനം എപ്രകാരം ആരംഭിക്കണം? ഒപ്പം ധാരാളം അനുകൂല ഘടകങ്ങൾക്കിടയിലും നിർണ്ണായക ഘട്ടങ്ങളിൽ പരാജിതരാകുന്നതിനു പരിഹാരമെന്ത്? പണ്ട് കേട്ട ഒരു കഥയുണ്ട്.

ഒരിടത്തൊരു കാടും അവിടൊരു സിംഹവും ഉണ്ടായിരുന്നു. പ്രായമേറെയായ സിംഹരാജനു മകനെ രാജാവാക്കാൻ തിടുക്കമായി. മൃഗങ്ങളും അത് ആഗ്രഹിച്ചു. അവർ ചിന്തിച്ചിരുന്നത് യുവരാജാവായ സിംഹമാണ് കാട്ടിലെ ഏറ്റവും ഭാഗ്യമുള്ള ജീവി എന്നാണ്. കാരണം, അച്ഛൻ കാട്ടിലെ രാജാവ്. ഭക്ഷണത്തിനു ഭക്ഷണം. ശത്രുക്കളില്ല. പിന്നെന്തു വേണം ഭയക്കാൻ? എന്നാൽ പുറമേ നിന്നു നോക്കുന്ന പോലെ ആയിരുന്നില്ല ഉള്ളിലെ കാര്യങ്ങൾ. മകന് ഇരപിടിക്കാനുള്ള കഴിവില്ല എന്ന യാഥാർത്ഥ്യം അച്ഛൻ തിരിച്ചറിഞ്ഞത് ആയിടക്കാണ്. എന്താണു ചെയ്യുക? അനന്തരാവകാശിക്കു വേട്ടയാടാൻ അറിയില്ലെന്നു വന്നാൽ? പ്രജകൾ പുച്ഛിക്കും. കാടു വിടേണ്ടി വരും. അച്ഛനും അമ്മയും തമ്മിൽ ചർച്ചയായി. പരിഹാരമെന്താണ്? ഒടുവിൽ അമ്മ, മകനേയും കൂട്ടി ഒന്നു പുറത്തേക്കിറങ്ങി. അമ്മയ്ക്കാണു മകനെ സ്വാധീനിക്കാൻ കൂടുതൽ സാധിക്കുക എന്നു ചിന്തിച്ചാണ് അവർ അങ്ങനെ ചെയ്തത്. അമ്മ മകനോടു കാര്യങ്ങൾ ചോദിച്ചു.

'എന്താണു നീ തനിയെ വേട്ടയാടാത്തത്?'

മകൻ പറഞ്ഞു.

'എനിക്ക് പേടിയാണ്. മാനുകൾ വേഗത്തിലോടും, കാട്ടുപോത്തുകളും ആനകളും എന്നേക്കാൾ എത്ര വലുതാണ്! അവറ്റകൾ എന്നെ കൊല്ലും. അതാ ഞാൻ മാറി നിൽക്കുന്നത്.'

അമ്മ മകനേയും കൂട്ടി നദീതീരത്ത് എത്തി. അമ്മയുടേയും മകന്റേയും വരവു കണ്ടു മറ്റു ജീവികൾ ഓടി ഒളിച്ചു. അമ്മ മകനേയും കൂട്ടി ഒരു പാറപ്പുറത്തു കയറി നദിയിലെ ജലത്തിലേക്കു നോക്കി. മകനോടും ജലത്തിലെ സ്വന്തം പ്രതിബിംബത്തെ ശ്രദ്ധിച്ചു നോക്കുവാൻ ആവ

ശ്യപ്പെട്ടു. നല്ല ലക്ഷണമൊത്ത ഒരു സിംഹമാണവൻ. അവൻ അതു നോക്കി നിൽക്കവേ അമ്മ പറഞ്ഞു

'നോക്ക് നിന്റെ വലിപ്പവും ആരോഗ്യവും ഇപ്പാൾ ഈ ജലത്തിൽ നിനക്കു കാണുവാനാകും. ആദ്യം നീയൊരു കുട്ടി സിംഹമല്ല എന്നും വളർന്നു കഴിഞ്ഞ സിംഹമാണെന്നും തിരിച്ചറിയുക.'

മകൻ അമ്മ പറഞ്ഞ് ശ്രദ്ധിച്ചു കേട്ടു. അവൻ താഴെ പ്രതിബിംബം ശ്രദ്ധിച്ചു. ശരിയാണ്. താനും ഒരു വലിയ സിംഹമാണ്. അച്ഛനെപ്പോലെ വലിയ മൃഗങ്ങളെ വേട്ടയാടുവാൻ തനിക്ക് സാധിക്കുമെന്നവന് ആദ്യമായി ഉള്ളിൽ തോന്നി. എന്നും വെള്ളം കുടിക്കുമ്പോൾ അവൻ സ്വന്തം മുഖം പ്രതിബിംബത്തിൽ കാണാറുള്ളതാണ്. പക്ഷേ ഇന്ന് അമ്മയോടൊപ്പം നിന്ന് പ്രതിബിംബം കാണുവാനായി മാത്രം അതിലേക്കു നോക്കിയപ്പോൾ എന്തൊരു വ്യത്യാസം!

അമ്മ തുടർന്ന് പറഞ്ഞു.

'ആദ്യം നാം നമ്മെ സ്വയം തിരിച്ചറിയണം. അങ്ങനെ തിരിച്ചറിഞ്ഞു കഴിഞ്ഞാൽ ബാക്കി കാര്യങ്ങൾ നമുക്കു വളരെ എളുപ്പത്തിൽ മറികടക്കാനാകും. നിന്നിൽ ആത്മവിശ്വാസം ശരിയായ വിധം ഉണ്ടാകുന്നതു വരെ നീ നിന്റെ പ്രതിച്ഛായയിൽ നിത്യവും ശ്രദ്ധ വയ്ക്കണം. സ്വയം അവനവനെ നോക്കി നിൽക്കുവാൻ സാധിക്കുന്ന നിമിഷം തൊട്ടു നീ വിജയത്തിലേക്കു നടന്നു തുടങ്ങുകയാണ്.'

'സ്വന്തം പ്രതിരൂപത്തിൽ നിന്നാരംഭിക്കുക.'

അതായിരുന്നു ആ കഥയുടെ സാരാംശം.

കണ്ണാടി എന്നാൽ എന്താണ്?

നമ്മുടെ രൂപം പ്രതിഫലിപ്പിക്കുന്ന വസ്തു.

അപ്പോൾ കണ്ണാടിയിൽ നോക്കുന്ന ഒരാൾക്കു സ്വന്തം രൂപത്തിലെ പ്രശ്നങ്ങളും ഒപ്പം നല്ല കാര്യങ്ങളും നേരിട്ടു കാണുവാനാകും.

അങ്ങനെയെങ്കിൽ, മൂന്നാമനായി വെളിയിൽ നിന്ന് ഉപദേശപ്പെരുമഴ സ്വീകരിക്കുന്നതിനു പകരം സ്വയം അവനവന്റെ പ്രശ്നം കണ്ടെത്തുന്നതാകും നല്ലത്. അതിൽ തുടരാൻ താത്പര്യപ്പെടുന്ന പക്ഷം ഭാവിയിൽ പരാജയം എന്ന വാക്ക് അപരിചിതമായിത്തീരും. അതായതു നമ്മളെ നമ്മോളം സ്വാധീനിക്കാനും മനസിലാക്കാനും മറ്റാർക്കുമാവില്ല. ഒരാൾ ശരിക്കും ഒരു മാറ്റം ആഗ്രഹിക്കുന്നുവെങ്കിൽ അയാൾക്ക് ഈ മാർഗ്ഗം സ്വീകരിക്കാം. ഇതൊരു ചുവടുവയ്പു മാത്രമാണ്. നമ്മുടെ പ്രതിബിംബത്തെ തന്നെ സ്വന്തം സുഹൃത്താക്കി മാറ്റുന്ന വിദ്യയാണ്.

ആദ്യം മുറിയടച്ചു സ്വസ്ഥനായി കണ്ണാടിക്കു മുന്നിൽ നിൽക്കുക. പിന്നെ ഓരോരോ കാര്യങ്ങളായി ശ്രദ്ധിക്കുക. ഉദാഹരണത്തിനു നമ്മു

ടെ വസ്ത്രധാരണ രീതിയിൽ പ്രകടമായ മാറ്റങ്ങൾ വരുത്തേണ്ടതുണ്ടോ എന്നു പരിശോധിക്കുക. നമ്മൾ മറ്റുള്ളവരുടെ മുന്നിൽ എങ്ങനെ പ്രത്യക്ഷപ്പെടുവാനാണ് ആഗ്രഹിക്കുന്നത് എന്ന് ഒരു ഡയറിയിൽ കുറിച്ചു വയ്ക്കുകയും വേണം.

ഇനി അതിൽ എത്രമാത്രം മാറ്റങ്ങൾ വേണമെന്നും, അതിൽ എത്ര മാത്രം കാര്യങ്ങൾ ഉടൻ സാധ്യമാകുമെന്നും കൂടി മനസിലാക്കി എഴുതി വെക്കണം. അടുത്ത ഘട്ടം കണ്ണാടിക്കു മുന്നിൽ നിന്നു കൊണ്ടു മറ്റുള്ളവരോട് എങ്ങനെയാണ് നാം സംസാരിക്കുന്നത് എന്നത് പരിശോധിക്കുകയാണ്. ഇപ്പോൾ എല്ലാവരുടേയും കയ്യിൽ മൊബൈൽ ഉള്ളതിനാൽ ഒരു വീഡിയോ ഷൂട്ട് ചെയ്യുക. അതിൽ സംസാരിക്കുക. ആത്മവിശ്വാസം തീരെയില്ലാത്ത കണ്ണുകൾ, ചലനങ്ങൾ, ഒക്കെ കണ്ടു പിടിക്കുവാനാകും. അതും കുറിച്ച് വെക്കുക. ഇനി പരിശോധിക്കേണ്ടത് അവനവൻ സംസാരിക്കുന്ന രീതിയാണ്. അതിനായി സ്വന്തം ശബ്ദം റിക്കോർഡ് ചെയ്തു കേൾക്കുക. അതിൽ എന്തൊക്കെയാണു പോരായ്മകൾ എന്നു കണ്ടെത്തുക.

ആ കണ്ടെത്തലുകളും ഡയറിയിൽ കുറിച്ചു വയ്ക്കണം. ഈ ഘട്ടത്തിൽ സ്വയം മാറുവാൻ പഠിക്കുകയാണ്. സ്വയം അറിയുക എന്നതാണ് അതിന്റെ അടിസ്ഥാന പാഠം.

അന്ന് വരെ കാണാത്ത, അറിയാത്ത നമ്മളെ നാം സ്വയം കാണുകയാണ്. അപ്പോൾ കിട്ടുന്ന ചില അറിവുകൾ നമുക്ക് അത്ര സുഖമുള്ളതാകില്ല. എന്നാലും, നമ്മൾ സ്വയം നമ്മെ കാണുകയാണ്. നമ്മുടെ മനസ് ശരീരം രണ്ടും നമുക്കറിയാത്ത അനേകം കാര്യങ്ങൾ ഉൾക്കൊണ്ടിരിക്കുന്നു. അവയിലൂടെ നമ്മൾ കടന്നു പോവുകയാണ്. സ്വയം നോക്കുകമാത്രമാണ് ഈ ചുവടുവയ്പ്പിൽ നാം നടത്തുന്നത്.

കണ്ണാടി അതിനുള്ള ഒരു ഉപാധിയാണ്. പരാജയപ്പെടുന്ന, പരാജയ ഭീതിയുള്ള ഒരാൾക്ക് ഒരിക്കലും കണ്ണാടി നോക്കി അധിക സമയം നിൽക്കുവാനാകില്ല. നമുക്കു സ്വന്തം രൂപത്തെക്കുറിച്ചു വലിയ ധാരണ ഇല്ല എന്നതാണു യാഥാർത്ഥ്യം. നമ്മളെ കാണുന്നതും വിലയിരുത്തുന്നതും മറ്റുള്ളവരാണ്. യഥാർത്ഥത്തിൽ നമ്മളെ ശരിക്കും മനസിലാക്കേണ്ടത് ആരാണ്? നമ്മളോ അന്യരോ? നമ്മുടെ വിജയം നമ്മുടെ മാത്രം ആവശ്യമാണ് എന്നറിയണം. അതിനു നൂറുകണക്കിനു ഉപദേഷ്ടാക്കളെത്തേടിപ്പായേണ്ടതില്ല. മറിച്ച്, സ്വയം വിലയിരുത്തി മാറ്റങ്ങൾ കൊണ്ടുവന്നാൽ മാത്രം മതി.

ഒരല്പം മനസ്, ഒരല്പം സമയം, ഒരല്പം ഏകാഗ്രത.

ഇതു മൂന്നും നമ്മെ നയിക്കുന്നതു വിജയങ്ങളുടെ മറ്റൊരു തലത്തി

ലേക്കാണ്. പ്രധാനമായും വിജയത്തെക്കുറിച്ചു ചിന്തിക്കുന്നതും പ്രവർത്തിക്കുന്നതും തന്നെ ഏറ്റവും ശുഭകരമായ ഒരു കാര്യമാണ്. അതിൽ ഏറ്റവും പ്രധാനം നമ്മൾ സ്വയം അറിയുക എന്നതാണ്. വിജയത്തെക്കുറിച്ച് നിരന്തരം സംസാരിക്കുക, ചിന്തിക്കുക!

വിജയം കൂടെ വരുന്നതു കാണുക.

അതിനു വേണ്ടി സ്വയം തിരിച്ചറിഞ്ഞു മുന്നേറുക. വിജയം കൊയ്യുക. അത് നിങ്ങൾക്കുള്ളതാണ്.

അതിര് ആകാശമാണ്.

അതു മറക്കരുത്.

○○

അധ്യായം 8

ചില പ്രചോദനാത്മക ജീവിത കഥകൾ

പലവട്ടം പരാജയപ്പെടുക. പിന്നെയൊരു സിനിമാക്കഥ പോലെ ഉയർന്നു വരിക, ലോകം കീഴടക്കുക. അത്തരം വ്യക്തികളുടെ കഥകൾ പ്രചോദനാത്മകമാണ്.

1. തോമസ് ആൽവ എഡിസൺ

ഏറ്റവും കൂടുതൽ പരാജയപ്പെട്ട പരീക്ഷണങ്ങൾ, സമം ഏറ്റവും കൂടുതൽ വിജയകരമായ കണ്ടുപിടുത്തങ്ങൾ. ഇങ്ങനെയൊരു സമവാക്യം മറ്റൊരു ശാസ്ത്രജ്ഞനും ചേരില്ല,

തോമസ് ആൽവ എഡിസണല്ലാതെ. 1093 പേറ്റന്റുകൾ സ്വന്തം പേരിൽ.

കുട്ടിക്കാലത്തു കേൾവി പ്രശ്നവും മറ്റ് അസുഖങ്ങളും കാരണം സ്ക്കൂളിൽ പോക്കു വളരെ കുറവ്. കണക്കും അടിസ്ഥാന വിഷയങ്ങളും പഠിപ്പിച്ചത് അമ്മയാണ്. കുട്ടിക്ക് ഏതുമെന്തും സംശയമെന്നു അധ്യാപകർ. പ്രതിഭകൾ വ്യത്യസ്തമായി ചിന്തിക്കുന്നവരാണെന്ന് അന്നും ഇന്നും ലോകത്തിനറിയില്ല.

ഏറ്റവുമധികം കണ്ടുപിടുത്തങ്ങളെന്നു കേൾക്കുമ്പോൾ ഒന്നോർക്കാം. അതിന്റെ എത്രയോ ഇരട്ടി പരാജയങ്ങൾ അദ്ദേഹം നേരിട്ടിരിക്കുന്നുവെന്ന്. ഒരു തവണയല്ല പലവട്ടം പരീക്ഷണശാല അപ്പാടെ കത്തിയമർന്നു പോയിട്ടുണ്ട്. കത്തിക്കരിഞ്ഞ, ലക്ഷ്യം കാണാത്ത കണ്ടുപിടുത്തങ്ങൾക്കിടയിൽ നിന്നു കൊണ്ടു നിരാശനാവുകയല്ല അദ്ദേഹം ചെയ്തത്. മറിച്ച് അടുത്ത പരീക്ഷണശാല കെട്ടിപ്പടുത്തു പരീക്ഷണം പുനരാരംഭിക്കുവാനാണു തുനിഞ്ഞത്. ഒന്നുണ്ട്. വൈദ്യുതി വിളക്കു പോലൊരു കണ്ടു പിടിത്തമല്ലേ യഥാർത്ഥത്തിൽ ലോകത്തെ ആധുനികതയിലേക്കു നയിച്ചത്? അതിനാൽ പരാജയപ്പെടുമ്പോൾ എഡിസൺ എന്ന പ്രതിഭയെ ഓർക്കാം. വിജയത്തിന്റെ തൊട്ടു പിറകിലെ ചുവടാണു പരാജയം.

2. തിയോഡർ സെസ് ജിസെൽ

കുട്ടിക്കഥകളും ചിത്രകഥകളും വായിച്ചു വലുതായ ബാല്യകാലം എല്ലാവരുടേയും ജീവിതത്തിലുണ്ടാകും. മായാവിയും, കപീഷും ഡിങ്കനുമൊക്കെ തലമുറകൾ അതിജീവിച്ച മലയാളത്തിന്റെ സ്വന്തം കഥാപാത്രങ്ങളാണ്. അതു പോലെ ഇന്നും ലോകം മുഴുവനും ആരാധകരുള്ള തിയോഡർ സെസ് ജിസെൽ എന്ന എഴുത്തുകാരനെ ആവർത്തിച്ചുള്ള പരാജയങ്ങളുടെ കഷായം ആവോളം കുടിപ്പിച്ച ശേഷമാണു വിജയം കടാക്ഷിച്ചത്.

ഡോ. സെസ് എന്ന തൂലികാനാമത്തിലാണു അദ്ദേഹം എഴുതിയിരുന്നത്. അദ്ദേഹത്തിന്റെ ആദ്യ പുസ്തകം ഇരുപത്തിയേഴു തവണയാണു നിരാകരിക്കപ്പെട്ടത്. അതിനു ശേഷം, അദ്ദേഹത്തിന്റെയൊരു സുഹൃത്ത്, ഒരു ബാല പ്രസിദ്ധീകരണത്തിൽ എഡിറ്ററായി നിയമിതനായി. ആ സുഹൃത്താണു ഡോ.സെസ്സിന്റെ പുസ്തകം ആദ്യമായി പ്രസിദ്ധീകരിക്കുന്നത്. അവിടെ നിന്നു പിന്നീടങ്ങോട്ടു സെസ്സിനു തിരിഞ്ഞു നോക്കേണ്ടി വന്നില്ല.

ഡോ. സെസ് എന്ന് ചിന്തിക്കുമ്പോൾ ഇരുപത്തിയേഴ് തവണത്തെ നിരാകരിക്കപ്പെടൽ കൂടി നമുക്ക് ഓർക്കാം. ഒന്നു വീഴുമ്പോൾ, തളരുവാൻ തുടങ്ങും മുൻപു പുഞ്ചിരിക്കാൻ നമുക്കതു ശക്തി നൽകും.

3. ഐൻസ്റ്റീൻ

ഒരു ബാലൻ, നാലു വയസ്സുവരെ അവൻ സംസാരിക്കുവാൻ കൂട്ടാക്കുന്നില്ല, പിന്നീട് അധ്യാപികമാർ, മടിയനായ ആ ബാലൻ സ്ക്കൂളിൽ അധികപ്പറ്റാണെന്നു വിലയിരുത്തുന്നു. ഒപ്പം അവന്റെ ചോദ്യങ്ങൾ ആർക്കും മനസിലാക്കാൻ പറ്റുന്നതല്ല എന്ന വിമർശനവും. പിൽക്കാലത്തും ആ വ്യക്തിയുടെ കണ്ടെത്തലുകൾ അത്ര പെട്ടന്നൊന്നും മറ്റു ശാസ്ത്രജ്ഞൻമാർക്കു പോലും മനസിലാക്കാൻ സാധിച്ചില്ല എന്നതാണു സത്യം.

പറഞ്ഞു വരുന്നതു ലോകത്തിലെ ഏറ്റവും ബുദ്ധിമാനായ വ്യക്തിയെക്കുറിച്ച്, ഐൻസ്റ്റീനെക്കുറിച്ചാണ്. എത്ര വിരോധാഭാസമാണതല്ലേ?

യഥാർത്ഥത്തിൽ ഏതൊരു വിജയത്തിനും പിന്നിൽ അത്ര സുഖകരമല്ലാത്ത ഒട്ടേറെ കാര്യങ്ങൾ തരണം ചെയ്യേണ്ടതായി വരും. അതു മനസിലായാൽ സ്വയം കരുത്തരാകും നാം.

4. ബെഞ്ചമിൻ ഫ്രാങ്ക്ളിൻ

പത്താം പിറന്നാൾ ആഘോഷത്തോടെ ആ ബാലൻ ഒരു കാര്യം കൂടി മനസിലാക്കി. ഇനി മുതൽ സ്ക്കൂളിൽ പോകുവാൻ സാധിക്കില്ല. കാരണം, തുടർന്നു പഠിപ്പിക്കാൻ കുടുംബത്തിനു ത്രാണിയില്ല. സ്ക്കൂളിൽ

പോയില്ലെങ്കിലെന്താ ആ കുട്ടി തന്റെ വിജ്ഞാനദാഹം തീർക്കാതിരുന്നില്ല. അവൻ കിട്ടുന്നതൊക്കെ വായിച്ചുപഠിച്ചു, പരീക്ഷണങ്ങൾ നടത്തി, വിജയിച്ചു. നൂറ്റാണ്ടുകൾ കഴിഞ്ഞിട്ടും ഇന്നും അദ്ദേഹത്തിന്റെ മിന്നൽ രക്ഷാചാലകം എന്ന കണ്ടെത്തൽ നമ്മുടെ വലിയ കെട്ടിടങ്ങളെ മിന്നലിൽ നിന്നും സംരക്ഷിക്കുന്നു. ബെഞ്ചമിൻ ഫ്രാങ്ക്ളിനെ ഇന്നു ലോകമെമ്പാടുമുള്ള കുട്ടികൾ പത്തു വയസിനു മുൻപു തന്നെ തങ്ങളുടെ പാഠപുസ്തകത്തിൽ കണ്ടുമുട്ടുന്നു. പഠനത്തിനു സാമ്പത്തിക പ്രശ്നം ഒരു ഘടകമല്ലെന്നു കാട്ടിത്തരുവാൻ ഈയൊരു കഥ ധാരാളമല്ലേ?

5. ഓപ്ര വിൻഫ്രെ

പതിനാലു വയസിൽ പ്രസവം. ആ കുഞ്ഞിന്റെ മരണം, ആ ആഘാതത്തിൽ നിന്നും വിമുക്തയാകുന്നതിനു മുൻപ് അടുപ്പമുള്ളവരിൽ നിന്നു തന്നെ വീണ്ടും ഉപദ്രവങ്ങൾ. ദാരിദ്ര്യം, സംരക്ഷകരായി ആരും തന്നെയില്ലാത്ത അവസ്ഥ, ഒരു സ്ത്രീക്കു സമനില തെറ്റാൻ ഇത്രയൊക്കെ ധാരളമല്ലേ? ഇതൊക്കെ അവരുടെ ജീവിതത്തിൽ സംഭവിച്ചു.

എന്നിട്ടോ?

അവർ പതറിയില്ല. യൂണിവേഴ്സിറ്റിയിൽ സ്ക്കോളർഷിപ്പോടെ പഠനം. വെളുത്ത വർഗ്ഗക്കാർക്കിടയിൽ അവരുടെ നെറ്റി ചുളിപ്പിച്ചു കൊണ്ട് അമേരിക്കയിലെ ആദ്യ കറുത്തവർഗ്ഗക്കാരിയായ വാർത്താവതാരകയായി. പാരമ്പര്യവാദികൾ അടങ്ങിയിരുന്നില്ല. അവളെ പാഠം പഠിപ്പിക്കണമല്ലോ. വെളുത്തവർക്കിടയിൽ നിന്നും അവൾ സ്വയം പരാജയപ്പെട്ടു, ലജ്ജിച്ചു പടിയിറങ്ങണം. അതായിരുന്നു ഉദ്ദേശം. അതിനായി അവൾക്കു നൽകിയത് അക്കാലത്തു തീരെ പ്രേക്ഷക ശ്രദ്ധ കിട്ടാത്ത ഒരു പ്രോഗ്രാം ആയിരുന്നു. പക്ഷേ സംഭവിച്ചത് അമേരിക്കൻ ടെലിവിഷൻ രംഗത്തെ ചരിത്രമാണ്. അത്രകാലവും ചാനൽ എഴുതിത്തള്ളിയിരുന്ന ആ പരിപാടി ചാനലുകാരെ ഞെട്ടിച്ചു കൊണ്ട് ബിഗ് ഹിറ്റായി. ഇതൊന്നുമൊരു അസർപ്പക കഥയിലേതല്ല. മറിച്ച് ഓപ്ര വിൻഫ്രെ എന്ന അമേരിക്കക്കാരിയായ അഭിനേത്രിയും, ടി. വി ആങ്കറും ആയ ലോകം ആരാധനയോടെ ഉറ്റുനോക്കുന്ന വനിതയുടെ ജീവിത കഥയാണ്. കരയാനും പിഴിയാനും കാരണങ്ങളായിരം കിട്ടും. എന്നാൽ വിജയിക്കാൻ വേണ്ടതു മനക്കരുത്താണ്.

6. മിൽട്ടൺ ഹെർഷെ

മധുരമുള്ള ഹെർഷെ മിൽക്ക് ചോക്ലേറ്റുകൾ ആർക്കാണിഷ്ടമില്ലാത്തത്? നാവിലലിയുന്ന ആ ചോക്ലേറ്റുകളോടു ചോദിച്ചാൽ അവ പറയും അത്ര മാധുര്യമില്ലാത്ത, അവയുടെ നിർമ്മാതാവിന്റെ ആദ്യകാല പരാജയങ്ങളെക്കുറിച്ച്. മിൽട്ടൺ ഹെർഷെ, കാരമൽ ഉപയോഗിച്ചു കാൻഡി

നിർമ്മിക്കാൻ പഠിച്ചു. ശേഷം, ഒരു കാൻഡി കമ്പനിയിൽ ജോലി നോക്കി. അതിനു ശേഷം സ്വന്തമായി ഒരു കാരമൽ കാൻഡി കമ്പനി ആരംഭിച്ചു. എവിടെയും കാര്യങ്ങൾ നേർവഴിക്കു നടന്നില്ല. ഒടുവിൽ സ്വന്തം കുടുംബത്തിന്റെ ഫാമിൽ മടങ്ങിയെത്തി, അവിടെ ജോലി ചെയ്തു വരവേയാണു ലോകത്തിന്റെ ചോക്ലേറ്റ് രുചി കീഴടക്കിയ ആ മധുരത്തിന്റെ പിറവി. മിൽക്ക് ചോക്ളേറ്റ് എന്ന രുചി വിപ്ലവം അദ്ദേഹം കണ്ടെത്തി. ആവശ്യത്തിലേറെ പരാജയങ്ങൾ, കുറ്റബോധം, വിധിയെ പഴിക്കൽ, നിരാശ, ഇവയൊക്കെ ഒടുവിലാ യഥാർത്ഥ പാൽ ചോക്ലേറ്റു രുചിക്കു മുന്നിൽ അപ്രത്യക്ഷമായി.

പരാജിതന്റെ മധുരമുള്ള വിജയകഥ!

7. ക്രിസ് കാർ

ക്യാൻസർ എന്ന് കേട്ടാൽ ഞെട്ടിത്തരിക്കുന്നവരാണ് ഏറെപ്പേരും. ഒരിക്കലും വരരുതേയെന്നു പ്രാർത്ഥിക്കാൻ പ്രേരിപ്പിക്കുന്ന അസുഖം. ചികിത്സ എത്ര പുരോഗമിച്ചുവെന്നു പറയുമ്പോഴും നമുക്കിപ്പോഴും പേടിസ്വപ്നമാണ് ആ വാക്ക്.

ഒരു മുഴുത്ത ഞണ്ട് അതിന്റെ കൂർത്ത കാലുകൾ മനുഷ്യ ശരീരത്തിലേക്ക് ആഴ്ത്തുന്ന ചിത്രം പോലും നമ്മളെ ഭയപ്പെടുത്തുമ്പോൾ,.'ക്രേസി സെക്സി ക്യാൻസർ' എന്നൊക്കെ ധൈര്യത്തോടെ പറയുവാൻ ആരുണ്ട്? ഉത്തരമുണ്ട്. കരളിനേയും, ശ്വാസകോശത്തേക്കും കീഴടക്കാൻ വന്ന ക്യാൻസറിനെ മനോബലവും കൃത്യമായ മരുന്നും, ഡയറ്റും ക്രമീകരിച്ച് ഓടിച്ചു വിട്ട ഒരു യുവതി, ക്രിസ് കാർ.

രോഗം മാറിയപ്പോൾ താൻ കടന്നു പോയ അവസ്ഥകൾ പുസ്തകമാക്കി. ഒപ്പം അതേ പേരിൽ ഡോക്യുമെന്ററിയും. രണ്ടും വമ്പൻ ഹിറ്റ്. പിന്നാലെ.'സെക്സി ഡയറ്റ്' എന്ന പുസ്തകവും ബസ്റ്റ് സെല്ലറായി. മരണത്തിന്റെ വായിലകപ്പെട്ട ശേഷം, വളരെ നിസ്സാരമായി, ആ വായ തുറന്ന് സ്വയം ഇറങ്ങി വരുന്നതു പോലെ അത്ഭുതകരമായ ജീവിതം!

പക്ഷേ, മനസിലാക്കേണ്ടത് അതിലെ അതിശയത്തിന്റെ ഘടകമല്ല. മറിച്ചു മനക്കരുത്തിന്റെ കഴിവാണ്. ഇതു പല കാലഘട്ടങ്ങളിൽ നിന്നുമുള്ള വിജയകഥകളാണ്. ഇനി ഈ കഥകൾക്കു പിന്നാലെയും പോകണമെന്നില്ല, നമ്മുടെ ചുറ്റുപാടിലും ഉണ്ടാകും അനേകം വിജയഗാഥകൾ. ഒന്നുമില്ലായ്മയിൽ നിന്നും ഉയർന്നു വന്നു നേട്ടങ്ങൾ കൊയ്തവർ.

തളർന്നു പോകുന്നുവെന്നു തോന്നുമ്പോൾ അതിജീവിച്ചവരെ ഒന്നു ശ്രദ്ധിക്കാം. അതു തരുന്ന ഊർജ്ജം ചെറുതല്ല. ആകാശത്തിനും മീതേയ്ക്കു ലക്ഷ്യം നിർണ്ണയിച്ച അവരെ മാതൃകയാക്കാം.

അധ്യായം 9

പുഴയങ്ങ് വറ്റേം നായേടെ തൊടലങ്ങ് പൊട്ടേം...

ഇടിവെട്ടി മഴ പെയ്യുന്ന ഒരു തുലാമാസ രാത്രിയിലാണു മീരച്ചേച്ചി വിളിക്കുന്നത്. അത്യാവശ്യമായി വീട്ടിൽ എത്തണം.

അവിടെത്തുംവരെ ഉള്ളിൽ പലപല ചിന്തകൾ. എന്താവും ഇങ്ങനെയൊരു വിളിക്കു പിന്നിൽ? മകളാണ് പ്രശ്നം. ദേവി മിടുക്കിയായ പെൺകുട്ടിയാണ്. അറിഞ്ഞിടത്തോളം എല്ലാക്കാര്യങ്ങളിലും വളരെ ആക്ടീവായി പങ്കെടുക്കുന്ന ഒരു ചുണക്കുട്ടി.

പടി കയറുമ്പോൾത്തന്നെ ചോദിച്ചു

'എന്തു പറ്റി? എന്താ കാര്യം?'

അവൾ കാര്യങ്ങൾ വിശദമായി സംസാരിച്ചു. സംഗതി ഇതാണ്. ദേവിക്കു ജോലി കിട്ടിയിരിക്കുന്നു. പഠിക്കാൻ മിടുക്കിയായ വളരെ എനർജെറ്റിക് ആയ ആ പെൺകുട്ടി എത്തിപ്പെട്ടിരിക്കുന്നിടത്തു റിട്ടയർമെന്റ് സമയമടുത്ത വ്യക്തിയാണ് മേലധികാരി. മൊത്തത്തിൽ ഒരു ഭീകരാന്തരീക്ഷമാണ് അവൾക്കവിടെ കാണാനായത്. ചെന്നതിന്റെ പിറ്റേന്നു തന്നെ അതു വരെ അദ്ദേഹം സസ്പെൻഡ് ചെയ്ത ആളുകളുടെ കഥകളും അദ്ദേഹം കാരണം പണി കളഞ്ഞു പോയ വ്യക്തികളുടെ കദനകഥകളും വിവരിച്ചു കഴിഞ്ഞു. അതോടെ ദേവിക്കു ഓഫീസിൽ പോകാനും ജോലി ചെയ്യാനും ഭയം തുടങ്ങി. ഒപ്പം അന്നു ചെയ്ത ജോലിയിൽ വന്ന ചെറിയ തെറ്റിനു മേലധികാരിയുടെ കടുത്ത ശകാരവും കൂടിയായപ്പോൾ ഇനി ജോലിക്കു പോകുന്നില്ല എന്നായി. രാജിക്കത്തും എഴുതി കൈയ്യിൽ പിടിച്ചു നിൽക്കുന്ന ദേവിയെ സമാധാനിപ്പിക്കണം. അതായിരുന്നു ദേവിയുടെ അമ്മയുടെ ആവശ്യം.

കടുത്ത സമ്മർദ്ദം ആ കുട്ടിയുടെ മുഖത്തു പ്രകടം. അപമാനിക്കപ്പെട്ടു എന്ന ചിന്തയേക്കാൾ അവൾ ഭയന്നതു ശിക്ഷാ നടപടികളെയാണ്. എന്തെങ്കിലും പിഴവു പറ്റിയാൽ? അതായിരുന്നു അവളുടെ ആകുലത.

ഇത്തരത്തിൽ അല്ലെങ്കിൽ ഇതിനു സമാനമായ ധാരാളം സന്ദർഭങ്ങ

ളിലൂടെ നമ്മൾ കടന്നു പോകാറുണ്ട്. ഒരു ഭയം. ആ ഭയത്തിനു കാരണമായ വിഷയം ഇപ്പോൾ മുന്നിലുണ്ടോ എന്നു ചോദിച്ചാൽ ഇല്ല എന്നാവും ഉത്തരം. ഭാവിയിൽ വരും. ഭാവിയിൽ അവർ എന്നോടു പ്രതികാരം ചെയ്യും, എന്നോടു പകരം വീട്ടും, തിരിച്ചടിക്കും എന്നിങ്ങനെ ഭാവിയിൽ സംഭവിച്ചേക്കാവുന്ന ഒരു കാര്യത്തെക്കുറിച്ചുള്ള ഭയം, ഉത്കണ്ഠ. ഇതു വർത്തമാനകാല സമൂഹത്തിൽ വളരെ സാധാരണമായിക്കഴിഞ്ഞു. തമാശയെന്താണെന്നു വച്ചാൽ ഇങ്ങനെ ഭയന്നു ജീവിക്കുന്നവർ ഭയമെന്ന വികാരത്തിന് അടിപ്പെട്ടു കഴിഞ്ഞു എന്നതു പുറത്ത് ആർക്കും തിരിച്ചറിയുവാൻ പോലുമാകില്ല. നമ്മൾ കണ്ടിട്ടില്ലേ നഴ്സറിയിൽപ്പോകുന്ന ചെറിയ കുട്ടികളെ.

'അച്ഛാ എനിക്കിന്ന് പനിയാ, മിസ് പറഞ്ഞു ചെല്ലണ്ട എന്ന്,' എന്നൊക്കെ കള്ളം പറഞ്ഞു സ്ക്കൂളിൽ പോകാൻ മടി കാണിക്കുന്നത്? ഇതിനു സമാനമായി മുതിർന്നവരിലും ഞായറാഴ്ച വൈകുന്നേരത്തോടെ നാളെ പോകണമല്ലോ എന്ന ചിന്ത ഒരു ആധിയായി കടന്നു വരുന്നതു കാണാറുണ്ട്. മുതിർന്നവരുടെ ഈ ധർമ്മസങ്കടം സ്വന്തം വീട്ടുകാർക്കു പോലും തിരിച്ചറിയുവാനുമാകില്ല. ഒന്നോർത്തു നോക്കൂ, അവർ ശരിക്കും പിൻ ഊരി മാറ്റിയ ഡൈനാമിറ്റിന് സമമായിരിക്കും. സാമ്പത്തിക ബാധ്യതകളും സാമൂഹിക അവസ്ഥയും കുടുംബവും ഒക്കെ അവരുടെ ഉള്ളിലെ ഭീതി ആളിക്കത്തിക്കും. ഇവിടെ, ഈ സാഹചര്യം എങ്ങനെ മെരുക്കിയെടുക്കും?

ആദ്യം വേണ്ടതു സ്വസ്ഥമായി അല്പസമയം ഇരിക്കുക എന്നതാണ്. ഫോൺ, ടി. വി തുടങ്ങി എല്ലാ സംഗതികളിൽ നിന്നും ഒഴിവായി അല്പസമയം കണ്ടെത്തണം. ഇനി നമ്മൾ ആ പ്രത്യേക അവസ്ഥയിൽ ഒരു കാഴ്ചക്കാരനായി നിലകൊള്ളുകയാണു ചെയ്യേണ്ടത്. അതായതു നിങ്ങൾ ഒരു നിഷ്പക്ഷ നിരീക്ഷകനാണ്. ഭേദമില്ലാതെ ചിന്തിക്കാൻ നമുക്ക് ഈ നിഷ്പക്ഷ അവസ്ഥ അത്യാവശ്യമാണ്.

ഇനി നമ്മുടെ ഭയത്തിന്റെ കാരണം കണ്ടെത്തണം. അതിനായി നന്നായി പൊതിഞ്ഞു വച്ചിരിക്കുന്ന ഒരു സമ്മാനപ്പൊതി തുറക്കുന്ന അതേ വിധത്തിൽ ചോദ്യത്താക്കോലു കൊണ്ടു മനസ്സിന്റെ ഉള്ളറ മെല്ലെ തുറക്കുക. അവയുടെ ഉത്തരങ്ങൾ ശ്രദ്ധയോടെ ഓർത്തുവയ്ക്കുക.

ആദ്യ ചോദ്യം,

'ഇപ്പോൾ ഈ നിമിഷം ഞാൻ ഭയത്തിലാണോ?' എന്നതാണ്.

അടുത്ത ചോദ്യം.

'എത്ര കാലമായി ഞാൻ ഈ ഭയം അനുഭവിക്കുന്നു?'

'അങ്ങനെ ഭയം ഉണ്ടാകുവാനുള്ള കാരണം എന്തായിരുന്നു?'

ആകാശത്തിനും ഉയരെ

'ഭയക്കാൻ തുടങ്ങിയിട്ടു നാളുകൾ കുറേ ആയല്ലോ എന്നിട്ടു ഭയന്ന പോലെ എന്തെങ്കിലും സംഭവിച്ചോ?' -അഥവാ സംഭവിച്ചുവെങ്കിൽ അതു നമ്മളിൽ ഉണ്ടാക്കിയ പ്രശ്നങ്ങൾ എന്തെല്ലാം?

ഒരു സ്ഥാപനത്തിൽ ഒരുപാടു പേർ ജോലി ചെയ്യുന്നുണ്ടാവുമല്ലോ. എല്ലാവരും ഇത്തരം ഒരു ഭയത്തിനു അടിപ്പെട്ടതായി തോന്നിയിട്ടുണ്ടോ? നിലവിൽ എത്ര പേർക്കു ഭയപ്പെട്ടതു പോലെ ജോലി നഷ്ടം സംഭവിച്ചു? അല്ലെങ്കിൽ ശിക്ഷാ നടപടികൾ നേരിടേണ്ടി വന്നു? തുടങ്ങി ആ വിഷയത്തിന്റെ എല്ലാ സാധ്യതകളിലൂടെയും മനസ്സു സഞ്ചരിക്കണം.

മെല്ലെ ഒന്നു ബോധ്യമാകും അവിടെ ജോലി ചെയ്യുന്ന തൊണ്ണൂറു ശതമാനം ആളുകളിലും ഈ പറയുന്ന ഭയത്തിനു തെല്ലും സ്വാധീനമില്ലെന്നു കാണാം.

അതിനുള്ള കാരണങ്ങൾ ഇനി പറയാം.

അടിവരയിടേണ്ട സംഗതി ഭയത്തിനു പിന്നിൽ അജ്ഞതയാണ് എന്ന പ്രമാണമാണ്. ഭാവിയെക്കുറിച്ചുള്ള അജ്ഞതയാണു നമ്മുടെ വിഷയം. ആദ്യം മനസിലാക്കേണ്ടതു നമ്മുടെ ഉള്ളിൽ രൂപപ്പെട്ടിരിക്കുന്ന ഭയത്തിന്റെ തൊണ്ണൂറ്റി ഒമ്പതു ശതമാനവും നമ്മുടെ നേരിട്ടുള്ള അറിവുകളിൽ നിന്നും രൂപം കൊണ്ടവയല്ല മറിച്ചു കേട്ടു കേൾവികളിൽ നിന്നും രൂപപ്പെട്ടതാണ് എന്നതാണ്. എപ്പോഴും ഓർക്കേണ്ട കാര്യം ഒരാൾ പറയുന്നതു മറ്റൊരാൾ കേട്ട് അയാളത് ഇനിയൊരാളോടു പറഞ്ഞു പറഞ്ഞ് ഒടുവിൽ ആദ്യത്തെ വ്യക്തി സ്വപ്നം കാണാത്ത ഒരു വസ്തുതയാവും നമ്മുടെ മുന്നിൽ അവതരിപ്പിച്ചിട്ടുണ്ടാവുക. അപ്പോൾ ആ വസ്തുതയുടെ സത്യാവസ്ഥ നിശ്ചയമായും പറഞ്ഞു കേട്ട ഒന്നാകില്ല. ഉറപ്പ്. ഏതൊരു ജോലിയും ചെയ്തു ചെയ്താണ് അതിൽ പ്രാവീണ്യം നേടുക. നമ്മൾ ചെയ്യുന്ന ജോലി എന്താണ് എന്ന് മനസിലാക്കി, അതിന്റെ നിയമ, സാമ്പത്തിക വശങ്ങൾ കൂടി പഠിച്ച് അല്പം തയ്യാറെടുപ്പുകൾ നടത്തിയാൽ ഏതു കാര്യവും നമുക്കു വഴങ്ങി വരും. ഒപ്പം കൃത്യസമയത്തു ജോലി സ്ഥലത്ത് എത്തുകയും ചെയ്യുന്ന ജോലിയുടെ ഉത്തരവാദിത്തം ഏറ്റെടുക്കാൻ മടി കാട്ടാതിരിക്കുകയും ചെയ്യുക. പുതിയ കാര്യങ്ങൾ പഠിച്ചെടുക്കുവാൻ ക്ഷമയോടെ സമയം വിനിയോഗിക്കുക. ഒപ്പം ഓഫീസുകളിൽ അനാവശ്യ വർത്തമാനം, പ്രത്യേകിച്ചു പരദൂഷണത്തിനു (കേൾക്കാനും പറയുവാനും) നിന്നു കൊടുക്കില്ല എന്നും തീരുമാനിക്കുക. പലപ്പോഴും പല പ്രശ്നങ്ങളുടേയും അടിസ്ഥാനം ജോലിയിൽ വന്ന പിഴവാകണമെന്നില്ല. അതിന്റെ മറപറ്റി, മുൻപ് എപ്പോഴെങ്കിലും നടത്തിയ പരാമർശത്തിനു കിട്ടുന്ന പണിയാകാനും മതി. തൊഴിലിടങ്ങളിൽ രൂപപ്പെടുന്ന സൗഹൃദങ്ങൾ വളരെ ദുർബലമായവയാണ്.

(അപവാദങ്ങൾ ഇല്ലാതില്ല). കാരണം നമ്മുടെ സഹപ്രവർത്തകർ നമ്മളെപ്പോലെ തന്നെ ഒരു പടി മുന്നിൽ നിൽക്കാൻ ആഗ്രഹിക്കുന്നവരാണ്. നിശ്ചയമായും ഒരു മത്സരം രണ്ടു കൂട്ടരുടെ ഉള്ളിലും ഉണ്ടാവും. അപ്പോൾ, ഒരു പണി എങ്ങനെ കൊടുക്കാം എന്ന ചിന്ത സ്വാഭാവികമാണെന്നറിയുക. ഇനി, കീഴുദ്യോഗസ്ഥരോടു തന്റെ ഭയമോ ബലഹീനതകളോ വെളിപ്പെടുത്താതിരിക്കുക. മേലുദ്യോഗസ്ഥരോട് അതു തീരെ പാടില്ലന്നു പ്രത്യേകം സൂചിപ്പിക്കേണ്ടതില്ലല്ലോ.

ഭയം മനസിന്റെ ഒരു നിർമ്മിതി ആയിരുന്നുവെന്നൊരു ധാരണ വന്നു, ഒപ്പം എപ്രകാരമാണു തൊഴിലിടങ്ങളിൽ നമ്മൾ ഇടപെടേണ്ടതെന്നും ധാരണയായി.

അടുത്ത ഘട്ടത്തിലേക്ക് കടക്കാം.

അതിനായി നമുക്ക് അനുകൂലമായ ചിന്തകൾ എങ്ങനെ സ്ഥിരമായി നമ്മുടെ ഉള്ളിൽ സൂക്ഷിക്കാമെന്നും വീണ്ടുമൊരു ഭയത്തിലേക്കു വഴുതാതിരിക്കണമെന്നും ഉറപ്പാക്കുകയാണു വേണ്ടത്.

ഏറ്റവും പ്രധാനം ഭയത്തിന്റെ ഒരു കണിക ഉള്ളിൽ കടന്നു വരുമ്പോൾ തന്നെ പോസിറ്റീവ് ചിന്തകളിലേക്കു മനസിനെ തിരിച്ചുവിടണം. മനസ്സു സ്വസ്ഥമാക്കി ആദ്യം ചിന്തിച്ചതു പോലെ തന്നെ ഒരു അനാലിസിസ് നടത്തുക. പുതിയ ഭയം ഒരു തോന്നലായിരുന്നു എന്നു ബോധ്യപ്പെടും. എപ്പോൾ ഭയം കടന്നു വരുമ്പോഴും നമ്മൾ തടയുവാൻ തുടങ്ങുമ്പോൾ ക്രമേണ മനസ്സ് അതുമായി പൊരുത്തപ്പെടുകയും ഭയപ്പെടേണ്ടതില്ല എന്ന വസ്തുത മനസ്സ് അംഗീകരിക്കുകയും ചെയ്യും.

ഏതായാലും ദേവിയെ കാര്യങ്ങൾ പറഞ്ഞു ബോധ്യപ്പെടുത്തി, മഴയത്തു വീട്ടിലേക്കു തിരിച്ചുപോകുമ്പോൾ ഞാനോർത്തതു പഴയ നമ്പൂരിഫലിതമാണ്. നമ്മളൊക്കെയും ഈ നമ്പൂരിശ്ശനെപ്പോലെയാണ്. പുഴയ്ക്കക്കരെ ബലമുള്ള തുടലിൽപ്പൂട്ടിയ നായയുടെ തുടലഴിയുകയും ഒപ്പം പുഴ വറ്റുകയും, തുടലഴിഞ്ഞ നായ ഇക്കരെ നിൽക്കുന്ന നമ്പൂരിശ്ശനെത്തന്നെ കടിക്കാനായി പാഞ്ഞുവരികയും ചെയ്യുക!

പല ഭയങ്ങളും കേട്ടറിവുകളിൽ നിന്നു രൂപപ്പെടുന്നതാണ്. ഭയത്തിനു കീഴടങ്ങും മുൻപ് അല്പം സ്വസ്ഥമായി കാര്യങ്ങളെ വ്യക്തമായി വിലയിരുത്തുക. ഭയം നീങ്ങുമ്പോൾ ജീവിതത്തിൽ പ്രകാശം പരക്കും. പിന്നെ, വിശാലമായ ലക്ഷ്യങ്ങൾക്കു പിന്നാലെ സഞ്ചരിക്കാമല്ലോ.

അധ്യായം 10

ആത്മവിശ്വാസവും അഹങ്കാരവും

സെൽഫ് കോൺഫിഡൻസ് കൂടുമ്പോഴാണോ അഹങ്കാരമാകുക? മറ്റാരേയും ഉൾക്കൊള്ളാനാകാത്ത, തന്നേക്കാൾ താഴെ എന്നു സ്വയം കരുതുന്നവരോടു മിണ്ടാതെ, കൂടെയുള്ളവരെ പുച്ഛിച്ചു മുന്നോട്ടു പോകുന്നവരില്ലേ? അത് ആത്മവിശ്വാസമാണോ അതോ അഹങ്കരമാണോ?

മനുഷ്യന്റെ ഉയർച്ചയിൽ ഏറ്റവും അത്യാവശ്യം വേണ്ടത് ആത്മവിശ്വാസമാണ്. അവനവനിൽ വിശ്വാസമില്ലാത്ത ഒരാൾക്ക് ഒരു ചുവടു പോലും മുന്നേറാനാകില്ല. മാത്രവുമല്ല, ഒരു വ്യക്തിയുടെ സമഗ്രമായ മുന്നേറ്റത്തിന് അയാളെ സഹായിക്കാൻ പുറമേ നിന്നുള്ള ഏതൊരു ഘടകത്തേക്കാളും ആത്മവിശ്വാസത്തിനാണു സാധിക്കുക.

ഇനി അഹങ്കാരമെന്ന ഭാവത്തെക്കുറിച്ചു ചിന്തിക്കാം. അഹങ്കാരമെന്നാൽ ഞാനെന്ന ഭാവം. അതായത് എന്നോളം വരില്ല മറ്റാരുമെന്ന ചിന്ത. ഈ രംഗത്ത് എന്നേക്കാൾ മികച്ചവരില്ല, നോക്കൂ, എന്നോളം നന്നായി ഇതു ചെയ്യാൻ ഈ ഭൂമിയിൽ മറ്റാരുമില്ല എന്ന ചിന്ത.

ഒരു കഥ നോക്കൂ,

ഒരിക്കലൊരു രാജ്യത്തിൽ രാജാവിന് തന്റെ രണ്ടു മക്കളിൽ ആരെ പിൻഗാമിയാക്കണം എന്നൊരു സംശയം വന്നു. രണ്ടു പേരും മിടുക്കന്മാർ. സുന്ദരന്മാർ, ആയോധനവിദ്യയിലും, ധനുർവിദ്യയിലും മുന്നിൽ, തത്വശാസ്ത്രവും നീതിശാസ്ത്രവും അരച്ചുകലക്കിയവർ. ഇവരിൽ ആരാകണം രാജാവ്?

മൂത്ത മകൻ ധീര, രണ്ടാമൻ ഗജു.

രണ്ടു പേരോടും രാജാവു രാജ്യം ചുറ്റി വരുവാൻ ആവശ്യപ്പെട്ടു. ആദ്യം ധീര യാത്രയായി. അയാൾ പേരുപോലെ തന്നെ ധീരനായിരുന്നു. പോകുന്ന വഴിയിൽ ആദ്യമൊരു നദി കടക്കേണ്ടതുണ്ടായിരുന്നു. എങ്ങനെ നദി കടക്കണമെന്നറിയാതെ നിന്ന അയാളോട് ഒരു മുക്കുവൻ വന്ന് എങ്ങനെ ആ നദി കടക്കണമെന്നു പറഞ്ഞു കൊടുത്തു. അതു ശ്ര

ദ്ധിച്ചു കേട്ട് ധീര നദി കടന്നു. പോകും വഴി ഒരു കുതിര വഴിയിൽ കിട ക്കുന്നതു കണ്ടു. ധീര അവിടെയിറങ്ങി അതിന് എന്താണു പറ്റിയത് എന്നന്വേഷിച്ചു. അതിന്റെ ഉടമ ഒരു വ്യാപാരി ആയിരുന്നു. പരിക്കുപറ്റി യ കുതിരയെ അവിടെ ഉപേക്ഷിച്ചതാണ്. അതിനെ ശുശ്രൂഷിക്കുവാൻ ആ ഗ്രാമത്തിലെ മുഖ്യനെ ഏർപ്പാടാക്കി, കുതിരയെ വഴിയിൽ ഉപേക്ഷി ച്ച വ്യാപാരിക്കു പിഴശിക്ഷയും വിധിച്ച് അയാൾ യാത്ര തുടർന്നു. തുടർ ന്ന് ധീരക്ക് ഒരു കൂട്ടം കർഷകരെ കാണേണ്ടി വന്നു. അവരുടെ പ്രശ്ന ങ്ങൾക്കും പരിഹാരം പറഞ്ഞു കൊടുത്തു, രാജ്യത്തിന്റെ എല്ലാ ഗ്രാമ ങ്ങളിലൂടെയും സഞ്ചരിച്ച് അയാൾ തിരിച്ചെത്തി. രാജാവ് ധീരയോടു ചോ ദിച്ചു എന്തു പഠിച്ചുവെന്ന്?

ധീര ആദ്യം, തന്നെ സഹായിച്ച മുക്കുവനെക്കുറിച്ചു രാജാവിനോട് പറഞ്ഞു. പിന്നീട് നടന്ന ഓരോന്നും അതിൽ നിന്ന് താൻ പഠിച്ച കാര്യ ങ്ങളും പറഞ്ഞു. ഈ സമയം ഗജുവും തിരിച്ചെത്തി. ഗജു പറഞ്ഞു. 'അച്ഛാ, ഞാനേറ്റവും പ്രയാസപ്പെട്ടത് നദി കടക്കുവാനായിരുന്നു. അവി ടെ കുറേ മീൻപിടുത്തക്കാർ ഉണ്ടായിരുന്നു. പക്ഷേ, ഞാനവരെ ശ്രദ്ധി ച്ചില്ല. പിന്നെ നദിയിലെ കലങ്ങൽ മാറി പുഴതെളിഞ്ഞ ശേഷമാണ് ഞാൻ യാത്ര തുടർന്നത്. ഇടയ്ക്കു വച്ചു കുറച്ചു കർഷകർ അവരുടെ ആവശ്യ ങ്ങളുമായി വന്നു. പക്ഷേ എനിക്കു യാത്ര പൂർത്തിയാക്കണമല്ലോ, അതു കൊണ്ട് അവരോടു കൊട്ടാരത്തിലേക്കു വരാൻ ഞാൻ ആവശ്യ പ്പെട്ടു. കുറേ സമയം കളഞ്ഞു എന്നല്ലാതെ യാത്രയിൽ നിന്ന് എന്തു പഠിക്കാൻ? യാത്ര കൊണ്ടു യാതൊരു ഗുണവുമുണ്ടായില്ല.'

രണ്ടു പേരുടേയും മറുപടികൾ കേട്ട ശേഷം രാജാവ് ധീരയെ അന ന്തരാവകാശിയാക്കി പ്രഖ്യാപിച്ചു.

കഥയിൽ നിന്ന് ഇങ്ങനെ നമുക്കു ചിന്തിക്കാം. അതായത്,

1. ആത്മവിശ്വാസമുള്ള വ്യക്തി എപ്പോഴും സ്വയം നവീകരണത്തിനു സന്നദ്ധനാണ്. എന്നാൽ അഹങ്കാരമുള്ള വ്യക്തിയിൽ സ്വയം നവീകര ണത്തിന്റെ സാധ്യത പോലും ചിന്തയിൽ കടന്നു വരില്ല.

2. നവീകരണമെന്നതു സ്വന്തം ചിന്തകളുടേതാകാം, വ്യാപരിക്കുന്ന മേഖലയുടേതാവാം, സ്വന്തം സ്വഭാവത്തിന്റേതാകാം, അവനവന്റെ മറ്റു ള്ളവരോടുള്ള ഇടപെടലുകളുടേതാവാം. ആത്മവിശ്വാസമുള്ള ഒരാൾ സ്വ യം നവീകരണം ജീവശ്വാസം പോലെ സ്വീകരിക്കുന്നതാണ്. എന്നാൽ അഹങ്കാരമാണ് ഒരാളിൽ മുന്നിട്ടു നിൽക്കുന്നതെങ്കിൽ ഏതെങ്കിലും വി ധമായ നവീകരണം സ്വയം കുറച്ചുകാട്ടുന്ന ഒന്നാണെന്ന തെറ്റിദ്ധാരണ യിൽ അതിനോടു മുഖം തിരിക്കും.

3. ആത്മവിശ്വാസമുള്ള ഒരാളുടെ മുഖത്തു സദാ പുഞ്ചിരിയും മറ്റു

ള്ളവരോട് ഇടപഴകുമ്പോൾ അതിൽ സഹാനുഭൂതി, ദയ, കാരുണ്യം, സ്നേഹം തുടങ്ങിയ വികാരങ്ങളും സ്വയമേവ കടന്നു വരും.

എന്നാൽ അഹങ്കാരം മുന്നിട്ടു നിൽക്കുമ്പോൾ ഗൗരവം നിറയും, മുഖത്തു പ്രതിഫലിക്കുക അവജ്ഞയാകും. അനാവശ്യ തിടുക്കം അവരുടെ പ്രവർത്തികളിൽ പ്രതിഫലിക്കും. അതു മറ്റുള്ളവരിൽ അസ്വസ്ഥത നിറക്കും.

4. ഒരാൾ മറ്റുള്ളവരുടെ വാക്കുകൾക്കു ചെവികൊടുക്കുവാൻ വിമുഖനല്ലെങ്കിൽ, (മേലധികാരികളുടെ വാക്കുകൾക്കു ചെവികൊടുക്കുന്നതിനെക്കുറിച്ചല്ല) ആ വ്യക്തിക്കു യഥാർത്ഥത്തിൻ ആത്മവിശ്വാസമുണ്ടെന്നു കരുതാം.

എന്നാൽ, സഹപ്രവർത്തകരുടേയോ സഹപാഠികളുടേയോ വാക്കുകൾക്ക് അല്പം പോലും ചെവികൊടുക്കുവാനാകാത്ത വ്യക്തിയാണെങ്കിൽ നമുക്കു താഴെ എന്നു നാം കരുതുന്നവരുടെ വാക്കുകൾക്കു ചെവികൊടുക്കുവാനാകുന്നില്ലെങ്കിൽ അയാളിൽ അഹങ്കാരം നുരയുന്നുവെന്നു മനസിലാക്കാം.

അഹങ്കാരം വിനാശകാരിയാണ്.
ആത്മവിശ്വാസം ശോകനാശിനിയും.
ആത്മവിശ്വാസമുള്ളവരാകാം നമുക്ക്.
ആകാശത്തിനും ഉയരേക്കു കുതിക്കാം.

അധ്യായം 11

നിറഞ്ഞൊഴുകേണ്ട സ്നേഹം

അമ്മുവിന്റെ പിറന്നാൾ, അച്ഛു നേരത്തേ വിളിച്ചു പറഞ്ഞു..'അമ്മാ, സർപ്രൈസ് കൊടുക്കണം ചേച്ചിക്ക്.' വൈകുന്നേരം ക്ലാസ്സ് കഴിഞ്ഞു വന്ന അമ്മുവിനെ എതിരേറ്റതു ഇരുട്ടു പിടിച്ച വീട്..'അമ്മാ, എന്താ ലൈറ്റിടാത്തേ?' എന്നു ചോദിച്ചു വന്ന അവളെ ഞങ്ങൾ മൂന്നു പേരും ചേർന്നു ഹാപ്പി ബർത്ത് ഡേ പാടി അകത്തേക്കു കൂട്ടിയപ്പോൾ അവളുടെ മുഖത്തെ സന്തോഷം കാണേണ്ടതു തന്നെയായിരുന്നു.

ജീവിതത്തിൽ ഇത്തരം ചെറിയ ആഘോഷങ്ങൾക്ക് എന്തെങ്കിലും പ്രാധാന്യമുണ്ടോ? ഉണ്ട് എന്നാണുത്തരം. കാരണം മനുഷ്യൻ പൊതുവേ സന്തോഷം ആഗ്രഹിക്കുന്നു. മാത്രവുമല്ല ബന്ധങ്ങൾ ദൃഢമാക്കുവാൻ ഇത്തരത്തിലെ ചില സർപ്രൈസുകൾക്കു നല്ല കഴിവുണ്ട്. ഓർക്കാനുള്ള ദിവസങ്ങൾ ഓർത്തു വയ്ക്കുന്നതിനു പ്രാധാന്യമുണ്ട്.

പങ്കാളിയുടെ, മക്കളുടെ, അച്ഛനമ്മമാരുടെ ഒക്കെ ജന്മദിനം, വിവാഹ വാർഷികം എന്നിവ നിശ്ചയമായും ഓർക്കാനാവണം.

ചിലർ പറയും.'ഓ ഞാനതൊന്നും ഓർക്കാറില്ല. അതിന്റെ ആവശ്യമില്ല. എന്നെ അതിനൊന്നും പ്രതീക്ഷിക്കണ്ട' എന്നൊക്കെ.

അത്തരക്കാരെ എങ്ങനെ കാര്യം മനസിലാക്കിക്കും?

മാർഗമിതാണ്. അവരുടെ ജന്മദിനം വളരെ സർപ്രൈസായി ഒന്ന് ആഘോഷിക്കൂ. അതിനായി ഒരാളെയും പുറത്തു നിന്നും കൂട്ടേണ്ടതില്ല. ചെറിയ കാര്യങ്ങൾ മാത്രം ഒരുക്കി ഒരു അതിശയിപ്പിക്കുന്ന സായാഹ്നം നമുക്ക് അവർക്കായ് ഒരുക്കാം. ഒരു തവണ അതിന്റെ ഭംഗിയും നമ്മുടെ ഉള്ളിലെ സ്നേഹവും തൊട്ടറിഞ്ഞാൽ അവർ അതിന്റെ പ്രാധാന്യം സ്വയം തിരിച്ചറിയും. നമ്മുടെ ചെറിയ ആനന്ദം പങ്കു വയ്ക്കുമ്പോൾ അതു നൂറിരട്ടിയായി വർദ്ധിക്കുന്നു.

ഒരു കഥ പറയാം.

ഭർത്താവും ഭാര്യയും രണ്ടു ചെറിയ കുഞ്ഞുങ്ങളും. അവരാകട്ടെ ദാ

ആകാശത്തിനും ഉയരെ

രിദ്ര്യത്തിന്റെ നെല്ലിപ്പലക കണ്ടു നിൽക്കുന്ന സമയം. കറന്റ് ചാർജ് അടക്കണം. രാവിലെ ഭാര്യ പറഞ്ഞു, മറക്കല്ലേ ഇന്ന് അടക്കേണ്ടതാണ്. ഭർത്താവിന് അന്നും ജോലി കണ്ടെത്താനായില്ല.

ഭാര്യക്ക് അത് ഊഹിക്കാനാവുമായിരുന്നു. അന്നയാളുടെ പിറന്നാളാണ്. രണ്ടു പേരും പരസ്പരം ഒന്നും പറഞ്ഞിരുന്നില്ല. ഭാര്യയുടെ കയ്യിൽ അവൾ ഏറ്റവും അമൂല്യമായി കൊണ്ടു നടന്ന ഒരു മോതിരമുണ്ടായിരുന്നു. അവളുടെ അമ്മ മരിക്കും മുൻപു നൽകിയത്. ഉച്ചയോടെ ചെറിയ കുഞ്ഞിനെ ഒക്കത്ത് എടുത്തു മൂത്ത കുഞ്ഞിന്റെ കൈ പിടിച്ച് അവളൊരു ജ്വല്ലറിയിൽ ചെന്നു. ആ കുഞ്ഞുമോതിരം വിൽക്കാൻ നൽകി. ആ കടയുടമ ഒരു വൃദ്ധനായിരുന്നു. അവളുടെ ഇല്ലായ്മകൾ കണ്ടറിഞ്ഞ അയാൾ അവർക്ക് ആ മോതിരം വാങ്ങി വെച്ചു കറന്റ് ചാർജും വീട്ടു സാധനങ്ങൾ വാങ്ങാനുമുള്ള കാശും നൽകാമെന്നറിയിച്ചു. അവൾ പറഞ്ഞു,.'ഇന്നെന്റെ ഭർത്താവിന്റെ ജന്മദിനമാണ്. ഒരു ചെറിയ കേക്കു വാങ്ങാനുള്ള കാശു കൂടി തരൂ. ഈ ചെറിയ മോതിരത്തിനു മാറ്റു കുറവാണെന്നും തൂക്കം കുറവാണെന്നുമെനിക്കറിയാം. പക്ഷേ എന്റെ അമ്മയുടെ വിരലിൽ കിടന്ന മോതിരമാണിത്. ഞാൻ വന്നു കട തൂത്തു വൃത്തിയാക്കിത്തരാം, കുറച്ചു കാശു കൂടിതരൂ.'

ആ വൃദ്ധൻ അവളാവശ്യപ്പെട്ട പണം നൽകി. വില കുറഞ്ഞ ആ മോതിരം ഭദ്രമായി വച്ചു പൂട്ടി.

രാത്രി ഭർത്താവു വന്നു. അയാൾ നിരാശനായിരുന്നു. അവശനും. ഇരുട്ടുമൂടിയ വീട് ദൂരെ നിന്നു കണ്ടു. വേച്ചുവേച്ചയാൾ വീടിന്റെ തിണ്ണയിൽ വന്നിരുന്നു, പൊട്ടിക്കരഞ്ഞു. പെട്ടെന്ന് അയാൾക്കു ചുറ്റും വെളിച്ചം തെളിഞ്ഞു. ഭാര്യയും കുഞ്ഞുങ്ങളും അയാളെ കെട്ടിപ്പിടിച്ചു. ആ ചെറിയ കേക്കു മുറിച്ച് അയാളുടെ പിറന്നാൾ ആഘോഷിച്ചു. എന്നാലും അവളുടെ ഒഴിഞ്ഞ മോതിരവിരൽ അയാളെ വേദനിപ്പിച്ചു.

പിറ്റേന്ന് നേരം പുലർന്നു. ജ്വല്ലറിക്കാരൻ അയച്ച ആൾ അവരുടെ വീട്ടിലെത്തി. ഭർത്താവിന് ഒരു ജോലി നൽകുന്ന കാര്യം സംസാരിച്ചു. അതൊരു അത്ഭുതകരമായ കാര്യമായിരുന്നു. അതിൽ നിന്നവർ തുടങ്ങി. മെല്ലെ ആ കുടുംബം നന്നായി ജീവിക്കാൻ ആരംഭിച്ചു.

മിക്കപ്പോഴും എല്ലാം അവസാനിച്ചു എന്നു തോന്നുന്ന നിമിഷം നമ്മുടെ പ്രിയപ്പെട്ടവർ നമുക്കായ് ഒരു അപ്രതീക്ഷിത സമ്മാനം ഒരുക്കി വച്ചാൽ? എന്നാലതു നമുക്കു നമ്മുടെ പ്രിയപ്പെട്ടവർക്കു വേണ്ടി ചെയ്തുതുടങ്ങിക്കൂടേ?

കടുത്ത സങ്കടത്തിൽ, ഒരിത്തിരി നന്മയുടെ നറുനെയ് പുരട്ടി ഒരു തിരി കത്തിക്കൂ. സന്തോഷത്തിന്റെ വെളിച്ചം ആ ഇരുട്ടിൽ തെളിയും.

ആകാശത്തിനും ഉയരെ

നമ്മുടെ വീട്ടിലെ പ്രായമായവർ അവരുടെ സ്വതസിദ്ധമായ വാശിയും വഴക്കും ഒക്കെക്കാട്ടി നമ്മളെ വല്ലാതെ വലയ്ക്കാറുണ്ട്. അവരെ സമാധാനിപ്പിക്കുവാൻ എന്താണ് മാർഗം?

എന്നും വൈകിട്ട് ഒരു ചെറിയ പൊതി അവർക്കായി കരുതാം. ഇത്തിരി കപ്പലണ്ടി, അല്ലെങ്കിൽ ഒരു ഓറഞ്ച്, അല്ലെങ്കിലൊരു മിഠായി. അങ്ങനെയെന്തെങ്കിലും. കുട്ടികളെപ്പോലെ അവരതിൽ ആഹ്ലാദിക്കുന്നതു കാണാം നമുക്ക്.

യാതൊരു ബുദ്ധിമുട്ടുമില്ലാതെ മറ്റുള്ളവർക്കു നൽകാൻ നമ്മുടെ കൈയ്യിലുള്ളതു സ്നേഹമാണ്. സ്നേഹം മാത്രം. അതു ചെറിയ സർപ്രൈസുകളിലൂടെ അവരെ ബോധ്യപ്പെടുത്തൂ.

ഒരു കുടുംബത്തിലെ അംഗങ്ങൾക്കിടയിലെ ഇഴയടുപ്പത്തിനു വളരെ പ്രാധാന്യമുണ്ട്. നിങ്ങളെ വാരി നെഞ്ചോടു ചേർക്കുന്ന പങ്കാളിയെ വിട്ടു നിങ്ങളെവിടെപ്പോകാൻ അല്ലേ?

കുടുംബഭദ്രതയിൽ ഇന്നത്തെ സാഹചര്യത്തിൽ ഒട്ടും നിസാരമല്ലാത്ത ഒരു സംഗതിയാണ് ഞാൻ നിന്നെ സ്നേഹിക്കുന്നു എന്നു കുടുംബാംഗങ്ങളെ മനസിലാക്കിക്കുന്നത്. കാരണം പലതരം ഇലക്ട്രോണിക്ക് സംവിധാനങ്ങൾക്കിടയിൽ അനേകമനേകം അപരിചിതർക്കിടയിലാണു നാം നമ്മുടെ ബഹുഭൂരിപക്ഷം സമയവും ചിലവിടുന്നത്. അതിൽ ചീങ്കണ്ണികളും കഴുകൻമാരുമുണ്ടാകും. അത്തരം കെട്ടുകളിൽ പെട്ടു പോകാൻ എത്രയെളുപ്പമാണെന്നോ?

'ഗുഡ് മോണിങ്.'

'എപ്പഴാ എണീറ്റേ.'

'മിസ് യൂ.'

'കഴിച്ചോ?'

'ദോശക്ക് കറിയെന്താ?'

'സൂക്ഷിച്ച് പോണേ...'

ഇങ്ങനെ അസാധാരണ ശ്രദ്ധയാണ് ഈ അപരിചതർ നമുക്കു മേൽ ചൊരിയുക.

'ഹൊ, എന്റെ ഭർത്താവ് ഞാൻ കഴിച്ചോയെന്ന് ഇന്നു വരെ ചോദിച്ചിട്ടില്ല.' എന്നു ഭാര്യ. എന്റെ ഭാര്യ എന്നോട്.'മിസ് യൂ' എന്നു പറഞ്ഞിട്ടില്ല, എന്നു ഭർത്താവ്. സത്യം പറഞ്ഞാൽ, ജാഡയുടെ മൂടുപടം മാറ്റിയാൽ നമുക്കീ പഞ്ചാരകളെക്കെ വേണം എന്നതാണു സത്യം.

അങ്ങനെ അല്ലെങ്കിൽ ആവശ്യമില്ലാത്ത മുഖം മൂടി മാറ്റി വച്ച് ആ പാവം ഭാര്യയോട്.'ഡാ, നീ എപ്പഴാ കാപ്പി കുടിച്ചത്?' എന്നൊന്നു ചോദിച്ചാൽ? തിരിച്ച് ഭർത്താവിനോട്.'എനിക്ക് നിങ്ങളെ കാണാൻ തോന്നുന്നു,'

ആകാശത്തിനും ഉയരെ

എന്നു പറഞ്ഞാലോ?

നമ്മൾ മാറ്റിവച്ച, മറന്നു പോയ ഇടത്തിലേക്കാണ് അപരിചിതർ കടന്നു കയറിയത്. ചെറിയ ചെറിയ കാര്യങ്ങൾ കണ്ടെത്തി ആഘോഷിക്കാം. അപരിചിതരെ വീടിനു പുറത്താക്കാം. ബന്ധങ്ങളിൽ വിള്ളൽ വീഴാതെ കാക്കാം.

പണ്ടു കൂട്ടുകുടുംബ വ്യവസ്ഥയിൽ ഒരാളെ ശ്രദ്ധിക്കാൻ പലരുണ്ടായിരുന്നു. കുടുംബം ഒരു ഭരണവ്യവസ്ഥക്കു വിധേയപ്പെട്ടു മുന്നോട്ടു പോയിരുന്ന കാലം. അന്നത്തെ കുടുംബനാഥന് അച്ചടക്കം പ്രധാനമാണ്. അതിനാൽ സ്വാഭാവികമായും അയാൾ ഗൗരവ പ്രകൃതിയായിരിക്കും കർക്കശക്കാരനായിരിക്കും. ഭയം ചുറ്റും പ്രസരിപ്പിച്ചാവും അയാൾ ജീവിക്കുക. അത് ആ പ്രത്യേക വ്യവസ്ഥയുടെ നിലനിൽപ്പിനു വേണ്ടിയായിരുന്നു. എന്നാൽ ഇന്നോ? ചെറിയ വീട്. അച്ഛൻ, അമ്മ ഒന്നോ രണ്ടോ കുട്ടികൾ. മുതിർന്ന ഒന്നോ രണ്ടോ പേർ. മുതിർന്ന ആളുകൾ എപ്പോഴും വീട്ടിൽ ഉണ്ടാകണമെന്നില്ല. അപ്പോൾ വളരെ ചുരുക്കം പേരിൽ, ഭാര്യയും ഭർത്താവും ഒന്നുപോലെ സമ്പാദിക്കുന്ന, ഒന്നുപോലെ വിദ്യാഭ്യാസമുള്ളവർക്കിടയിൽ എന്തിനു.'ഞാൻ' ഭാവം? വിവാഹബന്ധത്തിലേർപ്പെട്ടാൽ അതു തീരുമാനിക്കുക. അതായതു സുഖവും ദുഃഖവും പ്രണയവും രതിയും, സർവ്വമാന ഫാന്റസികളും പെയ്തൊഴിയേണ്ടത് ആ രണ്ടു പേർക്കിടയിലാണെന്ന്. അതിനാൽ ആ രണ്ടു വ്യക്തികളെ സംബന്ധിച്ച നിസ്സാര കാര്യങ്ങൾ പോലും പരസ്പരം അറിയുക.

ആ അറിവു നിങ്ങൾ പോലുമറിയാതെ വിട്ടുവീഴ്ച്ചകൾക്കു നിങ്ങളെ ഒരുക്കും. മഴ പെയ്തു മരം പെയ്യും പോലെ സ്നേഹം പെയ്തു കൊണ്ടേയിരിക്കും. ഓർക്കുക പങ്കാളിക്കു നൽകുന്ന ഒരു ചുംബനം പോലും ഒരു സ്നേഹമുദ്രയാണെന്ന്. അവസാന ശ്വാസം വരെ തമ്മിൽ ചേർത്തിണക്കുന്ന മുദ്ര.

വാനോളം ഉയരത്തിൽ പെയ്യട്ടെ സ്നേഹമഴ.

OO

അധ്യായം 12

നെഗറ്റിവിറ്റി ഇല്ലാതാക്കൽ

വൈകുന്നേരം അമീഷിനെ മെഡിക്കൽ സ്റ്റോറിൽ വച്ചാണു കണ്ടത്..'എന്തു പറ്റി?' എന്ന ചോദ്യത്തിനു,.'വയ്യ ചേച്ചീ... തലവേദനയാണ്,' എന്നുത്തരം.

അമീഷ് ഏറ്റവും ആഹ്ലാദിക്കേണ്ട സമയമാണ്. കാത്തുകാത്തിരുന്ന് ഒരു കൺമണി പിറന്നിരിക്കുന്നു അവർക്ക്. പക്ഷേ, പ്രതീക്ഷിക്കാത്ത മ്ലാനത ആ മുഖത്തുണ്ട്. മരുന്നു വാങ്ങി ഇറങ്ങിയ എന്നോടൊപ്പം അമീഷും വന്നു. ഏതായാലും കുഞ്ഞിനെ കാണണം. ഞാൻ പറഞ്ഞു,.'ഒരു കാര്യം ചെയ്യാം ഞാൻ കൂടി വരുന്നു വീട്ടിലേക്ക്.'

'ചേച്ചിയെ കണ്ടതു നന്നായി. കുറേ പറയാനുണ്ട്. വിശ്വാസമുള്ള ആരോടെങ്കിലും ഒന്ന് പറയാനായാൽ...'

'അതിനെന്താ.. നമുക്കു നടന്നു കൊണ്ടു സംസാരിക്കാം.'

അമീഷ് പറഞ്ഞു തുടങ്ങി. പ്രശ്നങ്ങൾ മാത്രം. ജീവിതത്തിൽ ഇനി ഒരു തരി പ്രകാശം കടന്നു വരാനില്ലെന്ന മട്ടിലാണു സംസാരം. സാമ്പത്തിക പ്രശ്നങ്ങൾ, സ്വന്തം വീട്ടിൽ നിന്നുള്ള അവഗണന, ഭാര്യവീട്ടിൽ നിൽക്കുന്നതിലുള്ള സങ്കോചം, ഭാര്യ പരിഗണിക്കുന്നില്ലെന്ന സങ്കടം, ഭാര്യയുടെ അമ്മക്കു തന്നെ പുച്ഛമാണെന്ന കണ്ടെത്തൽ. അമ്മായിയച്ഛനു തന്നെ ഇപ്പോഴും ഉൾക്കൊള്ളാനാകുന്നില്ലെന്ന ദേഷ്യം, ഓഫീസിൽ മേലധികാരി വഴക്കു പറയുന്നു. കീഴ്ജീവനക്കാർ പരിഹസിക്കുന്നു.

ഒടുവിൽ പറഞ്ഞു നിർത്തിയതിങ്ങനെ.

'എന്റെ കുഞ്ഞ് അച്ഛനില്ലാതെ വളരേണ്ടി വരുമല്ലോ'

എന്താണീ ചെറുപ്പക്കാരൻ പറയുന്നത്? അയാളെ സംബന്ധിച്ച് കാത്തു കാത്തിരുന്ന് ഒരു കൺമണി ജനിച്ചിരിക്കുന്നു. ആഹ്ലാദത്തിന്റെ കൊടുമുടിയിൽ നിൽക്കേണ്ടയാൾ മരണത്തെക്കുറിച്ചു സംസാരിക്കുന്നു.

ഞാൻ അമീഷിനോട് സംസാരിച്ചു.

ആകാശത്തിനും ഉയരെ

ഒന്നാമതായി ഒരു ആരോഗ്യമുള്ള കുഞ്ഞിന്റെ അച്ഛനാണ് അമീഷ് ഇപ്പോൾ. കുഞ്ഞു ജനിക്കുന്നതിന് ഒരു മാസം മുമ്പു തന്നെ അയാൾക്ക് പ്രൊമോഷൻ കിട്ടിയിരുന്നു. ബാങ്കിലെ ലോൺ സിനിയുടെ അച്ഛൻ, ചിട്ടി പിടിച്ച് അടച്ചു തീർത്തു കഴിഞ്ഞു. സിനി ഒരാളോടും അമീഷിനെ മോശമാക്കി ചിത്രീകരിച്ചു സംസാരിച്ചിട്ടുമില്ല. അവൾക്കു ഭർത്താവിനെക്കുറിച്ച് അഭിമാനം മാത്രം.

പിന്നെയിത് എന്താണ്?

ഇതാണു മനുഷ്യമനസിനെ അപ്പാടെ തകിടം മറിക്കുന്ന നെഗറ്റീവ് ചിന്തകളുടെ ആക്രമണത്തിന്റെ ഫലം. നെഗറ്റീവ് ചിന്തകൾ കാർപ്പെറ്റ് ബോംബിങ്ങു പോലാണ്. നല്ല ചിന്തകളെ പറ്റെ ഇല്ലാതാക്കും. പ്രത്യാശയുടെ കിരണങ്ങൾ കണ്ടെടുക്കാനാകില്ല.

എന്താണു പരിഹാരം?

നഷ്ടമായ പ്രത്യാശ തിരിച്ചുപിടിക്കുക. അത്ര തന്നെ. അല്പം മനസ്സു വക്കുക. ക്രമേണ നമുക്കു ഉയർന്നു വരാനാകും.

ഒരാൾ സമതലത്തിലൂടെ നടന്നു വരികയാണെന്നു കരുതുക. പെട്ടെന്നു അവിടെ മറഞ്ഞു കിടന്ന ആഴമുള്ള കുഴിയിലേക്കയാൾ വീണുപോകുന്നു. ഇവിടെ നാമോർക്കേണ്ടതു സൂര്യപ്രകാശത്തിൽ നിന്നു പൊടുന്നനെ പ്രകാശം കടന്നു ചെല്ലാത്ത ഒരു കുഴിയിലേക്കു പതിക്കുന്നതിനെക്കുറിച്ചാണ്.

ആദ്യമൊരമ്പരപ്പ്. പിന്നെ പിടിച്ചു കയറുവാനുള്ള ശ്രമം, അതു കഴിഞ്ഞാൽ ആ അവസ്ഥയുമായുള്ള പൊരുത്തപ്പെടൽ. ഇതാണു പാറ്റേൺ. ആ അവസ്ഥയിൽ അധികനാൾ തുടരുമ്പോൾ അടുത്ത ഘട്ടം ജീവിതം അവസാനിപ്പിക്കുന്നതിനെക്കുറിച്ചുള്ള ചിന്തകളാവും നിറയുക. ഇതിനിടയിൽ ഒരു നിമിഷമുണ്ട്. പ്രത്യാശയുടെ വളരെ ചെറിയ പ്രകാശം കടന്നു വരുന്ന നിമിഷം. അതൊരു വ്യക്തിയുടെ ഇടപെടലാകാം, ഒരു വായന നൽകിയ ബോധമാകാം, പറഞ്ഞു കേട്ട വാക്യമാകാം, ചിലപ്പോൾ സ്വന്തം ഉപബോധമനസിന്റെ ഓർമ്മപ്പെടുത്തലാകാം.

ആ നിമിഷമാണു നമ്മളെ തിരികെ നല്ല ചിന്തകളിലേക്കു കൈപിടിച്ചു കയറ്റേണ്ടത്.

നെഗറ്റീവ് ചിന്തകൾക്കു ഒരു പ്രത്യേക സ്വഭാവമുണ്ട്. ഒരു ചിന്ത അടുത്ത മോശം ചിന്തയിലേക്കു മാത്രമേ നയിക്കൂ. ഒരു വട്ടം മനസ്സു വിമർശനബുദ്ധിയോടെ കാര്യങ്ങൾ നീക്കാൻ ശ്രമിച്ചാൽ തൊടുന്ന ചിന്തകൾ മുഴുവൻ ആ ചിന്തയുടെ കറയേറ്റുവാങ്ങും. ഇതിനു പരിഹാരം സ്വയം ആ കുഴിയിലേക്കു വീഴാതിരിക്കുക എന്നതു തന്നെയാണ്.

ഒരു കാര്യം കൂടി. നമ്മൾ നടന്നു പോകുന്നു. ആ വഴിയിൽ ഒരു കുഴി

യുണ്ട് എന്നു നമുക്കറിയാം. സ്വാഭാവികമായും നാം ശ്രദ്ധിക്കും. ഇനി എന്തെങ്കിലും കാരണവശാൽ എന്നിട്ടും അതിൽ വീണാൽ താരതമ്യേന അതിന്റെ ആഘാതം കുറവായിരിക്കും. കാരണം കുഴിയെക്കുറിച്ചൊരു ബോധം ആദ്യം തന്നെ നമുക്കുണ്ട്.

അതുപോലെ ഏതൊരു മനുഷ്യന്റെയും ജീവിതത്തിൽ ഒളിഞ്ഞിരിപ്പുണ്ട് ചില നെഗറ്റീവ് ചിന്തകളാൽ തീർത്ത കുഴികൾ. ആ കുഴികളെക്കുറിച്ചൊരു ധാരണയുണ്ടെങ്കിൽ അതിൽ വീണാലും അതിവേഗം പുറത്തു കടക്കുവാനാകും.

ഏറ്റവും രസകരമായ സംഗതി, പലപ്പോഴും നാം അനുവദിച്ചു നൽകുന്നതു കൊണ്ടു മാത്രമാണം നെഗറ്റീവ് ചിന്തകൾ നമ്മെ അപ്പാടെ കവരുന്നത് എന്നതാണ്.

എങ്ങനെ നമുക്കു സ്വയം സംരക്ഷിക്കാം?

1. ജീവിതമെന്നതു നിരപ്പായ പാതയല്ല എന്ന തിരിച്ചറിവ്. കയറ്റിറക്കങ്ങൾ ജീവിതത്തിന്റെ ഭാഗമാണ്. കയറ്റങ്ങളിൽ ആഹ്ലാദിക്കുമ്പോൾ തന്നെ വീഴ്ചകളിൽ തളരില്ല എന്നുകൂടി ഉറപ്പിക്കണം.

2 നിത്യവും മനസിനു വെളിച്ചം നൽകുന്ന എന്തെങ്കിലും വായിക്കുക, കേൾക്കുക.

3. വിശ്വാസം അഥവാ ആത്മീയത ഒരു വലിയ അളവിൽ മോശം ചിന്തകളുടെ കടന്നുവരവു തടയും. ഒരു അഭൗമ ശക്തി തന്റെ തുണക്കുണ്ടാകുമെന്ന വിശ്വാസം ഒരു പരിധിവരേയും നമ്മളെ അതിഭയങ്കരമായ ആഘാതങ്ങളിൽ നിന്നു സംരക്ഷിക്കും.

4. എപ്പോഴും എന്തെങ്കിലും കാര്യത്തിൽ പ്രവർത്തനനിരതരാകുക. എക്കാലവും ലക്ഷ്യം വേണമെന്നു ചുരുക്കം.

5. അലസമായിരിക്കുന്ന സമയങ്ങളിലാണു പൊതുവേ നാം ചെകുത്താനെ സ്വാഗതം ചെയ്യുക. മെല്ലെ കുത്തിത്തിരിപ്പുകൾ മനസ്സിൽ ആരംഭിക്കും.

6. ഒരാളെക്കുറിച്ചൊരു മോശം ചിന്ത ഉടലെടുത്താൽ, അതാരുമാകട്ടെ, ആ വ്യക്തിയും നമ്മളും തമ്മിൽ എത്രമാത്രം കണക്ട് ചെയ്യപ്പെട്ടിരിക്കുന്നുവെന്നു കണക്കുകൂട്ടുക. ഉദാഹരണത്തിനു ജോലി ചെയ്യുന്ന സ്ഥാപനത്തിലെ ഒരു വ്യക്തിയെക്കുറിച്ച് ഒരു മോശം കാര്യം അറിയുന്നു.

ഇനി വേണ്ടതു ചില ചോദ്യങ്ങൾക്ക് ഉത്തരമാണ്.

1) ആ വ്യക്തിയുമായി നമുക്ക് വ്യക്തിബന്ധം ഉണ്ടോ ഇല്ലയോ?

2) ആ വാർത്ത ഓഫീസ് പ്രവർത്തനത്തെ ബാധിക്കുന്നതാണോ?

3) അറിഞ്ഞ കാര്യം വ്യക്തതയുള്ളതാണോ?

4) നേരറിവുണ്ടോ? അതോ കേട്ടുകേൾവിയോ?

5) വാർത്തയുടെ ഉറവിടത്തിന്റെ വിശ്വാസ്യത?

6) നമ്മുടെ തോന്നലാണോ? സംശയമാണോ?

ഈ ചോദ്യങ്ങൾക്ക് കൃത്യമായ ഉത്തരം ലഭിച്ചാൽ അതു വിശകലനം ചെയ്തു മാത്രമേ ഒരു ചുവടു പോലും മുന്നോട്ടു വയ്ക്കാവു.

എത്ര മുൻ കരുതലെടുക്കുമ്പോഴും ഇടക്കൊരു ഇടർച്ച സംഭവിക്കാം. അപ്പോൾ പരമാവധി അത്തരം ചിന്തകൾ കൂടുതൽ രൂപപ്പെടുന്നതു തടഞ്ഞു കൊണ്ടു വളരെ സന്തോഷം തരുന്ന പ്രവർത്തികളിൽ ബോധപൂർവ്വം ഏർപ്പെടുക. മനസ്സിനു മേൽ കൃത്യമായി പിടിമുറുക്കുക. ഓരോ തവണയും ശ്രദ്ധ ബോധപൂർവ്വം നല്ല ചിന്തകളിലേക്ക് കൊണ്ടുവരിക.

ആ ഘട്ടം കടന്നു കഴിഞ്ഞാൽ സമാധാനിക്കാം....

നമ്മൾ വിജയിച്ചു കഴിഞ്ഞു.

അമീഷിന്റെ വീട്ടിലെത്തുമ്പോൾ ചേച്ചി പുറത്തേക്കിറങ്ങുവാൻ നിൽക്കുന്നു. കുറച്ചു സാധനങ്ങൾ വാങ്ങണം. ചേച്ചി തിരികെ വന്നിട്ടേ ഞാൻ പോകൂ എന്നു പറഞ്ഞതോടെ അമീഷിനോടും സിനിയോടും കുറച്ചു നേരം സംസാരിക്കാനുള്ള സാധ്യതയും വന്നു. രണ്ടുപേരോടും സംസാരിക്കുവാൻ ആവശ്യപ്പെട്ടപ്പോൾ വെറും തോന്നലുകളും സ്വന്തം വീട്ടിൽ നിന്നുള്ള പിന്തുണയില്ലായ്മയിൽ നിന്നും ഉണ്ടായ നിരാശയുമൊക്കെ ച്ചേർന്നാണു അമീഷിന്റെ മനസ്സുലച്ചതെന്നു വ്യക്തമായി. സിനി ഇട്ടു കൊടുത്ത ചൂടു കാപ്പി കുടിച്ചതോടെ അമീഷിന്റെ തലവേദനയും പമ്പ കടന്നു. അതോടെ ചേച്ചി വരാൻ കാത്തു നിൽക്കാതെ അവരോടു യാത്ര പറഞ്ഞു ഞാനിറങ്ങി. അതെ, ഇനി അവർ തമ്മിലാണല്ലോ കൂടുതൽ മനസ്സു തുറക്കേണ്ടത്.

ലക്ഷ്യം ആകാശത്തിനും ഉയരത്തിലെന്നു നിശ്ചയിക്കുമ്പോഴും, സ്വന്തം മനസ്സിന്റെ അടിത്തട്ടിൽ മറഞ്ഞിരിക്കുന്ന നിരാശയുടെ പടുകുഴിയിൽ പെട്ടു പോകില്ല എന്നു തീരുമാനിക്കുന്നതും പ്രധാനമാണ്.

൦൦

അധ്യായം 13

നന്മ നിറഞ്ഞവൻ വിജയിയാകുമോ?

പഴയ കഥകളിലെല്ലാം നല്ല മനുഷ്യർ വിജയിച്ചിരുന്നു. എന്നാൽ റിയൽ ലൈഫിൽ നല്ല മനുഷ്യരെന്നു നമ്മൾ കരുതുന്നവരൊക്കെ വിജയിച്ചവരല്ലതാനും. എന്താണങ്ങനെ?

കാര്യമിതാണ്. നമ്മൾ നല്ല മനുഷ്യർ എന്നു പറയുന്നവരൊക്കെ വളരെ സാധാരണ ജീവിതമാണ് നയിക്കുന്നത്. എന്നാൽ അൽപ്പം വില്ലത്തരം കാണിക്കുന്നവർ നമ്മൾ ചിന്തിക്കുന്നതിനും മുകളിലെത്തുന്നുമുണ്ട്. സ്ക്കൂളിൽ നല്ല തല്ലുകൊള്ളികളായിരുന്നവരാകും പിന്നീടു വലിയ നിലകളിൽ എത്തുന്നത്. ഇത് എങ്ങനെ വിശദീകരിക്കും?

ശരിയാണ്. അല്പം കുഴപ്പിക്കുന്ന ചോദ്യം. വിശദീകരണം ആവശ്യമുണ്ട്. സാധാരണ ഗതിയിൽ പാവം, നല്ലയാൾ തുടങ്ങിയ വിശേഷണങ്ങൾ നമ്മൾ ചാർത്തിക്കൊടുക്കുന്നത് അധികം പ്രതികരിക്കാത്ത മനുഷ്യർക്കാണ്.

എന്തുകൊണ്ടാണ് എല്ലാ കാര്യങ്ങളും വളരെ കൃത്യമായി ചെയ്യുകയും ദുഃശ്ശീലങ്ങൾ ഒന്നുമില്ലാതിരിക്കുകയും ചെയ്തിട്ടും ബഹുഭൂരിപക്ഷം വരുന്നവരും വെറും സാധാരണ ജീവിതം ജീവിച്ചു തീർക്കുന്നത്? എന്തുകൊണ്ടാണു ലോകമറിയുന്ന, അല്ലെങ്കിൽ രാജ്യമറിയുന്ന, അതുമല്ലെങ്കിൽ കുറച്ചധികം പേർക്ക് ഉപജീവനം നൽകുന്ന ഒരാളാകാൻ അവർക്കു സാധിക്കാത്തത്?

അതിനു വ്യക്തമായ ചില കാരണങ്ങളുണ്ട്.

മനുഷ്യൻ എല്ലാക്കാര്യത്തിലുമൊരു താളം സൂക്ഷിക്കുന്ന ജീവിയാണ്. മിനിറ്റിൽ എഴുപത്തിരണ്ടു തവണ മിടിക്കുന്ന ഹൃദയം., ഒരു പ്രത്യേക മർദ്ദത്തിൽ മാത്രം രക്തം പമ്പു ചെയ്യുന്നു. ഇത്ര ശതമാനം മാത്രം ഗ്ലൂക്കോസ് രക്തത്തിൽ കാണപ്പെടണം. അതുപോലെ ഓരോന്നും. കേൾവി, കാഴ്ച്ച, അങ്ങനെ പഞ്ചേന്ദ്രിയങ്ങൾ, ശാരീരിക പ്രവർത്തനങ്ങൾ ഇവയൊക്കെ നമ്മൾ ക്രമീകരിച്ചിരിക്കുകയാണ്. ആ പാറ്റേൺ മാറിയാ

ലോ? രോഗിയായി. പിന്നെ മരുന്ന്, മന്ത്രം....

മനുഷ്യന്റെ ഈ പരിമിതി അവന്റെ ചിന്തയിലും കടന്നു വരുന്നു. ഒരാൾ വിജയിയാകുക എന്നു പറഞ്ഞാൽ അതിനർത്ഥം അയാൾ പരമ്പരാഗത ചിന്താധാരകളെ പൊളിച്ചെറിഞ്ഞു കൊണ്ടു ചിന്തിക്കുവാൻ തുടങ്ങുന്നുവെന്നാണ്. ഒരു വ്യക്തിയിൽ അന്നോളമാരും ചിന്തിക്കാത്തൊരു ചിന്താധാരയുണ്ടാവുകയും, അതു പ്രവർത്തിപഥത്തിലെത്തുകയും ചെയ്യുമ്പോഴാണയാൾ അതിൽ വിജയിക്കുക. ജീവിതമെന്നാൽ ഒരു ഫോർ ലൈൻ ബുക്കാണെന്നും അതിനുള്ളിൽ കുടുങ്ങിക്കിടക്കുന്ന അക്ഷരങ്ങളുടെ അതേ പരിമിതി സ്വാഭാവികമാണെന്നും ധരിക്കുന്ന ഒരാൾക്കു വളരെ സാധാരണമായ ഒരു ജീവിതം മാത്രമേ നയിക്കുവാനാകൂ.

അപരിചിതമായ വഴിയിലൂടെ അസമയത്ത് ഒറ്റക്കു സഞ്ചരിക്കുമ്പോൾ തോന്നുന്ന ഭയം ഒരു വിജയി അയാളുടെ ജീവിതത്തിൽ പലവട്ടം തരണം ചെയ്തിരിക്കും. അയാളിൽ ലജ്ജയുണ്ടാകില്ല. അയാൾ സ്വയം അവനവനെ ലോകത്തിനു പരിചയപ്പെടുത്തും, ആട്ടിയോടിക്കലും പരിഹാസവും വിജയത്തിന്റെ വഴിയിലെ ഓരോ മൈൽക്കുറ്റികളാണ്, ഓരോ നിരാകരണവും അടയാളപ്പെടുത്താം. കാരണം നാളെ വിജയിക്കുമ്പോൾ മുഖത്തു വിടരുന്ന പ്രകാശം തന്നെ അവഹേളിച്ചവർക്കുള്ള മറുപടിയാണ്.

ഒരു പാവം നല്ല മനുഷ്യന് ഉള്ള ഒരു കുറവ്, അവനവനിലുള്ള വിശ്വാസമില്ലായ്മയാണ്. ഭയമുണ്ട്, ഒപ്പം ആത്മവിശ്വാസക്കുറവുമുണ്ട്. താനത് എങ്ങനെ ചെയ്യും? തനിക്കത് ചെയ്യാനാകുമോ? എന്ന ചിന്തയാകും മുന്നിൽ. അങ്ങനെയൊക്കെ ചിന്തിക്കാൻ മറ്റുള്ളവർക്കേ സാധിക്കൂ, ഞാനൊരു ജീനിയസ്സല്ല. ഇത്തരം ചിന്തകൾ ആത്മവിശ്വാസക്കുറവിന്റെ കൂട്ടുകാരാണ്.

ഒന്നോർത്തു നോക്കൂ, ഒരു ജീനിയസിന്റെ മകനല്ല മറ്റൊരു ജീനിയസ്, അതായതു പാരമ്പര്യമെന്ന ഘടകത്തിന് ഇക്കാര്യത്തിൽ യാതൊന്നും ചെയ്യുവാനില്ലെന്നർത്ഥം. സ്വന്തം ജീവിതത്തിൽ ധീരതയോടെ തീരുമാനങ്ങളെടുക്കുന്ന ഒരാളാണ് ജീനിയസ്. അയാൾക്ക് വേറിട്ട ചിന്തകളും അവ നടപ്പിലാക്കുവാനുള്ള അസാധാരണ ഇച്ഛാശക്തിയുമുണ്ടാകും. ഷേക്സ്പിയറിനെ നമുക്കറിയാം, ഐൻസ്റ്റീനേയും, ഐസക് ന്യൂട്ടണേയും അറിയാം, അവരുടെ മക്കളെക്കുറിച്ചോ?

ഒരാൾ വിജയിയാകുന്നത് ഒരു പൂവ് വിരിയുന്ന പോലെ വളരെ സ്വാഭാവികമായി സംഭവിക്കുന്നതല്ല. മറിച്ച് അയാളുടെ ജീവിതമുഴിഞ്ഞുവച്ചു നേടിയെടുക്കുന്നതാണ്. അയാൾ ആൾക്കൂട്ടത്തേക്കാൾ, ഏകാന്തത യിഷ്ടപ്പെടുന്നു. കാരണം സ്വതന്ത്രമായ ചിന്തകൾ തടസ്സമില്ലാതെ പ്രവ

ഹിക്കുവാൻ ഏകാന്തത അനിവാര്യമാണ്. എഴുത്തുകാരൻ ആൾക്കൂട്ടത്തിനിടയിലിരുന്ന് എഴുതുവാൻ ശ്രമിച്ചാൽ അയാൾ വാക്കുകൾ നഷ്ടപ്പെട്ട് എഴുത്തുപേക്ഷിക്കേണ്ടി വരും. അതല്ലെങ്കിലയാൾക്കു തീരെ മികവില്ലാത്തൊരു സൃഷ്ടിക്കു ജന്മം നൽകേണ്ടി വരും.

മികച്ച രചനകൾ ഏകാന്തതയിൽ നിന്നു പിറവി കൊള്ളുന്നവയാണ്. അതിനാൽ ഏകാന്തതയെന്ന വാക്കിനു വിജയമെന്ന വാക്കിനോളം തന്നെ പ്രാധാന്യമുണ്ട്. എന്നാൽ അനുനിമിഷം ശ്രദ്ധ തെറ്റിക്കുന്ന ഒരിടത്തിലാണെങ്കിലോ. ഫോൺ, ലാപ്പ് ഇവയൊക്കെ കൃത്യമായി നമ്മെ ശ്രദ്ധ നിലനിർത്താനാകാത്തവരുടെ ഒരു ലോകത്തേക്കു പിടിച്ചു വലിക്കുകയാണ്. കത്തി കൊണ്ട് പച്ചക്കറി മുറിക്കാം. അതേ കത്തി കൊണ്ട് ഒരാളെ കൊല്ലാനുമാകും. അപ്പോൾ തെറ്റ് കത്തിയുടേയോ അതോ അതു പ്രവർത്തിപ്പിക്കുന്ന മനസ്സിന്റേയോ?

മൊബൈൽ ആവശ്യമാണ്. വിവരങ്ങൾ കൈമാറാൻ. എന്നാൽ സോഷ്യൽ മീഡിയകളിൽ നിമിഷം പ്രതി നിറയുന്ന വാർത്ത അപ്രകാരം നാമറിയേണ്ടതുണ്ടോ? ടിവി നല്ലതാണു വിശ്രമസമയം അലസമായി ചെലവിടാൻ. എന്നാലത് എപ്പോഴും കണ്ടു കൊണ്ടിരുന്നാൽ?

വിവരങ്ങൾ സെർച്ച് ചെയ്യുന്നതു നല്ലതു തന്നെ. പക്ഷേ, അറിയേണ്ട വിവരങ്ങൾ മാത്രമാണോ എപ്പോഴും സെർച്ച് ചെയ്യാറ്?

അപ്പോൾ ശ്രദ്ധ പാളുന്ന കാര്യങ്ങളിൽ അടിക്കടി ഇടപെട്ട്, ഒരു മിനിറ്റ് പോലും ശ്രദ്ധയോടെയിരിക്കുവാനാകാത്തവരുടെ മനസിൽ നിന്നും ലോകത്തെ മാറ്റിമറിക്കുന്ന ഒരു കണ്ടുപിടുത്തമുണ്ടാകുമോ? എന്തിനു ജീവിതത്തെ പോസിറ്റീവ് ആയി നിലനിർത്തുന്ന ഒരു ചിന്തയെങ്കിലും കടന്നു വരുമോ?

ചിന്തകളെ തേച്ചുമിനിക്കുകയെന്നാൽ, അതിനുള്ള സാഹചര്യമൊരുക്കണം. നല്ല ചിന്തകളാണ് നല്ല ആശയങ്ങളായി മാറുന്നതും വിജയത്തിലേക്ക് നയിക്കുന്നതും. പഞ്ചേന്ദ്രിയങ്ങളെ അടക്കിനിർത്തി കൊണ്ട് ഏകാന്തധ്യാനം എന്നതൊന്നും ആധുനികകാലത്ത് അത്ര സമർത്ഥമായി നടക്കണമെന്നില്ല. പിന്നെ, എന്തുചെയ്യാനാവും? ഇത്തരം കാര്യങ്ങൾക്ക് വേണ്ടി കൃത്യമായി അൽപ്പം സമയം മാറ്റിവെക്കുകയെന്നതു മാത്രമാണ് ഇതിനുള്ള പ്രതിവിധി. നേരത്തെ ഉണർന്നെഴുന്നേൽക്കുക, ചിന്തിക്കുക, എഴുതി വെക്കുക, നടപ്പിലാക്കാനുള്ള ആശയത്തെ പൂർത്തീകരിക്കുക.

ഭയത്തെ അതിജീവിച്ച്, അവനവനിലെ വിശ്വാസം ഏകാന്തതയിൽ പരിപൂർണ ശ്രദ്ധയോടെ, പരിശോധിച്ചും വികലനം ചെയ്തും പഠനം നടത്തിയും ക്രമേണ വിജയത്തിലേക്കു നടന്നടുക്കുകയാണു വേണ്ടത്. സ്വന്തം പരിമിതികളെ നിഷ്പ്രഭമാക്കി വേണം ജീവിതത്തിൽ മുന്നേറ

ണ്ടത്. വിജയിക്കുക എന്ന ആഗ്രഹം ഒരു ഉത്തേജകമാണ്. അത് എല്ലാവരിലുമുണ്ട്. പക്ഷേ, തിരിച്ചറിയണമെന്നു മാത്രം!

മഹാത്മാഗാന്ധി, മോഹൻദാസ് കരംചന്ദ് ഗാന്ധി മാത്രമായി ജീവിച്ചു മരിച്ചിരുന്നുവെങ്കിൽ ആരാണ് ആ നാമം ഓർക്കുക?.'മഹാത്മാവ്' എന്ന പദം ഒരു രാജ്യത്തിന്റെ മാത്രം ആദരവല്ല, മറിച്ചു ലോകം നൽകുന്നതാണ്. ധീരത, സത്യസന്ധത, വേറിട്ട ചിന്ത, അവയ്ക്കു വേണ്ടി ഉഴിഞ്ഞുവച്ച ജീവിതം. ഒപ്പം ധ്യാനം നൽകുന്ന ആത്മബലം ഇവയാണ് എം. കെ. ഗാന്ധിയെ മഹാത്മാ എന്ന വിശേഷണത്തിലേക്കുയർത്തിയത്.

വിജയമെന്നതൊരു കിട്ടാക്കനിയല്ല. ഉയർന്നുപറക്കുവാൻ വേണ്ടതു ധീരതയും, പരിശ്രമവും, ത്യാഗവും, ധ്യാനവുമാണ്.

OO

അധ്യായം 14

താനേ മുളയ്ക്കുന്ന ആത്മവിശ്വാസം

എല്ലാവരും പറയും ആത്മവിശ്വാസമുണ്ടായാൽ മതി. ഒക്കെ ശരിയാകുമെന്ന്. പക്ഷേ, ഈ ആത്മവിശ്വാസം എങ്ങനെയുണ്ടാകുമെന്നു മാത്രം മിണ്ടില്ല. വഴികൾ പറയാനെന്തെളുപ്പം, പക്ഷേ ആ വഴി വരെ എത്തിക്കിട്ടാത്തവരെ ആരു ശ്രദ്ധിക്കാൻ?

ലീനയാണു വലിയ വായിൽ ഇങ്ങനെ പരാതി പറയുന്നത്. നിരന്തരം പരിശ്രമിച്ചിട്ടും ലീനക്ക് ഇതുവരെ അവളുടെ ലക്ഷ്യം നേടാനായിട്ടില്ല. അതിന്റെ പ്രധാന കാരണം ഓരോ വട്ടം പരാജയപ്പെടുമ്പോഴും ലീന തന്റെ ലക്ഷ്യം മാറ്റുന്നു എന്നതാണ്. പക്ഷേ, പുറത്തു പറയുന്ന കാരണമോ? ഞാനെന്റെ പരമാവധി ചെയ്തു ഇനി അക്കാര്യത്തിലെനിക്കൊന്നും ചെയ്യാനില്ല എന്ന നിലപാടും.

പരാജയങ്ങളിൽ ഉടഞ്ഞു പോകേണ്ടതാണോ ആത്മവിശ്വാസം?

ആത്മവിശ്വാസമാണു വിജയത്തിലേക്കു നമ്മെ കൈ പിടിച്ചു കൂട്ടേണ്ടത്. ഉരുക്കു പോലെ ശക്തമായ ആത്മവിശ്വാസമാണു നാം ഉണ്ടാക്കിയെടുക്കണ്ടത് എന്നതാണു സത്യം.

എന്താണതിനു മാർഗ്ഗം?

ആദ്യമായി മനസിലാക്കേണ്ടതു പരാജയം എന്നത് അവസാനവാക്കല്ല എന്നതാണ്. സിനിമയുടെ അന്ത്യത്തിൽ പണ്ടുകാലങ്ങളിൽ വെണ്ടക്ക അക്ഷരത്തിൽ.'ശുഭം' എന്നെഴുതി കാണിക്കുമായിരുന്നു. അതായത് ഇനി ഇരുന്നിട്ടു കാര്യമില്ല, കഥ തീർന്നുവെന്നു തന്നെ അർത്ഥം. ലക്ഷ്യത്തിലേക്കുള്ള യാത്രയിൽ സംഭവിക്കുന്ന ഒരു പരാജയം പോലും ലക്ഷ്യത്തിലെത്താതിരിക്കുവാനുള്ള കാരണമായി എണ്ണാതിരിക്കുക. വാരികകളിലെ തുടർനോവലുകളിൽ ഉദ്വേഗജനകമായ ഭാഗത്തെ.'തുടരും' വായിച്ച് അടുത്ത ആഴ്ചത്തേക്കായി കാത്തിരുന്നവരുരുടെ ഒരു തലമുറ നമ്മുടെ നാട്ടിലുണ്ട്. അതേ കാത്തിരിപ്പ്, അതേ തീവ്രത, അതാവണം

പരാജയത്തിനോടുള്ള നമ്മുടെ നിലപാട്.

അതായതു പണ്ടു കാലങ്ങളിൽ നിധിവേട്ടക്കിറങ്ങിയവരുടെ ചങ്കുറപ്പു തന്നെയാണ് ഇന്നു നമ്മുടെ ലക്ഷ്യത്തോടും തോന്നേണ്ടത്.

തോറ്റു പോകുമെന്ന് ഉറപ്പിച്ച യുദ്ധങ്ങൾ ആൾബലം കുറഞ്ഞ, ആയുധ ശക്തി കുറഞ്ഞ ചെറു രാജ്യങ്ങൾ കീഴടക്കിയ ചരിത്രം നമ്മുടെ മുന്നിലുണ്ട്. അവനവനിലുള്ള വിശ്വാസത്തെക്കാൾ വലിയ ആയുധം ഇനി ഉണ്ടാകേണ്ടിയിരിക്കുന്നു.

നമ്മുടെ തലച്ചോറിനൊരു പ്രത്യേകതയുണ്ട്.

അത് ആയിരക്കണക്കിനു വർഷങ്ങൾക്കു മുൻപ് രൂപപ്പെട്ട ചില ധാരണകൾ ഇന്നും ഓർമയിൽ പേറുന്നുണ്ട്. അന്നു മനുഷ്യന്റ ശത്രു, വന്യമൃഗങ്ങളും പ്രകൃതി ശക്തിയുമായിരുന്നു. മൃഗങ്ങൾ ആക്രമിക്കാം, വലിയ മഴയോ, വെയിലോ, മഞ്ഞോ എന്തിന് ഇടി മിന്നൽ പോലുമോ ജീവനെടുത്തേക്കാം. ആ ഭയം ഇന്നും നമ്മളിൽ മറഞ്ഞിരിക്കുന്നു. ചുറ്റുപാടിനെ ഭയക്കുന്ന ചിന്തകൾ. അതിനാൽ തന്നെ പരാജയഭീതിയൊരു സ്ഥിരാങ്കമായി നമ്മുടെ മനസ്സിൽ ഒളിഞ്ഞിരിപ്പുണ്ട്. എന്തിലുമേതിലും ഒരു കുറവു കണ്ടെത്താൻ മനസ്സു തയ്യാറാവും. നല്ലൊരു പ്രസന്റേഷനൊടുവിൽ ഒരു അസൂയക്കാരനൊഴികെ മറ്റെല്ലാവരും അഭിനന്ദിച്ചാലും മനസ്സു തളരും..'എന്നാലും...' എന്നൊരു ചിന്ത. വലിയൊരു വിജയത്തിനിടയിലെ ചെറിയ പാളിച്ചയിലുടക്കി പതറിപ്പോകുന്ന ഈ ശീലമാണു വില്ലൻ.

ഒരു ദിവസം വളരെ മനോഹരമായി നീങ്ങുന്നതിനിടയിൽ ഏതു വിശേഷ ദിവസത്തിലും ഒന്നു പിണങ്ങുന്ന, കലഹം കൂട്ടുന്ന, പഴയ കാര്യങ്ങൾ ചികഞ്ഞ്,.'എന്നാലും...' എന്ന് മനസ്സ് അസ്വസ്ഥമാക്കുന്ന ചിലരെ കണ്ടിട്ടില്ലേ? ആത്മവിശ്വാസത്തിന്റെ തോത് അവരിൽ വളരെ കുറവായിരിക്കും.

നമ്മുടെ മനസ്സു വിജയത്തേക്കാൾ കരുതലോടെ ശ്രദ്ധ വക്കുക പരാജയങ്ങളിലാണ്. ഇതു ശരിക്കും നമ്മുടെ ആത്മവിശ്വാസത്തെ ബാധിക്കുന്ന ഒന്നാണ്.

ഒരു ലക്ഷ്യം കുറിച്ചു കഴിഞ്ഞാൽ വളരെ കൃത്യമായൊരു വിജയമാണു മനസ്സു പ്രതീക്ഷിക്കുക. എന്നാൽ ലക്ഷ്യത്തിലേക്കുള്ള പാതയിൽ അവിചാരിതമായ മാറ്റങ്ങളും പ്രതിസന്ധികളും രൂപം കൊള്ളാം. നാം തിരിച്ചറിയേണ്ടത് ആ പ്രതിസന്ധികളെ നേരിടുമ്പോൾ ആർജിക്കുന്ന കഴിവുകളെക്കൂടിയാണ്. അവിടെ പ്രതിസന്ധി എന്ന വാക്കിനെ പരാജയമെന്നെണ്ണാതെ ആ പ്രതിസന്ധി നേരിടുന്നതിലൂടെ നേടുന്ന അനുഭവത്തിന്റെ കരുത്തും വളരെ പ്രധാനമാണെന്നു കണക്കുകൂട്ടുക.

ആത്മവിശ്വാസമുണ്ടാകുവാൻ മനസിനെ പരിശീലിപ്പിക്കേണ്ടതായിട്ടുമുണ്ട്. കാരണം, ആത്മവിശ്വാസമെന്നതു ശരീരത്തിലെയൊരു മസിൽ പോലെയാണ്. വർക്കൗട്ട് എടുക്കുന്നതനുസരിച്ചു ബലം വർദ്ധിക്കുന്ന മസിലിനോടു മനസ്സിലെ ആത്മവിശ്വാസത്തേയും ഉപമിക്കാം. നിരന്തരമുള്ള പരിശീലനം ആത്മവിശ്വാസം വർദ്ധിപ്പിക്കും.

ആദ്യ ഘട്ടത്തിൽ നിത്യവും നമ്മുടെ ജീവിതത്തിലുണ്ടാകുന്ന ഒന്നോ രണ്ടോ നല്ല കാര്യങ്ങൾ ഓർത്ത് അതു കുറിച്ചു വയ്ക്കാം. അതിനെക്കുറിച്ചു മനസ്സിനെ ബോധ്യപ്പെടുത്തുവാൻ ഏറ്റവും നല്ലത് എഴുതി വയ്ക്കുന്നതാണ്. ക്രമേണ അവ എഴുതുന്നതിലൂടെ മനസ്സു നെഗറ്റീവ് ചിന്തകളിൽ നിന്നു മാറി, സന്തോഷം നൽകുന്ന കാര്യങ്ങളിലേക്കു ശ്രദ്ധ കേന്ദ്രീകരിക്കും. അതു കുഞ്ഞുകുഞ്ഞു പരാജയങ്ങളിൽ മനസു തളരാതെ കാക്കും. ഇതു ലക്ഷ്യം നേടാനായി നീണ്ട കാലം പ്രയത്നിക്കുവാനുള്ള ശക്തി നൽകും.

ലക്ഷ്യത്തിലേക്കുള്ള പാതയിൽ തടസങ്ങൾ സ്വാഭാവികമാണ്. തടസങ്ങളെ ഭയന്നു ലക്ഷ്യങ്ങൾ ഉപേക്ഷിക്കുന്നതു വെള്ളത്തിനായി പറമ്പു നിറയെ കുഴിയെടുക്കുന്നതു പോലെയാണ്. തടസങ്ങളിൽ തളർന്നു പോകാതെ അതിൽ അവസരങ്ങൾ കണ്ടെത്തുകയാണു വിജയികൾ ചെയ്യുക. തിരിച്ചടികൾ പുതുതായി ചിലതു പഠിപ്പിക്കുന്നുണ്ട്. അവ പുതു അവസരങ്ങൾ സൃഷ്ടിക്കുന്നുമുണ്ട്. ദിവസവും സ്വന്തം മനസിനോടു സംസാരിക്കുക. നേട്ടങ്ങൾ മനസിലുറപ്പിക്കുക. മുന്നോട്ടു കുതിക്കാനുള്ള ശക്തി അതു നൽകും.

ഉയരേക്കു കുതിച്ചുയരുവാനുള്ള കഴിവ് ആദ്യത്തെ പറക്കലിൽ സംഭവിക്കുന്ന ഒന്നല്ല. കാലവും പ്രയത്നവുമാണ് അതിലേക്ക് ഉയർത്തുക.

അധ്യായം 15

അന്യരുടെ കുറ്റം കാണേണ്ടതുണ്ടോ?

സത്യത്തിൽ എനിക്കു വല്ലാതെ ദേഷ്യം വരുന്നുണ്ട്. ഞാൻ മാത്രം നേരത്തേ വരുന്നു. കൂടുതൽ ജോലി ചെയ്യുന്നു. ബാക്കിയുള്ളവർക്ക് ഒന്നുമറിയണ്ട.

മഹേഷ് രാവിലെ പരിഭവത്തിലാണ്. ഓഫീസിൽ ചില ജോലികൾ മഹേഷിനെ പ്രത്യേകം ഏൽപ്പിക്കാറുണ്ട്. അതയാൾ നന്നായി ചെയ്യാറുമുണ്ട്. പക്ഷേ, ഒരു കുഴപ്പം മാത്രം. ജോലിയൊക്കെ ഭംഗിയായി ചെയ്തു കഴിഞ്ഞു മഹേഷ് പരിഭവം പറയാൻ തുടങ്ങും. താൻ മാത്രം കൂടുതൽ ജോലി ചെയ്യുന്നു എന്നു തുടങ്ങി മറ്റുള്ളവരുടെ കുറ്റങ്ങൾ വരെ.

പലപ്പോഴും നാമിങ്ങനെ പെരുമാറാറുണ്ട്.

ഒരു കഥ പറയാം.

ഒരു വീട്ടിൽ, അച്ഛൻ തന്റെ രണ്ടു മക്കളോടും രാവിലെ അഞ്ചു മണിക്കുണർന്നു പഠിക്കണമെന്ന് ആവശ്യപ്പെട്ടു. അതനുസരിച്ചു മൂത്ത മകൻ എഴുന്നേറ്റു പഠിക്കുകയും ചെയ്തു. എന്നാൽ ഇളയ മകൻ അലാറം ഓഫാക്കി ഉറക്കം തുടർന്നു. ഇതു കണ്ടു മൂത്ത മകൻ പരിഭവം തുടങ്ങി. കണ്ടില്ലേ അവൻ സുഖമായുറങ്ങുന്നു എന്നു പരാതിയായി.

ഇതു കേട്ട് അച്ഛൻ പറഞ്ഞു.

'അതു നീ നോക്കേണ്ട കാര്യമുണ്ടോ? അഞ്ച് മണിക്കുണരണം എന്നു നിന്നോടു പറഞ്ഞതു പ്രകാരം നീ പ്രവർത്തിച്ചു. നീ അനിയൻ ഉറങ്ങുന്നതിനെക്കുറിച്ചു ചിന്തിക്കേണ്ടതുണ്ടോ? നമ്മൾ എന്തു ചെയ്യുന്നു എന്നതാണു പ്രധാനം. അല്ലാതെ മറ്റുള്ളവർ എന്തു ചെയ്യുന്നില്ല എന്നതിലല്ല.'

പല ഓഫീസുകളിലും നടക്കുന്ന കാര്യമുണ്ട് അന്യന്റെ കുറവുകൊണ്ടു സ്വയം വിജയിയാണെന്നു തെറ്റിദ്ധരിപ്പിക്കുന്ന ഇടപാട്. ഓഫീസുകളിൽ പലതരം ആൾക്കാരുണ്ടാകും. ചിലർ അവനവൻ ചെയ്യുന്ന ജോലിയുടെ കണക്കെടുപ്പിനൊപ്പം മറ്റുള്ളവരിലെ ന്യൂനതയും, കൂടാതെ

അവരെന്തു ചെയ്യുന്നില്ലെന്നു കണ്ടുപിടിക്കാൻ തുനിയുകയും ചെയ്യും.

എന്നാലൊരു യഥാർത്ഥ വിജയി അത്തരത്തിലൊരു നീക്കം നടത്തില്ല. കാരണം, ഒരാൾ വിജയിക്കേണ്ടത് അയാളുടെ കഴിവിനെ പ്രതിയാണ്. അയാളുടെ മറ്റുള്ളവരോടുള്ള പെരുമാറ്റം, ചെയ്യുന്ന പ്രവർത്തിയിലുള്ള ശ്രദ്ധ. അതിനോടുള്ള ആത്മസമർപ്പണം ഇവയാണ് ഒരാളെ ലക്ഷ്യത്തിലെത്തിക്കുന്നത്.

നമുക്കെല്ലാവർക്കും മറ്റുള്ളവരുടെ കുറവുകൾ കണ്ടുപിടിക്കാൻ വളരെയധികം കഴിവുണ്ട്. അതിനു കാരണം നമ്മുടെ പഞ്ചേന്ദ്രിയങ്ങളെല്ലാം തന്നെ പുറത്തേക്കു ശ്രദ്ധിക്കുവാൻ സഹായിക്കുന്നവയാണ് എന്നതു തന്നെ. കണ്ണ് പുറം കാഴ്ചകൾ കാട്ടിത്തരുന്നു. മൂക്കു ചുറ്റുമുള്ള ഗന്ധം തിരിച്ചറിയുന്നു. ചെവികൾ ചുറ്റുപാടും കേൾക്കുന്നു. നാവും ത്വക്കും ഒക്കെ വിഭിന്നമല്ല. അപ്പോൾ സ്വാഭാവികമായും പുറമേ എന്തു നടക്കുന്നു എന്നതിലാണു ശ്രദ്ധ മുഴുവൻ. അകമേ എന്തെന്നു കാണുന്നില്ല. അന്യനെ ശ്രദ്ധിക്കുമ്പോൾ, അതിൽ അവരുടെ നല്ല കാര്യങ്ങൾ കാണാൻ പഠിച്ചു തുടങ്ങിയാൽ അതു കൊണ്ടു നമ്മുടെ സ്വഭാവത്തിൻ ഗുണപരമായ മാറ്റം കൊണ്ടുവരാനാകും. നമ്മൾ ഒരാളിലെ ഗുണങ്ങൾ ശ്രദ്ധിക്കുമ്പോൾ സ്വാഭാവികമായും നമ്മളിൽ ആ ഗുണങ്ങൾ പ്രകടമാകുവാൻ ആരംഭിക്കും.

ഒരിക്കലൊരു ഗുരു തന്റെ രണ്ടു ശിഷ്യന്മാരെ അടുത്തു വിളിച്ചു. അവരോട് ആ ഗ്രാമത്തിൽ അവരേക്കാൾ മികച്ച സ്വഭാവമുള്ളവരെ കണ്ടെത്തി കൂട്ടിക്കൊണ്ടു ചെല്ലാൻ പറഞ്ഞു. വൈകുന്നേരം രണ്ടു പേരും ഒറ്റക്കു മടങ്ങിയെത്തി. ഒന്നാമൻ പറഞ്ഞു

'ഗുരോ, എന്നേക്കാൾ നല്ലവരായ ആരേയും തന്നെ എനിക്കീ നാട്ടിൽ കണ്ടെത്താനായിട്ടില്ല.'

രണ്ടാമൻ പറഞ്ഞു

'ഗുരോ, ഈ ഗ്രാമത്തിലെ എല്ലാ മനുഷ്യരും എന്നേക്കാൾ ഒരുപടി മുന്നിൽ നിൽക്കുന്നവരാണ്.'

രണ്ടു പേർ ഒരേ മനുഷ്യരെ ശ്രദ്ധിച്ചപ്പോൾ അവർ അവതരിപ്പിക്കുന്നതു രണ്ടു തരത്തിലാണെന്നു കാണാം. പഞ്ചേന്ദ്രിയങ്ങൾ കൊണ്ടു പുറംകാഴ്കൾ കണ്ടാനന്ദിക്കുകയും, ഒടുവിൽ അതിലെ കുറ്റങ്ങൾ മാത്രം ശ്രദ്ധിക്കുകയും ചെയ്യുന്ന രീതിയിൽ അവനവനെക്കുറിച്ചുള്ള ബോധം തുലോം കുറവായിരിക്കും. ആന്തരികമായ ഉന്നമനത്തിനു പുറത്തുള്ളവരുടെ നല്ല കാര്യങ്ങൾ തിരിച്ചറിയുവാനും മനസിലാക്കുവാനും കൂടി സാധിക്കണം.

ചില കുട്ടികൾ പറയാറില്ലേ, അമ്മേ ആ കുട്ടിക്ക് എഴുപത്തഞ്ചു മാർ

ക്കേയുള്ളൂ. അപ്പോൾ എനിക്ക് അറുപത്തഞ്ചു കിട്ടിയാൽ പോരെയെന്ന്. കുട്ടികളിലെ ഈ മനോഭാവം ആരംഭത്തിൽ തന്നെ മാറ്റിയെടുക്കേണ്ട ഒന്നാണ്. കാരണം ഓരോ കുട്ടിയും ലക്ഷ്യം വെക്കേണ്ടതു പരീക്ഷയിലെ പരമാവധി മാർക്കാണ്. അതല്ലാതെ കൂട്ടുകാരന്റെ മാർക്കിനോളമല്ല.

വിജയത്തിലേക്കുള്ള പാതയിൽ സ്വയം തിരിച്ചറിയാനും, മെച്ചപ്പെടുത്താനും അതുവഴി സ്വയം ഉയരാനും കൂടി സാധിക്കണം. അപ്പോൾ അന്യരുടെ കുറവുകൾ കൊണ്ട് നാം വിജയിയാകുന്ന അവസ്ഥ മാറും. യഥാർത്ഥ വിജയം തേടി വരും. അതിനാൽ അന്യരുടെ ഒരു കുറവു കണ്ടെത്തി അതേക്കുറിച്ചു മറ്റൊരാളോടു പറയുവാൻ തുനിയുമ്പോൾ അതേ വ്യക്തിയുടെ രണ്ടു ഗുണങ്ങൾ കൂടി ഉറപ്പായും കണ്ടെത്തി പറയും എന്നങ്ങു തീരുമാനിക്കുക. അതു ധാരാളം മതി.

ക്രമേണ കണ്ണുകൾ നല്ലതു കാണുന്നതു ശീലമാക്കും. ചെവികളാകട്ടെ അവരുടെ വാക്കുകളിലെ നന്മ മാത്രം കേൾക്കുവാൻ ആരംഭിക്കും. സദ് ചിത്തത്തിലേക്കുള്ള വഴി സദ് ചിന്തകളിലൂടെയാണ്.

വിണ്ണോളമുയരത്തിൽ പറന്നു മുന്നേറുന്നതു സ്വന്തം ചിറകിന്റെ ശക്തിയിലാണ്.

OO

അധ്യായം 16

പരിമിതികൾ സാധ്യതയാകട്ടെ

രണ്ട് അഭിനേത്രികളുടെ ജീവിത കഥ.

സുധാചന്ദ്രൻ

സുധാചന്ദ്രൻ ഒരു ഭരതനാട്യം നർത്തകിയാണ്. സിനിമാ അഭിനേത്രിയാണ്. ടിവി ഷോകളിൽ വിധികർത്താവാണ്. സീരിയൽ അഭിനേതാവാണ്. മയൂരിയെന്ന ആദ്യ ചിത്രത്തിലെ അഭിനയത്തിലൂടെ നാഷണൽ അവാർഡ് ജേതാവുമാണ്.

ഇതിലൊക്കെ എന്താണിത്ര പുതുമ?

ഇതൊക്കെ ധാരാളം പേർ ചെയ്യുന്നുണ്ടല്ലോ എന്നു ചിന്തിക്കും മുൻപ് ഒന്നോർക്കാം. സുധാചന്ദ്രൻ ഭരതനാട്യം ചെയ്യുന്നതു കൃത്രിമക്കാലിലാണെന്ന്.

ഒരു വാഹനാപകടത്തിൽ കൗമാരക്കാരിയായ സുധയുടെ കാലിനു സാരമായി പരിക്കേറ്റു. ഒടുവിൽ ആ ഒരു കാലു മുറിച്ചുമാറ്റുകയല്ലാതെ മറ്റു മാർഗ്ഗവും ഉണ്ടായില്ല. ഒരു കൗമാരപ്രായക്കാരിയുടെ സ്വപ്നങ്ങളാകെ കശക്കിയെറിഞ്ഞ ഘട്ടം. വളരെ ചെറിയ വിഷയങ്ങൾ പോലും നാമെത്ര ഭീകര പ്രശ്നമായാണു നേരിടുന്നത്. അതേ സ്ഥാനത്താണ് സുധാചന്ദ്രൻ എന്ന പെൺകുട്ടി സ്വന്തം ജീവിതത്തെ എങ്ങനെ മുന്നോട്ടു നീക്കാമെന്ന് വ്യത്യസ്തമായി ചിന്തിച്ചത്.

അവളുടെ മുന്നിൽ പൊടുന്നനെയാണ് പൂവുകൾ സൗരഭ്യമില്ലാത്തതും നിറം നഷ്ടപ്പെട്ടതുമായി മാറിയത്. ഒരു വീൽച്ചെയർ അതുമല്ലെങ്കിൽ ഊന്നുവടികൾ അവയുടെ താങ്ങിൽ വേണം മുന്നോട്ടുള്ള വലിയ ജീവിതം കടന്നു പോകേണ്ടത്. അതിനുമപ്പുറം അവൾ ഏറ്റവും സങ്കടപ്പെട്ടതു തനിക്കിനി നൃത്തം ചെയ്യാനാകില്ലല്ലോ എന്നോർത്താണ്.

എന്നാൽ നിശ്ചയദാർഢ്യത്തെ ഏതു വിധിക്കാണ് ഇന്നോളം മറികടക്കാനാവുക? അവൾ നൃത്ത പരിശീലനം പുനരാരംഭിച്ചു. മുറിച്ചുമാറ്റിയ കാലിന്റെ സ്ഥാനത്തു.'ജയ്പ്പൂർ പാദം' എന്നറിയപ്പെടുന്ന കൃത്രിമക്കാൽ

വച്ചുകെട്ടി നൃത്തം ചെയ്തു തുടങ്ങി. കൃത്രിമക്കാലിൽ നടക്കുന്നതു തന്നെ ദുഷ്ക്കരമാണ്. അപ്പോൾ നൃത്തം ചെയ്യുന്നതോ? അവൾ വീണു. എന്നല്ല ഇടക്കിടക്കു വീണു കൊണ്ടേയിരുന്നു. പരിക്കുകൾ കൂടെക്കൂടെ യുണ്ടായി. ജയ്പ്പൂർക്കാലുകൾക്കും അതൊരു പുതിയ അറിവായിരുന്നി രിക്കാം. ഒരു പെൺകുട്ടി പരിഭ്രമത്തോടെ സ്വന്തം അത്യാവശ്യക്കാര്യ ങ്ങൾക്കു മാത്രമേ തന്നെ ഉപയോഗിക്കുകയുള്ളൂവെന്ന അതിന്റെ ചിന്ത യും അബദ്ധമായി. കാരണം അതു വന്നുപെട്ടതൊരു സാധാരണ പെൺ കുട്ടിയുടെ അടുത്തായിരുന്നില്ലല്ലോ. മറിച്ച് തളരാത്ത പോരാട്ട വീര്യം മനസിൽ കൊണ്ടു നടക്കുന്ന പെൺകുട്ടിയുടെ അടുത്തേക്ക് ആയിരു ന്നു. പിന്നെ കാലമത് നമ്മുടെ മുന്നിൽ കാണിച്ചു തന്നു. നൃത്തം ചെയ്യു ന്ന കൃത്രിമക്കാലുകളെ.

അവർ ജീവിതം നൃത്തത്തിൽ മാത്രമൊതുക്കിയില്ല. സിനിമയിലേക്കു പ്രവേശിച്ചു. അതും സ്വന്തം ജീവിത കഥ പറയുന്ന സിനിമയിൽ നായി കയായി അഭിനയിച്ചു. ഒരു ഭാഷയിലല്ല, പല ഭാഷകളിൽ ആ ചിത്രം മൊഴിമാറ്റം ചെയ്യപ്പെടുകയോ പുനർനിർമ്മിക്കുകയോ ചെയ്തു. ദേശീ യ തലത്തിൽ അക്കൊല്ലത്തെ മികച്ച നടിയായതും മറ്റാരുമായിരുന്നില്ല.

നൃത്തം മാത്രമായി ഒതുങ്ങിയില്ല സുധാചന്ദ്രൻ. അവർ ഇക്കണോമി ക്സിൽ ബിരുദാനന്തര ബിരുദവും നേടി.

ഇനി എന്താണ് സുധാചന്ദ്രനെ വ്യത്യസ്തയാക്കുന്നതെന്നു കൂടി ചിന്തിക്കാം. അവർ പ്രതിസന്ധികളിൽ നിരാശപ്പെട്ടു പിന്മാറിയില്ല. ഭയ ന്നില്ല. മുന്നോട്ടു പോകുവാൻ നിശ്ചയിച്ചു. മുന്നേറുക തന്നെ ചെയ്തു.

ഇനി മറ്റൊരു സിനിമാ താരത്തിന്റെ ജീവിതവും ശ്രദ്ധേയമാണ്. ജന പ്രിയ നായിക പ്രിയങ്ക ചോപ്ര. അവർ അഭിനേത്രിയാണ്. മിസ് വേൾഡ് 2000 ആണ്, ഗായികയാണ്, സിനിമാ നിർമ്മാതാവാണ്. എങ്ങനെയാണു പുരുഷന്റെ നിഴൽ മാത്രമായി ഒതുങ്ങുന്ന ബഹു ഭൂരിപക്ഷം അഭിനേ ത്രികൾക്കും അവർ അപവാദമാകുന്നത്?

അവർ തന്നെ പറയും

'ഞാൻ ഭയക്കുന്നില്ലയെന്ന്.'

'ഞാൻ മാറ്റങ്ങളെ സ്വാഗതം ചെയ്യുന്നുവെന്ന്.'

'ഞാൻ എന്റെ സ്വാതന്ത്ര്യത്തിനു പരിധി നിശ്ചയിച്ചിട്ടില്ലെന്ന്.'

'വേദനിക്കുമ്പോഴും, തോൽക്കുമ്പോഴും ഫിനീക്സ് പക്ഷിയെപ്പോ ലെ കുതിച്ചുയരുവാൻ കെൽപ്പ് തനിക്കുണ്ടെന്ന്.'

'ഒരു ലക്ഷ്യവും ഒരു മാർഗ്ഗം മാത്രമല്ല മുന്നിൽ വരുന്ന ഏത് അവസ രത്തിലും സ്വന്തം സാധ്യത കണ്ടെത്തുകയും അവസാന തുള്ളി പ്രയത് നവും ഉപയോഗിച്ചു മുന്നേറുന്ന ശീലമാണു തനിക്കെന്ന്.'

'ഏതു വിഷമഘട്ടത്തിലും കൃത്യമായ പ്ലാനിങ്ങിൽ ചടുലമായി മുന്നേറുവാൻ തനിക്കാകുമെന്ന്.'

'തോൽക്കാൻ തയ്യാറല്ലെന്ന്.'

ഇത്രയും മതി ഒരാൾ കുറഞ്ഞ പക്ഷം പരാജയപ്പെടാതിരിക്കുവാനുള്ള മനസ്സു സൃഷ്ടിക്കാൻ.

നമുക്കു മുന്നിൽ ഉദാഹരണങ്ങൾ അനേകമാണ്.

പക്ഷേ നനഞ്ഞ വൈക്കോലിനു ചെറുതീയിൽ കത്തിപ്പടരാനാകില്ല എന്നതു പോലെ, സ്വയം നനഞ്ഞ വൈക്കോലാകുവാനാണു താത്പര്യമെങ്കിൽ വിധിയെ പഴിക്കാം. അതല്ലെങ്കിൽ ഉണരാം, കണ്ണു തുറന്നു വച്ചുള്ള ഉറക്കത്തിൽ നിന്ന്. മുന്നേറാം അവസരങ്ങളിലൂടെ, വിജയിക്കാം ഈ ലോകം തന്നെ.

മാറട്ടെ ലോകം, ആത്മവിശ്വാസമുള്ള യുവജനങ്ങളിലൂടെ.അവർ അതിരുകൾ ഭേദിക്കട്ടെ.

○○

അധ്യായം 17
ശകുന്തള ദേവി

ചേച്ചീ, നമുക്കൊരു ലക്ഷ്യമുണ്ടെന്നു കരുതുക. അതു നേടിക്കഴിഞ്ഞു തികച്ചും വ്യത്യസ്തമായ മറ്റൊരു ലക്ഷ്യം നിർണ്ണയിക്കുന്നതു നല്ലതാണോ? അതായത് ഒരു ശാസ്ത്രജ്ഞൻ സംഗീതജ്ഞനാകുന്നതു പോലെ. അല്ലെങ്കിലൊരു ആർക്കിടെക്റ്റ് ഷെഫ് ആകുന്നതു പോലെ.

ചേച്ചിയും അനിയനും തമ്മിൽ ചർച്ച തുടരുമ്പോൾ ഞാനോർത്തത് ഒരു അപൂർവ്വ ഇന്ത്യൻ വ്യക്തിത്വത്തെയാണ്.

മനുഷ്യ കംമ്പ്യൂട്ടർ എന്നറിയപ്പെടുന്ന പ്രതിഭാസം.

ശകുന്തളാ ദേവി.

ഒരു സാധാരണ ബ്രാഹ്മണ കുടുംബത്തിലെ ഉൽപതിഷ്ണുവായ അച്ഛന്റെ മകളായിരുന്നു ശകുന്തളാ ദേവി. പരമ്പരാഗത പൗരോഹിത്യ ജോലി ഉപേക്ഷിച്ച് ആ അച്ഛൻ ജീവിതവൃത്തിക്കായി സർക്കസിൽ ചേർന്നു. ട്രപ്പീസ് കളിക്കാരനായി. മൂന്നു വയസുള്ള മകളിൽ അസാധാരണമായ ഓർമ്മശക്തിയുണ്ടെന്നു കണ്ടെത്തിയതും അദ്ദേഹം തന്നെ. അതു തിരിച്ചറിഞ്ഞ ശേഷം അദ്ദേഹം മകളെ ചീട്ടുകൊണ്ടുള്ള ചില ജാലവിദ്യകൾ പഠിപ്പിച്ചു. അദ്ദേഹത്തെ അതിശയിപ്പിക്കും വിധം ആ കുട്ടി ജാലവിദ്യകൾ അതിവേഗം പഠിച്ചെടുത്തു. സർക്കസിൽ നിന്നും ലഭിക്കുന്ന വരുമാനത്തേക്കാൾ കുഞ്ഞിന്റെ ജാലവിദ്യ പ്രകടനം സാമ്പത്തികമായ ഉന്നമനത്തിനു സഹായിക്കുമെന്നു മനസിലാക്കി, സർക്കസ് ഉപേക്ഷിച്ചു തെരുവിൽ മകളുടെ ഓർമ്മശക്തി പ്രകടമാക്കുന്ന വിദ്യകൾ കാണിക്കാൻ തുടങ്ങി. അതിനാൽ തന്നെ ശകുന്തളാ ദേവിക്ക് ഔപചാരിക വിദ്യാഭ്യാസം ലഭിച്ചില്ല. പക്ഷേ, അവൾ തന്റെ ആറാം വയസിൽ മൈസൂർ സർവ്വകലാശാലയിൽ കണക്കിൽ തന്റെ അത്ഭുതാവഹമായ കഴിവുകൾ പ്രദർശിപ്പിച്ചു. അതോടെ കൊച്ചു ശകുന്തളയുടെ ഖ്യാതി കടലും കടന്നു.

1950-ൽ കുഞ്ഞു ശകുന്തളയെയും കൊണ്ട് അച്ഛൻ ഇംഗ്ലണ്ടിലെത്തി.

പിന്നീട് 1988-ൽ ആണ് സൈക്കോളജിസ്റ്റ് ആയ ആർതർ ജെൻസൺ ശകുന്തളാ ദേവിയുടെ കമ്പ്യൂട്ടറിനെ പരാജയപ്പെടുത്തുന്ന ഓർമ്മശക്തിയെക്കുറിച്ചും അരിത്മെറ്റിക്സിലെ അവരുടെ വേഗതയെക്കുറിച്ചും പഠനം നടത്തുന്നത്. ആറും ഏഴും അക്കങ്ങളുള്ള സംഖ്യകളുടെ ക്യൂബ് റൂട്ടുകളും 201 അക്ക സംഖ്യയുടെ 23 റൂട്ടുമൊക്കെ നിമിഷങ്ങൾക്കുള്ളിൽ കണ്ടെത്തി അവർ കംമ്പ്യൂട്ടറുകളെപ്പോലും പരാജയപ്പെടുത്തി. ഒടുവിൽ 13 അക്കങ്ങളുള്ള രണ്ട് സംഖ്യകളുടെ ഗുണനഫലം ഇരുപത്തിയെട്ട് സെക്കന്റിൽ പറഞ്ഞ് അവർ ഗിന്നസ് റെക്കോഡും നേടി.

ഇത്രയും ശകുന്തള ദേവിയെന്ന അസാമാന്യ പ്രതിഭയെക്കുറിച്ച് പറയുവാൻ സാധിക്കുന്നതാണ്. എന്നാൽ ശകുന്തളാ ദേവി അതു മാത്രമായിരുന്നോ? അവർ മറ്റു ചിലതു കൂടിയായിരുന്നു.

എഴുത്തുകാരി, സാമൂഹ്യ പ്രവർത്തക എന്ന നിലകളിൽ അവർ ശോഭിച്ചു. പിന്നീട് ഇന്ത്യൻ പാർലമെൻറ് തെരഞ്ഞെടുപ്പിൽ പൂർണ്ണ വിശ്വാസത്തോടെ സ്വതന്ത്ര സ്ഥാനാർത്ഥിയായി മത്സരിക്കുകയും ചെയ്തു അവർ. അതിൽ അവരുടെ എതിരാളി ആരായിരുന്നുവെന്നോ? സാക്ഷാൽ ഇന്ദിരാഗാന്ധി!

ഇതാണ് വ്യക്തികളിലെ മറഞ്ഞിരിക്കുന്ന കഴിവുകളുടെ ബഹിർഗമന രീതി. ജോലി ലഭിക്കുന്നത് ഒരു ലക്ഷ്യമാണ്. പ്രത്യേക കോഴ്സിന് അഡ്മിഷൻ കിട്ടുന്നതുമതേ. എന്നാൽ അത് മാത്രമല്ല ഒരു വ്യക്തി.

ശകുന്തളാ ദേവി നമുക്ക് ഹ്യൂമൻ കംമ്പ്യൂട്ടറാണ്. എന്നാലവർ എഴുത്തുകാരിയാണെന്നു പറയുമ്പോൾ നാം ചിന്തിക്കുക അതു കണക്കുകളെ സംബന്ധിച്ച പുസ്തകം ആയിരിക്കും എന്നാണ്. എന്നാൽ കണക്കുകളെക്കുറിച്ചെഴുതുന്ന പോലെ തന്നെ മറ്റൊരു വളരെ വ്യത്യസ്തമായ വിഷയത്തിലെ പുസ്തകവും അവർ രചിച്ചു. അതും 1977-ൽ. 'ഹോമോസെക്ഷ്വാലിറ്റി ഇൻ ഇന്ത്യ' എന്ന ആ പുസ്തകം വളരെ വിശദമായ പഠനത്തിനു ശേഷമാണു രചിച്ചത്. സ്വന്തം ജീവിതത്തിൽ അവർ നേരിട്ട വിഷയങ്ങളുടെ പ്രതിഫലനം കൂടിയായിരുന്നു ആ രചന. എഴുത്തുകാർ കാലത്തിനു മുന്നേ സഞ്ചരിക്കുന്നവരാണെന്നത് അതിലെ വാചകങ്ങൾ സാക്ഷ്യപ്പെടുത്തുന്നു. ട്രാൻസ്ജെൻഡേഴ്സിനെ അല്ലെങ്കിൽ ഹോമോസെക്ഷ്വൽസിനെ നിങ്ങൾ അവരുടെ സ്വത്വത്തിൽ തന്നെ സ്വീകരിക്കൂ എന്നാണ് അവർ അന്നു പറഞ്ഞു വച്ചത്. അവർക്കു നേരെ സഹതാപമല്ല ചൊരിയേണ്ടത്, മറിച്ചു തുറന്ന മനസ്സോടെ അഭിമാനത്തോടെ ജീവിക്കാൻ ഇടം നൽകണമെന്നാണ്. വർഷങ്ങൾ കഴിയവേ അന്നവർ എഴുതി വച്ചതു നാം അംഗീകരിക്കുന്നു. അന്ന് ആ പുസ്തകം അംഗീകരിക്കപ്പെട്ടില്ലെങ്കിൽക്കൂടിയും അവരുടെ ലക്ഷ്യം പാളിപ്പോയിട്ടില്ല.

ഇതാണ് ജീവിതത്തെക്കുറിച്ചും നമുക്ക് പറയുവാനാകുക. ചിലതൊക്കെ നമ്മുടെ കൺമുന്നിൽ ഫലം തരണമെന്നില്ല. ഒരു പക്ഷേ വരും തലമുറകൾക്കാവും അതിന്റെ നേട്ടം.

ഒരാൾക്ക് ഒരു ഇഷ്ടം മാത്രമേ ഉണ്ടാകാവൂ എന്നില്ല. തികച്ചും വിഭിന്നമായ ആശയങ്ങളും ലക്ഷ്യങ്ങളുമുണ്ടാകാം.എന്നാൽ അവിടെ നമ്മൾ സ്വന്തം പ്രയത്നം നിക്ഷേപിക്കണം.

ശകുന്തളാ ദേവി ജന്മനാ ജീനിയസാണ്. അതിനാൽ തന്നെ അവരുടെ നേട്ടങ്ങളിൽ നിന്നു നമുക്കെന്തു പഠിക്കാൻ സാധിക്കും? നമ്മൾ സാധാരണക്കാരല്ലേ എന്നാവും നമ്മൾ ചിന്തിക്കുക. എന്നാൽ ജീനിയസ് എന്നതിലേക്കുയരുവാൻ ജന്മനായുള്ള പ്രതിഭ മാത്രം പോര മറിച്ച് ഒരു വിഷയത്തിലേക്കുള്ള ആഴത്തിലുള്ള പ്രയത്നവും ശ്രദ്ധയും അത്യാവശ്യ ഘടകങ്ങളാണ്. ഊണിനേക്കാളും ഉറക്കത്തേക്കാളും സ്വന്തം ജീവനേക്കാളും അവർ താത്പര്യമുള്ള കാര്യത്തിൽ ശ്രദ്ധ നൽകുന്നു. ഇരുപത്തിനാലു മണിക്കൂറും അതു മാത്രം ചിന്തിക്കുന്നു.

ഇവിടെ മറ്റ് ജീനിയസുകളിൽ നിന്നു ശകുന്തളാ ദേവിയെ വ്യത്യസ്തയാക്കുന്നത് ഒരു ഗണിത ശാസ്ത്ര പ്രതിഭയായിരിക്കുമ്പോഴും അവർ എഴുത്തുകാരി കൂടിയായിരുന്നുവെന്നതാണ്. അതിലുപരി അവർക്കു ചുറ്റുമുള്ള സമൂഹത്തിന് ഒരു കൈത്താങ്ങാകാനും സാധിച്ചു. തികച്ചും വിഭിന്നമായ മേഖലകളിൽ മോശമല്ലാത്ത പ്രവർത്തനം നടത്തുവാനവർക്കു കഴിഞ്ഞത് അവരുടെ ജീവിതത്തിനു പൊൻതൂവൽ ചാർത്തുന്നു.

ചേച്ചിയും അനിയനും ചർച്ച നിർത്തി പിന്നാലെയെത്തി.

'അമ്മയൊരു പേരു പറയു വിഭിന്ന മേഖലകളിൽ പ്രവർത്തിച്ചു വിജയിച്ച ഒരാളുടെ പേരു പറയൂ.'

ഞാൻ പറഞ്ഞു, സംശയം എന്ത്?

ശകുന്തളാ ദേവി... മനുഷ്യ കമ്പ്യൂട്ടർ...

അധ്യായം 18

ആത്മനിയന്ത്രണം

അമ്മ എന്തെല്ലാം മോട്ടിവേഷൻ കഥകൾ പറയാറുണ്ട്. പക്ഷേ എല്ലാറ്റിന്റേയും ഒടുവിൽ പറയും, സ്വയം ശ്രദ്ധ വക്കണം. സ്വന്തം പരിശ്രമം വേണം എന്നൊക്കെ. അതൊക്കെയുണ്ടെങ്കിൽ മോട്ടിവേഷൻ ക്ലാസ്സുകൾ വേണ്ടല്ലോ?

ഒരു ഗോൾ അടിച്ച സന്തോഷത്തിലാണ് അച്ചു അതു പറഞ്ഞത്.

ശരിയാണ്, ഏതു മോട്ടിവേഷൻ ക്ലാസ്സ് ഗുണം ചെയ്യണമെങ്കിലും ആത്മ നിയന്ത്രണം കർശനമായി പാലിക്കേണ്ടി വരും. അതിൽ മാറ്റമില്ല. പിന്നെ എന്തിനാണു മോട്ടിവേഷൻ എന്നു ചോദിച്ചാൽ നിരന്തരമായി പോസിറ്റീവ് ചിന്തകളിലൂടെ സഞ്ചരിക്കുന്ന ഒരാൾ സ്വയമറിയാതെ തന്റെ പ്രവർത്തികളിലൊരു ശ്രദ്ധ പുലർത്തുകയും അങ്ങനെ തന്റെ ലക്ഷ്യം നേടുകയും ചെയ്യുമെന്നു പറയാം..

എന്താണ് ആത്മനിയന്ത്രണത്തിന്റെ പ്രസക്തിയെന്നു കൂടി നോക്കാം.

ഒരാൾ ലക്ഷ്യം ലാക്കാക്കി സഞ്ചരിക്കുമ്പോൾ അനവധി തടസങ്ങൾ മുന്നിൽ രൂപം കൊള്ളും. അതു ശാരീരികമാകാം മാനസികമാകാം, സാമ്പത്തികമോ സാമൂഹികമോ ആകാം. ആ തടസ്സങ്ങളെ അതിജീവിക്കുവാൻ ഇച്ഛാശക്തി ആവശ്യമാണ്. ആ ഇച്ഛാശക്തി ആത്മനിയന്ത്രണത്തിലൂടെയാണ് കരഗതമാക്കുന്നത്.

ഒരു വഴുക്കലുള്ള വയൽ വരമ്പിലൂടെ മഴക്കാലത്തു സഞ്ചരിക്കുന്നത് ഓർത്തുനോക്കു. അതിലും ദുർഘടമാണ് പ്രലോഭനങ്ങൾ അതിജീവിച്ചു മുന്നോട്ടു കുതിക്കാൻ .

വണ്ണം കുറയ്ക്കാൻ തീരുമാനിച്ച വക്തിയാണു വിശാൽ. നോൺ വെജ് ഭക്ഷണമാണ് ബലഹീനത. ഏതായാലും ഡയറ്റിങ്ങും വർക്കൗട്ടും ആരംഭിച്ചു. വിശാൽ ആദ്യ ദിവസം തന്നെ താൻ ഏറ്റെടുത്ത പ്രവർത്തി അത്യന്തം ഗൗരവമുള്ളതാണെന്നു തിരിച്ചറിഞ്ഞു. തന്റെ ട്രെയിനറുമായി ഓരോ ദിവസവും കഴിക്കേണ്ട ആഹാരങ്ങളെക്കുറിച്ചും ചെയ്യേണ്ട

വർക്കൗട്ടിനെക്കുറിച്ചും ധാരണയുണ്ടാക്കി. അത് ഡിറ്റിപി ചെയ്തു വലിയ പോസ്റ്റർ ആക്കി പ്രിന്റ് എടുത്തു സ്വന്തം മുറിയിൽ ഒട്ടിച്ചു. പിന്നെ ആദ്യത്തെ ഒരു മാസം മറ്റുള്ളതൊക്കെ മാറ്റിവച്ചു പൂർണ്ണമായും ശരീരത്തെ മെരുക്കിയെടുക്കുന്നതിൽ ശ്രദ്ധ ചെലുത്തി. ചുറ്റുപാടിൽ നിന്നുള്ള കുറ്റപ്പെടുത്തലുകളെ പടിക്കു പുറത്താക്കി. ആ ഒരു മാസത്തിനിടയിൽ പങ്കെടുക്കേണ്ടിയിരുന്ന മൂന്നു കല്യാണങ്ങളിൽ ഒഴിവാനാക്കാത്ത ഒന്നിൽ മാത്രം പങ്കെടുത്തു. അവന്റെ പ്രിയപ്പെട്ട ഭക്ഷണമായിട്ടു കൂടി അവൻ അവിടെ നിന്നും തന്റെ ഡയറ്റിന് എതിരായി ഒന്നും കഴിച്ചില്ല.

ഒരു മാസം കൊണ്ടവൻ ലക്ഷ്യത്തിലേക്കുള്ള ദൂരം കുറച്ചു.

എന്നാൽ, വിവേക് നേരെ തിരിച്ചായിരുന്നു പെരുമാറിയത്. അയാൾക്ക് അൽപ്പം പോലും ദേഹമനക്കാൻ താത്പര്യം തോന്നിയില്ല. പിന്നെ ഭക്ഷണക്രമം, അതും എന്തൊരു പ്രയാസമാണ്. അയാൾ ഒരു ദിവസം പോയി. രണ്ടാം ദിവസം ദേഹം വേദന കൊണ്ട് അവിടം വരെപ്പോയി ഒന്നും ചെയ്യാതെ തിരികെപ്പോന്നു. മൂന്നിന്റെയന്ന് പനിയും പിടിച്ചു. വെയ്റ്റ് ലോസ് ചിന്ത അന്നുപേക്ഷിച്ചു വിവേക്.

ഇവിടെ വിശാലിനും വിവേകിനും ലക്ഷ്യമുണ്ടായിരുന്നു. അതിനായി തിരഞ്ഞെടുത്തതു ശരിയായ മാർഗ്ഗവുമായിരുന്നു. പക്ഷേ ഒരാൾ എല്ലാവിധ ബുദ്ധിമുട്ടുകളും തൃണവൽഗണിച്ചു മുന്നേറാൻ തീരുമാനിച്ചാൽ അയാൾ തന്റെ മുന്നിൽ തടസ്സങ്ങൾ ഒന്നും തന്നെ കാണില്ല. അതേ സമയം മറ്റേയാൾ, മറ്റുള്ളവർ കളിയാക്കുമെന്നു ഭയന്നോ അതല്ലെങ്കിൽ നിർബന്ധത്തിനു വഴങ്ങിയോ ഒരു ലക്ഷ്യം സൃഷ്ടിക്കുന്നുവെന്നു കരുതുക. ആ ലക്ഷ്യം എന്നും ലക്ഷ്യമായി തന്നെ തുടരുകയും ചെയ്യും..

സിഗരറ്റ് വലി, മദ്യപാനം, ലഹരി വസ്തുക്കൾ ഇവയിലൊക്കെ ഒക്കെ ഒരിക്കൽ അകപ്പെട്ടാൽ പിന്നെ അതിലേക്കു കൂടുതലാഴത്തിൽ പിടിച്ചു മുക്കിക്കൊല്ലുന്നവയാണ്. മാത്രവുമല്ല. ഇത്തരത്തിൽ അടിമയാക്കപ്പെട്ട ഒരാൾക്കു തന്നിൽ അശേഷം വിശ്വാസമുണ്ടാകില്ല.

നല്ല ഭക്ഷണത്തോട്, നല്ല വസ്ത്രങ്ങളോട്, പണത്തിനോട്, സമ്പത്തിനോട് ഒക്കെ ഭ്രമമുള്ളവർ നമുക്കു ചുറ്റുമുണ്ടാകും. പക്ഷേ, അവർക്കും അവനവനിൽ വിശ്വാസമുണ്ടാകില്ല. കാരണം ഇത്തരം ഭ്രമങ്ങളുള്ളവർക്കും സ്വന്തം ശക്തിയിൽ വിശ്വാസമുണ്ടാകില്ല എന്നതു തന്നെ.

മോട്ടിവേഷനല്ലെങ്കിൽ പ്രചോദനങ്ങൾ സ്വയം രൂപപ്പെടുത്തുന്നതാകട്ടെ, മറ്റൊരു വ്യക്തി വഴി ലഭിക്കുന്നതാകട്ടെ. നിരന്തരം നമ്മൾ നല്ല ചിന്തകൾ ഉള്ളിൽ രൂപപ്പെടുത്തുമ്പോൾ ആശങ്ക നിറഞ്ഞ ചിന്തകൾക്ക് ബലം കുറയും. ആശങ്കകൾ ഒഴിഞ്ഞ മനസിനു ദൗർബല്യത്തെ അതിജീവിക്കാനാകും. യഥാർത്ഥത്തിൽ ഓരോ തവണയും നാം നമ്മുടെ ചെ

റിയ ദൗർബല്യങ്ങളെ അതിജീവിക്കുമ്പോൾ അതു നമുക്കു പുത്തൻ ഊർജ്ജം നൽകും. ഒരു ചായ പഞ്ചസാരയിടാതെ കുടിക്കാൻ തയ്യാറാകുന്നതും, ഉറക്കത്തിനു കീഴടങ്ങാതെ ഒരു ചാപ്റ്റർ പഠിക്കുന്നതും, മടുപ്പു തോന്നിയാലും ഒരു പ്രോജക്ട് തീർക്കുന്നതും, അതിശക്തമായ പ്രേരണയുണ്ടായിട്ടും പുകവലിക്കാതെ കുറച്ചു മണിക്കൂറുകൾ തള്ളിനീക്കുന്നതും, ഡയറ്റിങ് പ്ലാൻ ഒരാഴ്ചയെങ്കിലും പിന്തുടരുന്നതുമൊക്കെ ആന്തരികമായി ഒരു ലക്ഷ്യത്തിലേക്കു മുന്നേറാനുള്ള പ്രേരണ വർദ്ധിപ്പിക്കുന്നു.

പുറത്തു നിന്നുള്ള ഒരു വ്യക്തിയാകാം പുസ്തകമാകാം, സിനിമയാകാം, അതുമല്ലെങ്കിൽ കുടുംബാംഗങ്ങൾ ആരുമാകാം നമ്മെ പ്രചോദിപ്പിക്കുന്നത്. അതൊരു ചെറു തീപ്പൊരിയായി മനസിൽ കയറിപ്പറ്റും. പിന്നെ നമ്മുടെ മനസ്സ് അതു മെല്ലെ ആളിക്കത്തിക്കും. നമ്മെ ലക്ഷ്യത്തിലേക്കു നയിക്കും.

ആത്മനിയന്ത്രണമെന്ന വാക്കിന്റെ അർത്ഥം സ്വയം നിയന്ത്രിക്കുക എന്നതാണ്. 'അരുതുകളുടെ ലോകത്തിലേക്കു കടക്കാതിരിക്കുക' എന്ന ശ്രദ്ധയാണ് ആത്മനിയന്ത്രണം. സ്കൂളുകളിൽ വിദ്യാർത്ഥികൾ ചേരുന്നതു ഭാഷകളും ശാസ്ത്രവും പഠിക്കാൻ മാത്രമല്ല. മറിച്ചൊരു സമൂഹത്തിൽ ജീവിക്കുമ്പോൾ പാലിക്കേണ്ട ധർമ്മങ്ങൾ പഠിക്കാൻ കൂടിയാണ്. അടുത്തിരിക്കുന്ന കുട്ടിയെ ഉപദ്രവിക്കാതിരിക്കുക, അന്യരുടേതു മോഷ്ടിക്കാതിരിക്കുക തുടങ്ങി അനവധിക്കാര്യങ്ങൾ നാം ഈ ഘട്ടത്തിൽ പഠിക്കുന്നുണ്ട്. ഇതു ഭാവി ജീവിതത്തിലേക്കുള്ള ചില അടിസ്ഥാന പാഠങ്ങളാണ്.

ഇത്തരം ചിലതൊക്കെ ചെറുതിലേ പരിശീലിക്കുന്നവർക്ക് ആത്മനിയന്ത്രണം എന്നതൊരു വലിയ പ്രശ്നമല്ലാതായി മാറും. മണിക്കൂറുകൾ ശ്രദ്ധയോടെ പഠിക്കാനും മറ്റും അവർക്ക് അനായാസം സാധിക്കും.

അത്തരത്തിലൊരു വ്യക്തിക്ക് അയാളുടെ ലക്ഷ്യം നിഷ്പ്രയാസം ഭേദിക്കാനാകും.

○○

അധ്യായം 19

എന്തിനും ഏതിനും ഉത്തരം നൽകേണ്ടതുണ്ടോ?

അതിരാവിലെ ഒരു ഫോൺ മണിയടി. അപ്പുറത്ത് മണിക്കുട്ടിയാണ്.

'ആന്റീ.... മടുത്തു.'

'എന്താ കാര്യമെന്താ?'

'ആന്റീ.. ഓരോരുത്തർക്ക് എന്തൊക്കെ കിന്നാരങ്ങളാ അറിയേണ്ടത്. ഇന്നു തെർമോഡൈനാമിക്സ് എക്സാം ആണ്. അതു കൊണ്ടു ഞാ നിന്നു പുലർച്ചെ ഒന്ന് അമ്പലത്തിൽപ്പോയി. അപ്പോൾ ഒരു പ്രായമുള്ള ആന്റി എന്നെ പിടിച്ചു വച്ച് ഒരു നൂറു ചോദ്യങ്ങൾ. എവിടാ വീട്, എന്താ ചെയ്യുന്നത്, എന്തിനാ പഠിക്കുന്നത്... ഹൊ എന്റെ ആന്റീ... അവരെനിക്കു കല്യാണാലോചന വരെ നടത്തി. ഞാൻ പഠിച്ചു പഠിച്ച് ആകെ ക്ഷീണിച്ച് ഒന്നു മനസ് ഫ്രഷാക്കാൻ പോയതാ. അതിങ്ങനേം ആയി. ഒന്നും പ്രാർത്ഥിക്കാൻ പറ്റിയില്ല. ആകെ സങ്കടം വരുന്നു. ഞാനങ്ങോട്ടിപ്പം വരട്ടേ?'

'നീ ഇപ്പോൾ എങ്ങോട്ടും വരണ്ട. ഇന്ന് പരീക്ഷയല്ലേ? തത്ക്കാലം ആ അമ്പലം ആന്റിയെ അമ്പലപ്പറമ്പിലോ അമ്പലക്കുളത്തിലോ കളഞ്ഞ്, നിന്റെ പരീക്ഷയെക്കുറിച്ചു മാത്രം ചിന്തിക്കൂ. വൈകിട്ടു നമുക്കു പുറത്തു പോകാം. ഇന്നു തീരുമല്ലോ പരീക്ഷ. എന്താ?'

'ശരി ആന്റീ'

ഇതു മണിക്കുട്ടിയുടെ മാത്രം വിഷയമാണോ?

നമ്മൾ നിത്യജീവിതത്തിൽ ഇത്തരം ആവശ്യമില്ലാത്ത എന്തു മാത്രം കാര്യങ്ങൾക്കാണ് ഉത്തരം നൽകുന്നത്?

ഒരു അപരിചിതനോടു നമ്മൾ സ്വന്തം പേരു വെളിപ്പെടുത്തേണ്ടതിന്റെ ആവശ്യകത എത്രത്തോളമാണ്? ഒന്നു ചിന്തിച്ചാൽ നമ്മൾ പരിചയപ്പെട്ട എത്രയെത്ര ആളുകൾ. അവരിൽ എത്ര പേരുടെ പേരു നമുക്കറിയാം? അപ്പോൾ പിന്നെ അവരുടെ വയസും മറ്റ് അറിവുകളും നമുക്കെന്തിനാണ്?

ആകാശത്തിനും ഉയരെ

വൈകുന്നേരം മണിക്കുട്ടിയേയും കൂട്ടി ഓരോ കപൂചിനോയ്ക്കും അവളുടെ പ്രിയപ്പെട്ട റെഡ് വെൽവറ്റ് കേക്കിനുമൊപ്പമിരുന്ന് വിശേഷങ്ങൾ ചോദിക്കുമ്പോൾ അവൾക്കാദ്യം അറിയേണ്ടിയിരുന്നത് എന്തിനാണു നമ്മൾ മറ്റുള്ളവരോട് അനാവശ്യ ചോദ്യങ്ങൾ ചോദിക്കുന്നത് എന്നതായിരുന്നു. അവളുടെ അരയോളം നീളമുണ്ടായിരുന്ന മുടി, തോളറ്റം വച്ചു മുറിച്ച് ഒരു വിഗുണ്ടാക്കി നാട്ടിൽ അവളുടെ ഒരു സുഹൃത്തിന്റെ സുഖമില്ലാത്ത അമ്മക്കു നൽകി വന്നപ്പോഴും പലരും അവളെ ചോദ്യം ചെയ്തു. അവളാകട്ടെ എന്തിനാണു മുടി മുറിച്ചത് എന്നാരോടും പറഞ്ഞതുമില്ല.

അന്നവൾ പറഞ്ഞത് ഇതാണ്. ഞാനെന്തു ചെയ്തു എന്നതു മറ്റാർക്കും ഉപദ്രവമുണ്ടാക്കാത്ത ഒന്നാണെങ്കിൽ അതു വിശദീകരിക്കേണ്ട കാര്യമില്ല. എന്നെ മനസിലാക്കുന്നവർ മാത്രം മനസിലാക്കിയാൽ മതിയെന്നാണ്.

അവളുടെ ആ നിലപാടിൽ നിന്നു തന്നെ ഞാൻ സംസാരിക്കാൻ ആരംഭിച്ചു.

'ഇന്നു രാവിലെ എന്താണു സംഭവിച്ചത്?'

'ആന്റീ... ഞാൻ ഇന്ന് എക്സാം ആയതു കൊണ്ടു രാത്രി പത്തു മണിക്കു കിടന്നു. നാലു മണിക്ക് ഉണർന്ന് എല്ലാം ഒന്ന് ഓടിച്ചു നോക്കി ഒരു അഞ്ചരയായപ്പോൾ തൊട്ടടുത്ത അമ്പലത്തിലേക്കു പോയി. ആ സമയത്തു തിരക്കും കാണില്ല സ്വസ്ഥമായി ഈശ്വരനോടു നമ്മുടെ കാര്യങ്ങൾ അവതരിപ്പിക്കാനും പറ്റുമല്ലോ. പക്ഷേ, അമ്പത്തിലേക്കു കയറുമ്പോൾ കുറച്ചു പ്രായമുള്ള ആന്റി എന്നെ കണ്ടു. ഞാനവരെ കണ്ടിട്ടു കൂടിയില്ല. പിന്നെ ഒരു നൂറു ചോദ്യം. ഇത്തരം ഒരു അവസ്ഥ എങ്ങനെയാണു മാനേജ് ചെയ്യേണ്ടത്?'

'മുൻപ് നീ മുടി മുറിച്ചതോർക്കുന്നോ? എനിക്കു തോന്നുന്നു ഞാൻ മാത്രമാണ് എന്തിനു മുറിച്ചു എന്ന ചോദ്യം ചോദിക്കാത്തതെന്ന്. അപ്പോൾ, അന്നെങ്ങനെയാണ് നീ ആ സിറ്റുവേഷൻ മാനേജ് ചെയ്തത്? പറയൂ...'

'ഇഗ്നോർ ചെയ്തു. ആന്റി മാത്രം കാര്യം ചോദിച്ചു ശല്യം ചെയ്തില്ല, കളിയാക്കിയില്ല. അതു കൊണ്ട് ആന്റിയോട് മാത്രം കാര്യം പറഞ്ഞു..'

'അതെ, അതാണ് ഇതിന്റേയുമുത്തരം. അവഗണിക്കുക. ശല്യം തുടർന്നാൽ, അല്ലങ്കിൽ ശല്യമായി തോന്നിയാലതു തുറന്നു പറയുക. അത്ര തന്നെ. നോക്കു മണിക്കുട്ടീ.. നമ്മുടെ നിത്യജീവിതത്തിൽ എത്ര അധികം സമയമാണെന്നോ നാം മറ്റുള്ളവരുടെ വിവരങ്ങൾ ഒരാവശ്യവുമില്ലാതെ അറിയുവാനായി ചിലവിടുന്നത്? നമ്മുടേയോ മറ്റൊരാളിന്റെ

യോ വിശദാംശങ്ങൾ വെറും കൗതുകത്തിനു വേണ്ടി നാം ശേഖരിക്കുന്നതാണ്. എന്നിട്ടോ അതു മറവിയുടെ പെട്ടിയിലേക്കു തട്ടുകയും ചെയ്യും. ഇത്തരം അനാവശ്യ ചോദ്യങ്ങൾ ഉന്നയിക്കപ്പെടുമ്പോൾ എന്തിനു സ്വന്തം പേരു വെളിപ്പെടുത്തണം? എന്തിനു വയസും പ്രായവും പറയണം? പാസ്പോർട്ട് വേരിഫിക്കേഷൻ ഓഫീസിലല്ലല്ലോ നമ്മൾ ചെന്നിരിക്കുന്നത്. ശ്രദ്ധിക്കാതിരിക്കുക അത്ര തന്നെ. പലപ്പോഴും നമ്മൾ പേരും, അച്ഛന്റെ പേരും, പോരാഞ്ഞ് ആ പേരിന്റെ വാലറ്റവും ഒക്കെ വെളിപ്പെടുത്തി കീഴടങ്ങുന്നതെന്തിന്? തത്ക്കാലം വായിൽ പെട്ടെന്നു വരുന്നതു പറയുക. ആ സിറ്റുവേഷനിൽ നിന്നു രക്ഷപ്പെടുക. സത്യത്തിൽ ഇന്നേറ്റവും ചിരിച്ചിട്ടുണ്ടാവുക നിന്റെ കള്ളകൃഷ്ണൻ തന്നെയാവും. മൂപ്പര് കണ്ടു കാണുമല്ലോ ഭക്തയുടെ പരവേശം. അല്ലേ? ആട്ടെ, നീ പരീക്ഷ നന്നായി എഴുതിയോ?'

'ഉവ്വാന്റീ. ഞാനവരെ ആന്റി പറഞ്ഞപ്പോൾ തന്നെ അമ്പലക്കുളത്തിലെറിഞ്ഞു. പരീക്ഷ നന്നായി എഴുതുകയും ചെയ്തു.'

'നല്ല കുട്ടി... നിനക്കു ഞാനൊരു കുഞ്ഞു കഥ പറഞ്ഞു തരാം. ഒരു മിടുക്കി പെൺകുട്ടിയുടെ കഥ.

ഒരു നഗരത്തിൻ ഒരു പെൺകുട്ടി അവളുടെ അമ്മയുടെ ഒപ്പം താമസിച്ചിരുന്നു. എന്നും വ്യോമാക്രമണങ്ങളും തീവ്രവാദി ആക്രമണങ്ങളും നടക്കുന്ന സ്ഥലം. അവൾക്ക് സ്വന്തം അച്ഛനെ നഷ്ടപ്പെട്ടതും അങ്ങനെയൊരു ആക്രമണത്തിലാണ്. അവളെ ഒറ്റയ്ക്കാക്കി വേണം അമ്മക്കു പുറത്തു പോയി എന്തെങ്കിലും ജോലി കണ്ടെത്താനും അവർക്കു നിത്യവൃത്തിക്കുള്ളത് സമ്പാദിക്കാനും. എന്നും അമ്മ പുറത്തു പോകുമ്പോൾ അവളോടു പറയും, അടഞ്ഞ മുറിയുടെ സുരക്ഷിതത്വത്തിനേക്കാൾ നിനക്കു നല്ലതു പുറത്തെ മുറ്റത്തെ തുറസ്സായ ഭാഗമാണ്. അമ്മ വരും വരെ വീടു പൂട്ടി പുറത്തിരുന്നു കളിക്കുക. ഏത് അപരിചിതർ വന്നാലും ചോദ്യങ്ങൾക്കു ഉത്തരം നൽകണ്ട. അവർക്കു നിന്നെക്കുറിച്ചറിഞ്ഞിട്ട് ഒന്നും കിട്ടാനില്ല. ആരെങ്കിലും അകത്തേക്ക് കയറുവാൻ പറഞ്ഞാൽ ഇതു നിന്റെ വീടല്ല എന്ന മട്ടിൽ നിൽക്കണം. കുട്ടി അതു പോലെ അനുസരിച്ചു.

കുറച്ചു വർഷം കടന്നു പോയി.

പിന്നീട് അവൾ തന്നെ അവളുടെ അമ്മയോടു പറഞ്ഞു, അന്ന് അമ്മ പറഞ്ഞു തന്ന ഉപദേശമാണ് അവളുടെ ജീവൻ രക്ഷിച്ചതെന്ന്. കാരണം, രക്ഷിതാക്കൾ ഒറ്റയ്ക്കാക്കിപ്പോകുന്ന കുട്ടികളെ പേരും മറ്റ് വിവരങ്ങളും ചോദിച്ച് കൂട്ടുകൂടി അവരെ ഉപദ്രവിക്കുന്ന കുറച്ചു പേർ ആ നഗരത്തിലുണ്ടായിരുന്നു. അവൾ എപ്പോഴും അയൽക്കാരുടേയോ റോന്ത്

ചുറ്റുന്ന പട്ടാളക്കാരുടേയോ ശ്രദ്ധ കിട്ടുന്ന തരത്തിൽ മുറ്റത്തു തന്നെയിരുന്നു കളിക്കുകയും അപരിചിതരോടു യാതൊരു പരിചയവും കാട്ടാതിരിക്കുകയും ചെയ്തതിനാൽ മാത്രം രക്ഷപ്പെടുകയായിരുന്നു എന്ന്.

ഇതൊരു കഥയാവാം.

പക്ഷേ സൈബർ ലോകത്തും നമ്മളെ പൂർണ്ണമായും വെളിപ്പെടുത്തുന്ന വിവരങ്ങൾ പരസ്യപ്പെടുത്തി നമ്മൾ സ്വയം കുഴിയിൽപ്പോയി ചാടുകയല്ലേ ചെയ്യുന്നത്?'

'അതെ ആന്റി.. ആരായാലും അനാവശ്യ ചോദ്യങ്ങൾക്കു ഞാനിനി വായിൽ വരുന്ന മറുപടി കൊടുത്ത് എന്റെ സമയം രക്ഷിക്കും.'

'അപ്പോ മണിക്കുട്ടീടെ നാട് എവിടാന്നാ പറഞ്ഞത്?'

'സൗത്താഫ്രിക്കയിലെ കേപ്പ് ടൗൺ.. അല്ല പിന്നെ.'

സ്വകാര്യ വിവരങ്ങൾ സ്വകാര്യമായി മാത്രമിരിക്കട്ടെ.

അന്യരുടെ കൗതുകപൂരണത്തിനു വിട്ടു കൊടുക്കാനുള്ളതല്ല നമ്മുടെ വിലപ്പെട്ട സമയം.

OO

അധ്യായം 20

പ്രശ്നങ്ങൾക്കു മുന്നിൽ തളർന്നാൽ

അമ്മയ്ക്കു പറഞ്ഞാൽ മതി. എന്റെ ടെൻഷൻ എനിക്കല്ലേ അറിയൂ.

അമ്മിണിക്കുട്ടിയാണു സങ്കടത്തോടെ കാര്യങ്ങൾ പറയുന്നത്. എന്നാലവളുടെ അമ്മ യാതൊന്നും കേൾക്കാൻ തയ്യാറല്ല.

'ഇതൊക്കെ അവളുടെ അടവാണ്. അന്നന്നു പഠിക്കാഞ്ഞിട്ടല്ലേ ഇപ്പോൾ ടെൻഷൻ? അന്നേ പറയുന്നതാ അന്നന്നു പഠിപ്പിക്കുന്നതു പഠിച്ചു തീർത്തേ പറ്റൂവെന്ന്. അനുസരണ തീരെയില്ല.'

എന്താണു പ്രശ്നമെന്നു ചോദിച്ചാൽ ഒട്ടുമിക്ക കുട്ടികളുടേയും പ്രശ്നം തന്നെ. വേണമെങ്കിൽ പറയാം ഇതിന്റെ തന്നെ മറ്റൊരു ഭാവമാണു മുതിർന്നവരിലും കാണുന്ന ടെൻഷൻ.

പരീക്ഷാ സമയത്തും, ജോലിയിലും, കുടുംബകാര്യങ്ങളിലൊക്കെ ചില നിർണ്ണായക ഘട്ടങ്ങളിൽ തീരുമാനമെടുക്കുന്ന സമയത്തും, കുറേയേറെ കാര്യങ്ങൾ കുറഞ്ഞ സമയത്തു ചെയ്തു തീർക്കേണ്ടി വരുമ്പോഴോ, വളരെക്കുറച്ചു അനുകൂല ഘടകങ്ങൾക്കിടയിലും വളരെ കൃത്യതയോടെ പ്രവർത്തിക്കേണ്ടി വരുമ്പോഴോ ഒക്കെ നാം നേരിടേണ്ടി വരുന്ന ചില കാര്യങ്ങളുണ്ട്. ആ സമയത്ത് അതെങ്ങനെ എനിക്കു സാധിക്കുവാനാകും എന്നു നാം ചിന്തിക്കും. പിന്നെ ഭയം തോന്നും, ഉൽകണ്ഠ തോന്നും, ആശങ്ക തോന്നും. അമ്മിണിക്കുട്ടിയെ ഒറ്റക്കു വിളിച്ചു സംസാരിച്ചു സമാധാനിപ്പിച്ചതോടെ ആളു മിടുക്കിയായി. ചില പൊടിക്കൈകൾ കൂടി പറഞ്ഞു കൊടുത്തപ്പോൾ അവൾ ഹാപ്പി.

പക്ഷേ, പലപ്പോഴുമതത്ര എളുപ്പമല്ല.

വിദ്യാർത്ഥി ജീവിത കാലഘട്ടത്തിലാണു നാം പരീക്ഷയെ നേരിടാറ്. പലർക്കും മാനസിക പിരിമുറുക്കമുണ്ടാക്കുന്ന ഒന്നാണത്. എന്നാൽ മുതിർന്നു കഴിഞ്ഞാൽ നമ്മളത് അപ്പാടെ മറക്കും. പുതിയ ആശങ്കകൾ ഉണ്ടാവുകയായി. ജീവിതം തന്നെ പരീക്ഷയാണെന്ന് നാം പറഞ്ഞു വയ്ക്കുകയും ചെയ്യും. ഉദാഹരണത്തിന്, ഒരു ടെക്സ്റ്റൈൽ ഉടമ ഓ

ണവിപണി ലക്ഷ്യമാക്കി പണം ബിസിനസിൽ നിക്ഷേപിക്കുന്നുവെന്നു കരുതുക. പിന്നീടുള്ള ഓരോ ദിവസവും നെഞ്ചിടിപ്പോടോ എണ്ണിക്കഴിയുകയാണയാൾ. എന്താവും സംഭവിക്കുക? നിശ്ചയമായും ഓണ സമയത്ത് അയാൾക്കു ലാഭം കിട്ടിയാൽ പോലും ആ ലാഭം ആശുപത്രിയിൽ കൊടുക്കേണ്ട അവസ്ഥ പിന്നാലെ വരും. ടെൻഷൻ വരുത്തി വയ്ക്കുന്ന ആരോഗ്യ പ്രശ്നങ്ങളെ നിസ്സാരമായി എണ്ണാനാകില്ല.

പഠനമാകട്ടെ, ജോലിയാകട്ടെ, ബിസിനസ് ആകട്ടെ, ഏതൊന്നിനെക്കുറിച്ചും കൂടുതൽ ആകുലപ്പെട്ടാൽ നഷ്ടമാകുന്നതു സ്വന്തം ആരോഗ്യം ആയിരിക്കും.

ആകുലപ്പെടാതെ എങ്ങനെ അത്തരം ഘട്ടങ്ങൾ കടന്നു പോകാമെന്നു ചിന്തിക്കാം.

ഒരിക്കലൊരു ഗ്രാമമുഖ്യൻ തന്റെ അനന്തരാവകാശിയെ കണ്ടെത്താനൊരു മാർഗ്ഗം കണ്ടെത്തി.ആ ഗ്രാമം കുറേ പർവ്വതങ്ങൾ കൊണ്ടു ചുറ്റപ്പെട്ട ഒരിടമായിരുന്നു. അന്നുവരെ ഒരാളും ആ പർവ്വതം കടന്നു മറുപുറത്ത് എന്താണെന്ന് കണ്ടിട്ടുമില്ല. മേഘങ്ങൾ തൊട്ടുരുമ്മി പ്പോകുന്ന പർവ്വതശിഖരങ്ങൾ കണ്ടവർ ഭയഭക്തി ബഹുമാനത്തോടെ തൊഴുതു നിന്നിരുന്നു. ആ പർവ്വതം തരണം ചെയ്തു ലോകത്തിന്റെ മറുഭാഗം കണ്ടെത്തി ആദ്യം വരുന്ന ആളാവും അടുത്ത ഗ്രാമമുഖ്യനെന്ന് അദ്ദേഹം അറിയിച്ചു. കേട്ടവർ കേട്ടവർ ഒന്നു പകച്ചു. ഒടുവിൽ രണ്ടു പേർ മുന്നോട്ടുവന്നു. സാബിനും, ജോബിനും. രണ്ടു പേരും മലകയറാൻ തയ്യാറായി. യാത്രാ ദിവസം കുറിക്കപ്പെട്ടു. ഓരോ ദിവസം കഴിയുന്തോറും സാബിൻ തന്റെ യാത്രയെക്കുറിച്ചു വളരെ അധികം കാര്യങ്ങൾ തീരുമാനിച്ചിരുന്നു. വലിയ പർവ്വതമാണ്. അപ്പോൾ ഉയരം കൂടുമ്പോൾ തണുപ്പു കൂടും. അയാൾ കമ്പിളി വസ്ത്രങ്ങൾ തയ്യാറാക്കി. ഒപ്പം തുകലു കൊണ്ടു കട്ടിക്കു പൊതിഞ്ഞ പാദരക്ഷകളും ഊന്നി നടക്കാൻ വടികളും തയ്യാറാക്കി. ഭക്ഷണത്തിനായി ഉണങ്ങിയ പഴങ്ങളും കരുതി. തയ്യാറെടുപ്പു പൂർത്തിയാക്കി. കൂടാതെ നിത്യവും കുറേയേറെ സമയം വ്യായാമത്തിനായും ചെലവിട്ടു.

അതേ സമയം ജോബിൻ താൻ മലകീഴടക്കുന്നതും ഗ്രാമമുഖ്യനാകുന്നതും സ്വപ്നം കണ്ടുകൊണ്ടു കുറച്ചു ദിവസങ്ങൾ തള്ളി നീക്കി. പക്ഷേ ഓരോ ദിവസവും കൊഴിഞ്ഞു വീഴുന്തോറും അയാൾ ഭയന്നു തുടങ്ങി. ഇന്നുവരെ ആരും ധൈര്യപ്പെടാത്ത കാര്യത്തിനാണു താൻ മുതിരുന്നത്. ഗ്രാമമുഖ്യനാകേണ്ടതു താൻ തന്നെയാണ്. പക്ഷേ മലകയറ്റം... അയാളിൽ പരിഭ്രാന്തി നിറഞ്ഞു തുടങ്ങി. കാര്യമായ തയ്യാറെടുപ്പുകൾക്ക് ഒന്നിനും സമയമില്ല. ആ ദിവസം വന്നെത്തി. വേനൽക്കാലത്തി

ന്റെ ആരംഭമാണ്. മലമുകളിൽ മഞ്ഞുരുകിത്തുടങ്ങുന്ന കാലം. രണ്ടു പേരും യാത്ര തുടങ്ങി. നീണ്ട കാട്ടുപാതയവസാനിച്ചു. ഇനി കയറ്റമാണ്. എത്ര നടന്നിട്ടും കയറിയിട്ടും എങ്ങുമെത്തിയിട്ടില്ല.

ആദ്യ ദിവസം പിന്നിട്ടതോടെ സാബിൻ കൂടുതൽ കാര്യങ്ങൾ പഠിക്കുകയും അടുത്ത ദിവസം വരുത്തേണ്ട മാറ്റങ്ങൾ മനസിലുറപ്പിക്കുകയും ചെയ്തു. വലിയ വൃക്ഷച്ചുവട്ടിൽ തന്റെ കമ്പിളി പുതപ്പിൽ സാമാന്യം നന്നായി അയാൾ ഉറങ്ങി. അതേ സമയം ജോബിൻ തണുത്തു വിറച്ചും ഭയന്നും ആ രാത്രി ഒരു വിധം കഴിച്ചുകൂട്ടി. പിറ്റേന്നു കൂടുതൽ ശ്രമങ്ങൾക്കു മുതിരാതെ തിരികെ മടങ്ങുകയും ചെയ്തു.

സെബിൻ തന്റെ യാത്ര തുടർന്നു. ഒടുവിൽ ലക്ഷ്യത്തിലെത്തി. അവിടെ ആ മലയുടെ മുകളിൽ സമൃദ്ധമായി വളരുന്ന അതീവ സുഗന്ധമുള്ള പ്രത്യേകതരം പുൽച്ചെടി കണ്ട് അതു ഗ്രാമമുഖ്യനു നൽകുവാൻ വേണ്ടി ശേഖരിച്ചു മടങ്ങി.

സ്വാഭാവികമായും അയാൾ പിന്നീടു ഗ്രാമമുഖ്യനായി.

നമ്മൾ മിക്കപ്പോഴും ഭയന്നോടിയ ജോബിനെപ്പോലെയാണ് കാര്യങ്ങളെ സമീപിക്കുക.

അതായത്,

1. എന്താണു ചെയ്യേണ്ടത് എന്നതിനെക്കുറിച്ചു വ്യക്തമായ ധാരണയില്ലായ്മ.

2. ആ ധാരണയില്ലായ്മ സമയം പാഴാക്കുവാൻ പ്രേരണയാകുന്നു.

3. സമയം കുറഞ്ഞിരിക്കുന്നു എന്നു മനസിലാകുന്ന നിമിഷം തൊട്ടു പരിഭ്രാന്തി കൂടിത്തുടങ്ങും.

4. അതോടെ മുന്നൊരുക്കങ്ങൾക്ക് വ്യക്തത കുറയും.

5. അപര്യാപ്തമായ മുന്നൊരുക്കങ്ങൾക്കു പിന്നാലെ കടന്നു വരേണ്ടതു പരാജയം തന്നെയാണ്.

അപ്പോൾ എങ്ങനെ ഇത്തരം ഘട്ടം തരണം ചെയ്യും?

ലളിതമാണത്.

1. നമ്മുടെ ടാർഗറ്റ് മനസിലായാൽ, അതേക്കുറിച്ചു വ്യക്തമായ ധാരണ ഉണ്ടാക്കണം. അതിനായി ഒരു പ്ലാൻ തയ്യാറാക്കണം.

2. തയ്യാറെടുപ്പ് ആരംഭിക്കാം.

പരീക്ഷയാണെങ്കിൽ സിലബസ് അനുസരിച്ചു പഠനം തീവ്രഗതിയിൽ തുടരണം.

പഴയ ചോദ്യപ്പേപ്പർ ചെയ്തു പഠിച്ചും ചോദ്യങ്ങൾക്കുത്തരം എഴുതി പഠിച്ചും. ആവശ്യമായ തയ്യാറെടുപ്പു തുടരാം.

3. ബിസിനസ് / ജോലി തുടങ്ങിയവയിൽ ഒരു പ്ലാൻ നടപ്പാക്കിയാൽ

കൃത്യമായും ഓരോ ദിവസത്തേയും ഗതിവിഗതികൾ നിരീക്ഷിക്കണം. പലപ്പോഴും അതൊരു ടീം വർക്ക് ആകും. അതിൽ ടീം അംഗങ്ങളുടെ മാനസിക നിലയും ഊർജ്ജവും പരമാവധിയിൽ പിടിച്ചു നിർത്തുവാനാകണം.

4. ഒരു ലക്ഷ്യം നേടുക എന്നാൽ ഓരോ ചുവടും ലക്ഷ്യത്തിലേക്കാണ് എന്നാണ് അർത്ഥം. ഒപ്പം അന്തിമ ഫലമെന്താകും എന്നു ചിന്തിച്ചു ടെൻഷനടിക്കാതെ മുന്നോട്ടുള്ള ചുവടുകളെക്കുറിച്ചു മാത്രം ചിന്തിക്കാം. അന്നന്നുചെയ്തു തീർക്കാനുള്ളത് അന്നന്നു തീർക്കണം. പിന്നെ സമാധാനമായി ഉറങ്ങാം.

5. നല്ല ഭക്ഷണം, വ്യായാമം, കൃത്യമായ ഉറക്കം ഇവ മൂന്നും ആരോഗ്യമുള്ള ശരീരത്തിന് അത്യാവശ്യമാണ്. ഏതു ലക്ഷ്യം ഭേദിക്കാനും ആരോഗ്യമുള്ള ശരീരം ആവശ്യമാണ്.

കാര്യങ്ങൾ അപഗ്രഥിച്ചു, തയ്യാറെടുപ്പുകളോടെ മുന്നേറാമെങ്കിൽ ലക്ഷ്യം, ആകാശമെന്ന അതിരും ഭേദിക്കട്ടെ.

○○

അധ്യായം 21
പരസ്പരം വിലമതിക്കുക

ഓഫീസ് വിട്ടു വീട്ടിലേക്കു വരും വഴിയാണു ബിന്ദുവിനെ കണ്ടത്. സുഖവിവരങ്ങൾ അന്വേഷിച്ച കൂട്ടത്തിൽ ആ വാർത്തയും ബിന്ദു പറഞ്ഞു. അവളുടെ വിവാഹ മോചനം കഴിഞ്ഞിരിക്കുന്നു.

'സുനിൽ കാണാൻ നല്ല പേഴ്സണാലിറ്റിയുള്ള, ജോലിയുള്ള ആളല്ലേ? പഠിത്തവും ഉണ്ട്. അച്ഛനും അമ്മയും റിട്ടയേഡ് അധ്യാപകർ, അനിയത്തി സുനിതയ്ക്കും പഠിത്തവും ജോലിയുമുണ്ട്. പിന്നെന്താ പ്രശ്നം?' ഞാൻ ചോദിച്ചു.

'ചേച്ചീ... സുനിൽ നല്ല വ്യക്തിയാണ്. പക്ഷേ ഭാര്യയെ അംഗീകരിക്കില്ലെന്നു മാത്രം. അയാൾ ഇപ്പോഴും കരുതുന്നതു ഭാര്യ, ഭർത്താവിനു പിന്നിൽ നിൽക്കേണ്ടവളാണെന്നാണ്. പഴയ സിനിമാപ്പാട്ടു പോലെ പൂമുഖവാതിൽക്കലെ ഭാര്യ. എന്റെ ഇഷ്ടങ്ങൾക്കൊന്നും യാതൊരു സ്ഥാനവുമില്ല. ഞാൻ പഠിക്കരുത്. ജോലിക്കു പോകരുത്, ലെഗ്ഗിൻസ് ഇടരുത്, ഷാളില്ലാതെ പുറത്തു പോകരുത്, മറ്റുള്ള ആളുകളോടു മിണ്ടരുത്, സോഷ്യൽ മീഡിയ പാടില്ല, എന്റെ ഐ ഫോൺ മാറ്റി ആയിരത്തഞ്ഞൂറിന്റെ ബേസ് മോഡൽ മതി. ഇത്രയൊക്കെ ആയപ്പോൾ പോയി പണി നോക്ക് എന്നു പറഞ്ഞു ഞാൻ തിരിച്ചു പോന്നു. എന്റെ ചേച്ചീ... എന്റെ എംഫിൽ ഈ വർഷം കഴിയും. നെറ്റ് പാസായി. ഞാനെന്തിന് ഒരു ഭ്രാന്തനു വേണ്ടി എന്റെ ജീവിതം തുലയ്ക്കണം.?'

ബിന്ദു പറഞ്ഞത് വലിയൊരു സത്യമാണ്.

പരസ്പരം അംഗീകരിക്കാത്ത ബന്ധങ്ങൾ കാളകൂടവിഷം ഏറ്റുവാങ്ങുന്നതു പോലെ ഏറ്റെടുത്തു കാലങ്ങളോളം സഹിച്ചു നടക്കേണ്ട സാമൂഹികാവസ്ഥ ഇന്നില്ല. പുരുഷനു പിന്നിലാണെന്ന ചിന്തയും സ്ത്രീകൾക്കില്ല.

ഒരു കുടുംബത്തിൽ മൂന്നു പേരുണ്ടെങ്കിൽ ആ മൂന്നു പേർക്കിടയിൽ അടിമ ഉടമ ബോധത്തിനപ്പുറം പരസ്പരം വിലമതിക്കുന്ന സാഹചര്യം

ഉരുത്തിരിഞ്ഞാൽ, ആ ജീവിതത്തിൽ പ്രകാശം നിറയും.

പരസ്പര അംഗീകാരമെന്നത് അത്ര എളുപ്പത്തിൽ സാധ്യമാകുന്ന ഒന്നല്ല. ഒരു കുടുംബത്തിലെ ഓരോ അംഗത്തിന്റേയും ഈഗോയാണിവിടെ വില്ലൻ. ഭർത്താവിന്റെ ഈഗോ ഭാര്യയുടേതിനു മുകളിൽ നിൽക്കാൻ ആഗ്രഹിക്കുമ്പോൾ ഭാര്യയും അതു തന്നെ ചിന്തിക്കുന്നു. പിന്നെ ബാക്കിയുള്ളവരുടെ കാര്യം പറയണോ? തീരെ ചെറിയ കുട്ടികളൊഴികെ മറ്റുള്ളവരെല്ലാം തന്നെ അവനവനോടുള്ള മതിപ്പു സൂക്ഷിക്കുകയും അതിൽ കുറവു വരുത്തുന്ന പക്ഷം ശക്തമായി പ്രതികരിക്കുകയും ചെയ്യുന്നു. (കുട്ടികൾക്കു സ്വന്തം മതിപ്പ് ഇല്ല എന്നല്ല. പക്ഷേ കുടുംബം തകരുന്ന തരത്തിലുള്ളതാവില്ല അത്.)

ഈ സാഹചര്യത്തിൽ കുടുംബത്തിന്റെ സന്തുലനാവസ്ഥ നിലനിർത്താൻ ഏറ്റവും സഹായകമാകുന്ന കാര്യം പരസ്പരം അംഗീകരിക്കുകയെന്നതുതന്നെയാണ്.

ഒരു ഉദാഹരണം പറയാം.

ദീപുവിന്റെ ഭാര്യ കോളേജ് പ്രൊഫസർ ആണ്. ദീപുവാകട്ടെ സർക്കാർ സർവ്വീസിൽ ക്ലർക്കും. ഭാര്യക്കു ഡോക്റ്ററേറ്റ് ഉണ്ട്. എന്നാൽ ദീപുവിനു പോസ്റ്റ് ഗ്രാജുവേഷൻ മാത്രമേ ഉള്ളൂ. ദീപുവിന്റെ വീട്ടുകാരുടെ സാമ്പത്തികാവസ്ഥ ഭാര്യയുടേതുമായി താരതമ്യം ചെയ്താൽ അത്ര ഭദ്രമല്ല.

ഒരു ദിവസം പത്തിൽ പഠിക്കുന്ന മകൻ, അച്ഛന്റെ ചില കുറവുകളെ അമ്മയുടെ മുന്നിൽ വച്ചു കളി പറഞ്ഞു. ഒരു നിമിഷം മകന്റെ വാക്കുകൾ കേട്ടയാൾ അമ്പരന്നു. പിന്നെ തല കുനിച്ചു. എന്നാൽ മകനേയും അയാളേയും അത്ഭുതപ്പെടുത്തിക്കൊണ്ടു ഭാര്യ പ്രതികരിച്ചു.

അവർ പറഞ്ഞു.

'നീ കരുതും നിന്റെ അച്ഛനു കുറവുകളുണ്ടെന്ന്. പക്ഷേ പതിനെട്ടു വർഷത്തെ ജീവിതത്തിനിടയിൽ എനിക്കങ്ങനെ തോന്നിയിട്ടില്ല. ഈ വീട്ടിൽ ഞാൻ കോളേജ് പ്രൊഫസറും നിന്റെ അച്ഛൻ ക്ലർക്കുമല്ല. നിന്റെ അച്ഛന്റെ അകമഴിഞ്ഞ പിന്തുണ കൊണ്ടാണ് എനിക്കെന്റെ ലക്ഷ്യങ്ങളിലെത്താനായത്. അതു നിന്റെ അച്ഛന്റെ കൂടി ലക്ഷ്യമായിരുന്നു. കുടുംബത്തിൽ വലുത് ചെറുതുകളില്ല. നീ പറയുന്ന ശരിയായ കാര്യങ്ങൾ ഞങ്ങൾ അംഗീകരിക്കാറുണ്ടല്ലോ. അതു കൊണ്ട് ഇപ്പോൾ നീ സംസാരിച്ചതു തികച്ചും തെറ്റായി. അതിന് അച്ഛനോട് മാപ്പു പറയണം. പിന്നെ ഒന്നോർക്കണം. നിനക്കു വേദനിച്ചാലും നിന്റെ അച്ഛനു വേദനിച്ചാലും ഒരേ തീവ്രതയിൽ അതെന്റെ കൂടി വേദനയാണ്. ഈ വീടിന് ഒറ്റ ശ്വാസമേ ഉള്ളൂ. നമ്മൾ മൂന്നു പേരും ചേർന്ന ഒറ്റ ശ്വാസം.'

അമ്മ പറഞ്ഞതു കേട്ടു മകൻ കാര്യത്തിന്റെ ഗൗരവം തിരിച്ചറിഞ്ഞു. അവൻ കണ്ണു നിറഞ്ഞ് അച്ഛനോടു മാപ്പു പറഞ്ഞു.

അച്ഛൻ ആ കണ്ണു തുടച്ചു മകനെ കെട്ടിപ്പിടിച്ചു. അന്നു രാത്രി ഭാര്യയെ ചേർത്തു പിടിച്ചയാൾ പറഞ്ഞു.

'നീ ഇത്രയേറെ എന്നെ അംഗീകരിക്കുന്നുവെന്നറിഞ്ഞപ്പോൾ തോന്നിയ സന്തോഷത്തോളം വരില്ല മറ്റൊന്നും. അതു തിരിച്ചറിയാൻ മോന്റെ ഒരു കളിയാക്കൽ വേണ്ടി വന്നു. പുറത്തു കാണിച്ചിരുന്നില്ലെങ്കിലും ഞാൻ പലപ്പോഴും എന്റെ കഴിവുകേടുകൾ ഓർത്തു വിഷമിച്ചിരുന്നു. അതൊക്കെ എന്തൊരു മണ്ടത്തരമായിരുന്നു അല്ലേ?'

ഇതാണു കുടുംബജീവിതം. മനസ്സുകൾ തൂത്തു തുടച്ചു വൃത്തിയാക്കി വെച്ചാൽ മാത്രം മതി. വജ്രം പോലെ അതു വെട്ടിത്തിളങ്ങും.

ആദ്യം പറഞ്ഞ സംഭവത്തിലേക്കു മടങ്ങി വരാം.

ബിന്ദുവിനു മുന്നിൽ മറ്റൊരു വഴിയും ഉണ്ടായിരുന്നില്ല.

ഒരിക്കലും ഒത്തുചേർന്നു പോകില്ല എന്നുറപ്പായതിനാൽ ബിന്ദു സ്വന്തം തീരുമാനം സ്വീകരിച്ചു. മുന്നോട്ടു യാത്ര തുടർന്നു. ഇതു ജീവിതമാണ്. നിയതമായ കള്ളികളിലൂടെ സഞ്ചരിച്ചു തീർക്കുന്ന ഒന്നല്ലത്. ഹൃദയം നിർമ്മലമാക്കുക, പങ്കാളിയെ കുറവുകളോടെ മനസ്സിലാക്കി സ്വീകരിക്കുക.

ഞാൻ എന്ന ഭാവം പടിക്കു പുറത്തു നിർത്തുക. ജീവിതം ആഘോഷിക്കുക. ലക്ഷ്യത്തിലേക്കു യാത്ര ചെയ്യുമ്പോൾ കുറവുകൾ തിരിച്ചറിഞ്ഞു താങ്ങായി നിൽക്കുന്ന കുടുംബം കൂടെയുണ്ടെങ്കിൽ ആകാശവും കടന്നു നമുക്കു മുന്നേറാനാകും. നിശ്ചയം.

അധ്യായം 22

അസൂയ

രാവിലെ അമ്മു അല്പം സങ്കടത്തോടെയാണ് അടുത്തേക്കു വന്നത്. എന്തു പറ്റി എന്ന ചോദ്യത്തിനു കുറേ നേരത്തെ മൗനത്തിനു ശേഷം പറഞ്ഞു.

'അമ്മാ... ഇന്നലെ ഒരു ഫങ്ഷൻ ഞാൻ ആങ്കർ ചെയ്ത കാര്യം പറഞ്ഞിരുന്നില്ലേ? അതു വലിയ സന്തോഷത്തിൽ ഞാൻ ഹരിതചേച്ചിയോടു പറഞ്ഞു. പക്ഷേ, അതു കേട്ടപ്പോൾ ചേച്ചിക്ക് എന്തോ ഒരു നിരാശ പോലെ. ചേച്ചി ഉണ്ടായിരുന്നേൽ അതു ചേച്ചി ചെയ്യേണ്ടതായിരുന്നു എന്നൊക്കെ പറഞ്ഞു. എനിക്കു സങ്കടം വന്നു. ഞാൻ ഫോൺ വച്ചു.'

വിഷയം വളരെ ലഘുവായത്.

മനുഷ്യനുണ്ടായ കാലം മുതലുണ്ടായത്.

അസൂയ എന്ന മൂന്നക്ഷരങ്ങളിൽ കുടുങ്ങിയ ഏറ്റവും അപകടകാരിയായ വാക്ക്.

എന്താണ് അസൂയ ഉണ്ടാകാനുള്ള കാരണം.?

ഈ ലോകം വളരെ വലുതാണ്. എന്നാൽ ഓരോ ജീവിക്കും വേണ്ടത് ആവശ്യത്തിലേറെ ഉണ്ടെങ്കിൽ അസൂയയെന്ന വികാരമുണ്ടാകില്ല. ഉദാഹരണത്തിനു ജോലിക്കു ജോലി, ഭക്ഷണത്തിനു ഭക്ഷണം, ആഗ്രഹിക്കുന്ന തരത്തിൽ എല്ലാ ആർഭാടങ്ങളും ഓരോരുത്തർക്കും ലഭ്യമായാൽ അസൂയയുടെ കാര്യമില്ല. എന്നാൽ ലോകം ഒരിക്കലും അപ്രകാരമാകില്ല. അങ്ങനെ ആകാനും പാടില്ല. ഏറ്റക്കുറച്ചിലുകൾ ഉണ്ടാകുമ്പോഴോ, മത്സരമുണ്ടാകുമ്പോഴോ അസൂയയും ഉണ്ടാകുന്നു.

അസൂയ എന്ന വികാരത്തിന്റെ പ്രധാന പ്രശ്നം അതു പടരുന്ന ഇടങ്ങളിലെല്ലാം അഗ്നി വർഷിക്കുന്നു എന്നതാണ്. നെഗറ്റീവ് ഇമോഷനിൽ നിന്നും ആരംഭിച്ച് അതിപ്രഹരശേഷിയുള്ള സ്വയം നശീകരണശക്തിയായി അതു മാറുന്നതു കാണാം.

ഒരു ഉദാഹരണം നോക്കാം.

ആകാശത്തിനും ഉയരെ

നഗരത്തിലെ പ്രശസ്തമായ കോളേജിൽ പഠിക്കുന്ന രണ്ടു കുട്ടികൾ സമീറയും, സബീനയും. രണ്ടു പേരും മിടുക്കികൾ. അങ്ങനെയിരിക്കെ ക്ലാസിൽ ടീച്ചർ ഒരു സർപ്രൈസ് ടെസ്റ്റ് നടത്തി. സമീറക്കു ക്ലാസ് ഫസ്റ്റ്. സബീനക്ക് അഞ്ചു മാർക്ക് കുറവ്. ക്ലാസിൽ എല്ലാവരും സമീറയെ അഭിനന്ദിക്കുന്നു. സബീനക്ക് കൂടുതൽ സങ്കടം വന്നു. രണ്ട് മിനിറ്റ് വേണ്ടി വന്നില്ല, അത് അസൂയയായി. അവളാകെ പുകഞ്ഞു. ആ നിമിഷം മുതൽ സമീറയുടെ ശത്രുവായി സബീന. പിന്നെ ആ കോഴ്സ് കഴിയും വരെ സബീന നിരന്തരം സമീറയെ ആക്രമിച്ചുകൊണ്ടിരുന്നു.

സമീറ ഇതൊക്കെ സ്വന്തം ഉപ്പയോടു വിശദമായി പറയാറുണ്ടായിരുന്നു. അദ്ദേഹം മകളിൽ ഒരു മാനസിക ആഘാതമുണ്ടാകാതെ കാത്തു രക്ഷിച്ചു. എന്നാൽ സബീനക്ക് ഒരിക്കലും തന്റെ മനസ് ആരോടും തുറക്കാനായില്ല. ഒരാൾക്കു നേരെ അസൂയ പെരുത്തു തുടങ്ങിയതോടെ സബീനക്കു പഠിക്കാൻ സാധിക്കാതെയായി. ക്ലാസിൽ 95% നു മുകളിൽ മാർക്ക് വാങ്ങേണ്ട കുട്ടി ആയിരുന്നു സബീനയും. പക്ഷേ അസൂയയിൽ നിന്നു ജനിച്ച വിദ്വേഷം അവളുടെ ശ്രദ്ധ പാളിച്ചു. തലച്ചോറു പുകഞ്ഞു. ഒടുവിൽ വെറും 80% മാർക്കിൽ പിന്തള്ളപ്പെട്ടു പോയി ആ കുട്ടി. ഇവിടെ സബീനയുടെ നീക്കങ്ങൾ തിരിച്ചറിയുവാൻ നല്ല സുഹൃത്തുണ്ടായില്ല. വീട്ടുകാരുണ്ടായില്ല, അധ്യാപകരും പരാജയപ്പെട്ടു.

നാമറിയേണ്ടത്, അസൂയ ഉണ്ടാകുന്നതും ഒരു രോഗമാണ് എന്നതാണ്. കൃത്യമായി ഈ ഘട്ടത്തിൽ നമ്മെ നയിക്കാൻ ഒരു സഹായമുണ്ടായാൽ അതിന്റെ അടുത്ത തലങ്ങളിലേക്കു കടക്കാതെ രക്ഷപ്പെടാനാകും. അതുപോലെ അസൂയയുടെ ആക്രമണത്തിന് ഇരയാകുന്നവർക്കും മാനസിക പിന്തുണ ആവശ്യമാണ്. ഏറ്റവും അടുത്ത ആളുകൾ എതിരാകുന്നുവെന്ന ചിന്ത വല്ലാതെ സങ്കടപ്പെടുത്തും. അവിടെ നാം തെറ്റു ചെയ്തിട്ടില്ലെന്നും ധൈര്യമായി മുന്നോട്ടു പോവുകയാണു വേണ്ടതെന്നും മനസിനെ പറഞ്ഞു പഠിപ്പിക്കണം. എത്ര അടുത്ത വ്യക്തിയായാലും നമുക്കു നേരെ അസൂയ ആയുധമാക്കിയാൽ ആ വ്യക്തിയിൽ നിന്ന് അകലം പാലിക്കുക. കാരണം, കെണികൾ ഒരുക്കപ്പെടാം. ആലോചിച്ചു മാത്രം അവരോട് ഇടപ്പെടുക.

അസൂയ ഉണ്ടാകാനുള്ള കാരണം മറ്റൊരാൾക്കു കൂടുതൽ കിട്ടിയാൽ എനിക്കു കുറഞ്ഞു പോകില്ലേ എന്ന സങ്കടമാണ്. മൂവായിരം സ്ക്വയർ ഫീറ്റിൽ രണ്ടു നില വീട് എന്റെ ആഗ്രഹമാണ്. നിലവിലെ സാഹചര്യത്തിൽ അതിനു സാധിക്കില്ല. എന്നാലോ തന്റെ കൂട്ടുകാരന് അതു സാധിച്ചു. ഇത്തരം അസന്തുലിതാവസ്ഥയിൽ നിന്നാണ് അസൂയ ജനിക്കുന്നത്. ഒരേ നിറത്തിലെ തരത്തിലെ സാരി രണ്ടു വ്യത്യസ്ത ശരീരപ്ര

കൃതികൾ ധരിച്ചാൽ രണ്ടു തരം കാഴ്ചയാവും നൽകുക. അപ്പോൾ അതിലൊന്നിനു ഭംഗി കൂടുതലാണ് എന്നു ചിന്തിച്ച് അതു ധരിച്ചരിക്കുന്ന വ്യക്തിയോടു ദേഷ്യം തോന്നിയാൽ കാര്യമുണ്ടോ?

യാഥാർത്ഥ്യങ്ങൾ തുറന്ന മനസ്സോടെ സ്വീകരിക്കുന്നവരിൽ അസൂയ തുമലാം കുറഞ്ഞിരിക്കും. ഒരേ ശമ്പളം വാങ്ങുന്ന സഹപ്രവർത്തകർക്കിടയിൽ ഒരാൾ മറ്റുള്ളവരേക്കാൾ ഏതെങ്കിലും തരത്തിൽ മുന്നിലാണെന്നു കണ്ടാൽ അതിനെതിരെ അസൂയ പുകഞ്ഞ് ഒളിയമ്പ് എയ്യുന്നവരെ നമുക്കറിയാമല്ലോ. ഏറ്റവും പ്രതിലോമപരമായ വികാരമാണ് അസൂയ. അതിനാൽത്തന്നെ ഒരാളിനോടും ഒരു പ്രസ്ഥാനത്തോടും അതു ഉണ്ടാകില്ലെന്നുറപ്പിക്കുകയാണു പ്രധാനം. നമുക്കും സ്വന്തമായൊരിടം ഈ ഭൂമിയിലുണ്ടെന്നു തിരിച്ചറിയുകയാണു പ്രധാനം. ഒപ്പം സ്വയം ആരെന്നും എന്തെന്നും ഉള്ള ബോധം ഉണ്ടാകണം.

'എന്റെ നീക്കങ്ങൾ കൃത്യമാണ്. എനിക്കു വ്യക്തമായ ലക്ഷ്യമുണ്ട്. അതനുസരിച്ചാണു ഞാൻ മുന്നേറുന്നത്. ചുറ്റുമുള്ളവർ എന്തു ചെയ്യുന്നു എന്നത് എന്റെ കാര്യമല്ല. അവർ ചിലപ്പോൾ എനിക്കു മുന്നേ അവരുടെ ലക്ഷ്യം നേടിയേക്കാം. അതെന്നെ അസ്വസ്ഥമാക്കേണ്ട കാര്യമില്ല ഞാനതു ചിന്തിക്കേണ്ടതുമില്ല.' ഇതാകണം നമ്മുടെ നിലപാട്.

ഒരു ഓട്ടമത്സരക്കാരൻ കൂടെ ഓടുന്നവരെ ശ്രദ്ധിച്ചു കൊണ്ടാണ് ഓടുന്നതെങ്കിൽ അയാൾക്കു മികച്ച സമയം എന്നും മരീചികയാവും. എന്നാൽ അയാൾ സ്വന്തം സമയം എങ്ങനെ മെച്ചപ്പെടുത്താമെന്നു മാത്രം തീരുമാനിച്ചാൽ അയാളുടെ മികച്ച സമയവും, മീറ്റിലെ മികച്ച സമയവും അയാളുടേതായി മാറും.

സ്വന്തം കൂടയിലെ മുട്ടകളെ ശ്രദ്ധിക്കാതെ അന്യന്റെ കൂടയിൽ എന്തു സംഭവിക്കുന്നുവെന്നും ശ്രദ്ധിച്ചാൽ നഷ്ടം നമുക്കു തന്നെയാകും. അസൂയ, വെറുപ്പ്, വിദ്വേഷം ഇവ മൂന്നും ഫലത്തിൽ ഒന്നു തന്നെയാണ്. അവസാന ഫലം നാശം മാത്രമാണ്. നമ്മുടെ ലോകത്തും മഹാരഥന്മാരായ എത്രയെത്ര ആളുകളുണ്ട്. അവരുടെ മുഖത്തെ പുഞ്ചിരി ശ്രദ്ധിച്ചിട്ടുണ്ടോ? ധീരരാണവർ, ഒപ്പം മറ്റുള്ളവരെ അവരുടെ നേട്ടങ്ങളിൽ ഉള്ളുതുറന്ന് അഭിനന്ദിക്കുന്നവരുമാണ്. മറ്റുള്ളവരുടെ വളർച്ചക്കും സഹായമേകുന്നവരാണ്. തനിക്കു ശേഷം പ്രളയമെന്ന ചിന്ത അവരിലുണ്ടാകില്ല.

സ്വയം വലുതാവുക എന്നതാണു നമ്മുടെ ജീവിതത്തെ മഹത്തരമാക്കുന്നത്. അതു ലോകത്തിനു നന്മയേകും. ലോകം നമ്മെ ഓർത്ത് അഭിമാനിക്കും. അങ്ങനെ സ്വയമുയരാം വാനോളം.

അധ്യായം 23

വിശ്വാസം

ലോകത്തെ എല്ലാ പ്രശ്നങ്ങൾക്കും കാരണം വിശ്വാസവും അതുമായി ബന്ധപ്പെട്ട വിഷയങ്ങളുമാണ്.

ഇതു നാം സാധാരണ പറയാറുള്ള ഒരു വാചകമാണ്. പലപ്പോഴും ഏറെ തെറ്റിദ്ധരിക്കുന്ന വാക്കാണ് വിശ്വാസം. മിക്കവരും ആ വാക്കിനെ മതത്തോടും ആചാരത്തോടും ചേർത്തു പിടിച്ചാവും വായിക്കുക. എന്നാൽ ഇതു മറ്റൊരു വിശ്വാസത്തെക്കുറിച്ചാണ്. അതായത് ഒരു വ്യക്തിയെ രൂപപ്പെടുത്തുന്ന വിശ്വാസത്തെക്കുറിച്ച്.

ഒരു വ്യക്തി എന്താണെന്നു ചോദിച്ചാൽ അയാളുടെ വിശ്വാസമാണ് എന്നതാണു സത്യം.

അയാൾ സ്വയം എങ്ങനെ വിശ്വസിക്കുന്നു, അയാളുടെ ചുറ്റുപാടിനെ എങ്ങനെ കണക്കിലെടുക്കുന്നു, കൂടെയുള്ള ബന്ധുജനങ്ങളെ എങ്ങനെ മനസിലാക്കുന്നു, ഇവയെല്ലാം ചേർന്ന് ഒരു വ്യക്തിയുടെ അനന്യമായ സ്വഭാവം രൂപപ്പെടുത്തുന്നു. സ്വഭാവം മാത്രമല്ല ശാരീരിക അവസ്ഥ പോലും രൂപപ്പെടുത്തുന്നു. ഉദാഹരണമായി, സ്കീസോഫ്രീനിയ രോഗികൾ വ്യത്യസ്ത പേഴ്സണാലിറ്റികൾ പ്രകടിക്കുന്നവരാണ്. പഠനങ്ങൾ തെളിയിക്കുന്നത് ഒരു പ്രത്യേക പേഴ്സണാലിറ്റിയിൽ നിലകൊള്ളുമ്പോൾ മാത്രം ചില രോഗങ്ങൾ അവരിൽ പ്രകടമാകുന്നുവെന്നും ആ പേഴ്സണാലിറ്റിയിൽ നിന്നും പുറത്തു കടക്കുമ്പോൾ ആ അസുഖം മാറി നിൽക്കുന്നുവെന്നുമാണ്.

അതായത് അവനവന്റെ സ്വന്തം വിശ്വാസം അയാളുടെ ആരോഗ്യകാര്യങ്ങളിൽപ്പോലും പ്രകടമായ മാറ്റം വരുത്തുന്നുവെന്നർത്ഥം.

എങ്ങനെ വിശ്വാസത്തെ, നമുക്ക് അനുഗുണമായി രൂപപ്പെടുത്താമെന്നു കൂടി ചിന്തിക്കാം.

1. വിശ്വാസം രൂപപ്പെടുന്നതു പ്രധാനമായും അനുഭവങ്ങളിൽ നിന്നും, അറിവുകളിൽ നിന്നുമാണ്.

2. അനുഭവങ്ങളിൽ നിന്നും രൂപപ്പെടുന്ന വിശ്വാസങ്ങൾക്കു ബലം കൂടും. കാരണം അതു സ്വയം അനുഭവിച്ചു മനസിലാക്കിയതാണ്.

3. അറിവുകളിൽ നിന്നും രൂപം കൊള്ളുന്നവ നമ്മുടെ വിജ്ഞാന പരിധിയിൽ നിന്നാണു രൂപം കൊള്ളുന്നത്. നാം പഠിച്ചത്, വായിച്ചത്, പുതിയ ഗവേഷണ ഫലങ്ങൾ അങ്ങനെ ധാരാളം ഘടകങ്ങളിലൂടെയാണത് ഒരാളിൽ അത് രൂപപ്പെടുക. നിശ്ചയമായും അറിവ് ആർജ്ജിക്കാനുള്ള വ്യക്തിയുടെ കഴിവും പരിമിതിയും ഈ വിശ്വാസത്തിന്റെ ബലവും ബലഹീനതയുമാണ്.

4. ഒരു വിശ്വാസം നമ്മെ വർത്തമാനകാല നിലയിൽ നിന്നും വളരെ ഉയർന്ന തലത്തിലേക്ക് ഉയർത്തുവാൻ പര്യാപ്തമാണ്.

5. അത്തരത്തിൽ ഉയർന്നു വരാൻ ബോധപൂർവ്വം വിശ്വാസത്തെ അഴിച്ചുപണിയേണ്ടി വരും. ഉദാഹരണത്തിന് ഒരു ഓസ്ട്രേലിയൻ നാടോടി വിശ്വാസം പരിശോധിക്കാം.

അവരുടെ വിശ്വാസ പ്രകാരം, ദുർമന്ത്രവാദി ഒരു പ്രത്യേക ദിവസം ആരോഗ്യമുള്ള ഒരു മനുഷ്യനെ, കത്തിച്ച മൃഗത്തിന്റെ എല്ലുകൊണ്ടുഴിഞ്ഞ് ആ എല്ല് ആകാശത്തേക്ക് ഉയർത്തിപ്പിടിച്ചാൽ, ആകാശത്തു നില കൊള്ളുന്ന ചില ശക്തികൾ എല്ല് കൊണ്ട് ഉഴിയപ്പെട്ട വ്യക്തിയുടെ ജീവൻ നഷ്ടപ്പെടുത്തും. ജീവഹാനി സംഭവിക്കുന്നതാകട്ടെ വളരെ ചെറിയ ഒരു സമയത്തിനുള്ളിൽ ആയിരിക്കും. ഇത് ഒരു മാനസിക അവസ്ഥയാണ്. കാലാകാലങ്ങളായി രൂപപ്പെടുത്തി ബലപ്പെടുത്തിയ വിശ്വാസമാണത്.

ഇതൊരു നെഗറ്റീവ് ചിന്തയെ അടിസ്ഥാനമാക്കിയുള്ളതാണ്. അങ്ങനെ എല്ലുകൊണ്ട് ഉഴിയപ്പെട്ടാൽ തനിക്ക് ജീവഹാനി സംഭവിക്കും എന്ന് ഇരയാക്കപ്പെടുന്ന വ്യക്തിക്ക് ഉറച്ച വിശ്വാസമുള്ളതു കൊണ്ടാണ് ഇത് സംഭവിക്കുന്നത്. മനുഷ്യൻ നെഗറ്റീവ് ചിന്താഗതികളിലേക്കു പെട്ടെന്നു വീണുപോകും. അതിനാൽ തന്നെ നല്ല ചിന്തകൾ രൂപപ്പെടുവാൻ സമയമെടുക്കുകയും ചെയ്യും.

6. ചിന്താ തലത്തിലെ അഴിച്ചുപണിയുടെ ആദ്യഘട്ടം അവനവനെ സ്വയം മനസിലാക്കലാണ്. സ്വന്തം പേഴ്സണൽ കമ്പ്യൂട്ടറിലേക്കോ ഒരു നോട്ടുപുസ്തകത്തിലേക്കോ അവനവനെ പകർത്തുക. കഴിവ്, കഴിവുകേട്, ചിന്തകൾ, ലക്ഷ്യങ്ങൾ അങ്ങനെ എല്ലാം. ഏറ്റവും ഒടുവിൽ നമ്മുടെ വിശ്വാസത്തെ മാറ്റിയെഴുതേണ്ടതു നിലവിലെ സാഹചര്യത്തിൽ താൻ എത്ര മാത്രം ആഗ്രഹിക്കുന്നുവെന്നും, അതിന്റെ ആവശ്യകതയും കൂടി കുറിക്കുക.

7. ഇനി മുന്നോട്ടേക്കുള്ള കുതിപ്പിൽ അതു വരെ നിലനിർത്തിയിരു

ന്ന പിന്നോട്ടു വലിക്കുന്ന ചിന്തകളെ വീണ്ടും മനസ്സിലേക്കു കടത്തില്ല എന്നുറപ്പിക്കുക. ഒപ്പം അനുഗുണമായ ചിന്തകളിൽ മാത്രം മനസ്സിനെ ബോധപൂർവ്വം പിടിച്ചു നിർത്തുക.

8. ഒരു ദിവസം കൊണ്ടു സംഭവിക്കുന്നതല്ല വിശ്വാസത്തിന്റെ രൂപപ്പെടുത്തൽ എന്നറിയുക. ഓരോ ദിവസവും അതിനായി ബോധപൂർവ്വം തന്നെ ഇടപെടുക.

9. ഓരോ ആഴ്ചയും നമ്മുടെ പ്രവർത്തിയിലെയും മനോനിലയിലെയും പ്രകടമായ വ്യത്യാസങ്ങൾ വിലയിരുത്തി ആവശ്യമായ മാറ്റങ്ങൾ വരുത്തണം.

10. ഒരിക്കൽ അവനവനെക്കുറിച്ച് വളരെ പോസിറ്റീവ് ആയൊരു വിശ്വാസം രൂപപ്പെട്ടു കഴിഞ്ഞാൽ പിന്നെ കാര്യങ്ങൾ നമ്മുടെ നിയന്ത്രണത്തിലാകും. അതിന് എതിരായി നിൽക്കുന്ന യാതൊരു ചിന്തയും, വ്യക്തിയും, സാഹചര്യവും തുടരാതെയിരിക്കുകയെന്നതും പ്രധാനമാണ്.

വിശ്വാസമെന്നത് അവനവൻ സ്വയം രൂപപ്പെടുത്തിയെടുക്കേണ്ടതാണ്. ആ വിശ്വാസമാണ് ഒരാളെ ലക്ഷ്യത്തിലെത്തിക്കുന്ന ഘടകം. അതാണ് നമ്മെ വാനോളം ഉയർത്തുന്നതും.

അധ്യായം 24

പ്രശസ്തരാവാൻ കുറുക്കുവഴി

കുറച്ചു പ്രശസ്തനാവണമെങ്കിൽ ചില പൊടിക്കൈകൾ ഉണ്ട്. അഗതികൾക്കു നാലു ചാക്ക് അരി, എണ്ണ, പഞ്ചസാര, പിന്നെ തുണി, കുറച്ച് പണം. അതല്ലെങ്കിൽ വേറൊരു പരിപാടിയുണ്ട് അന്നദാനം നടത്തി ഫോട്ടോ ഫേസ് ബുക്കിൽ ഇട്ടാലും മതി. ഒരു പിച്ചക്കാരനു അഞ്ചു രൂപ കൊടുക്കണം. എന്നിട്ട് അഞ്ഞൂറിന്റെ നോട്ട് കൊടുക്കുന്നതായി ഭാവിച്ചിട്ട് ഫോട്ടോ എടുത്ത് ഷെയർ ചെയ്യണം!

പ്രശസ്തി നേടാൻ കുറുക്കുവഴി എന്ന നിലയിൽ ചിലരെങ്കിലും കരുതുന്ന കാര്യങ്ങളിൽ ചിലതാണ് മുകളിൽ കൊടുത്തിരിക്കുന്നത്.

ഇതു കേട്ട് ആദ്യം ചിരി വരുമെങ്കിലും, രണ്ടാമത് ഓർത്താൽ അത്ര ലളിതമായി തോന്നില്ല.

പണ്ടു നമുക്കു വാർത്ത അറിയുവാൻ പത്രം, റേഡിയോ, ടിവി എന്നീ മൂന്നു മാധ്യമങ്ങളാണുണ്ടായിരുന്നത്. അതിലൊരു വാർത്ത വരാൻ രണ്ടു മാർഗ്ഗമേ ഉണ്ടായിരുന്നുള്ളൂ. ഒന്നുകിൽ അത്രയേറെ വാർത്താപ്രാധാന്യമുള്ള എന്തെങ്കിലും മഹത്തായ കാര്യത്തിൽ നമ്മളേർപ്പെടുക. അല്ലെങ്കിൽ ഒരു കൊടും ക്രിമിനലാവുക. അതായത് വെറും കോഴി മോഷണമൊന്നും ഒന്നുമായിരുന്നില്ല എന്നർത്ഥം.

അതുപോലെ, പാച്ചാണംപൊയ്ക സാംസ്ക്കാരിക കലാകേന്ദ്രത്തിന്റെ സെക്രട്ടറിയാകുന്നതും ഒരു വാർത്തയേ ആയിരുന്നില്ല. എന്നാൽ മൊബൈൽ, ആൻഡ്രോയിഡും ഐഫോണുമായപ്പോൾ നമ്മുടെ ഫോട്ടോ ഏതു പോസിലും എടുക്കാമെന്നായി. സമൂഹമാദ്ധ്യമങ്ങളിലൂടെ ആ ഫോട്ടോ അടുത്ത നിമിഷം ലോകത്തിനു മുന്നിൽ തുറന്നു വയ്ക്കണമെന്നായി. അതോടെ കൂടുതൽ ആളുകൾ എങ്ങനെ നമ്മളെ അറിയണമെന്ന ചിന്തയായി. ചിലർ ഇലക്ട്രിക് ട്രെയിനിന് മുകളിൽ കയറി നിന്ന് അവസാന സെൽഫിയെടുത്തു എരിഞ്ഞു വീണു പ്രശസ്തരാകാൻ ശ്രമിച്ചു. മറ്റു ചിലർ വേറിട്ട മാർഗമാണു സ്വീകരിക്കുന്നത്.

ആ വഴിയെക്കുറിച്ചാണു കൂടുതലറിയേണ്ടത്.

നമ്മുടെ നാടു വലതു കൈ നൽകുന്നതു ഇടതു കൈ അറിയരുതെന്ന നിലപാട് സ്വീകരിച്ച നാടാണ്. എന്നാലിന്നോ? വലതു കൈ നൽകുന്നതായി ഭാവിക്കുകയും നാവ് അതു നാട്ടുകാരോടു വിളിച്ചു കൂകുകയും ചെയ്യുന്ന കാലമാണ്. ഇന്നതിന് എത്രയെത്ര രൂപഭേദങ്ങളാണ്!

ഉദാഹരണത്തിനു പാവപ്പെട്ട വിദ്യാർത്ഥികൾക്കു പഠനോപകരണ വിതരണം. സ്റ്റേജ് കെട്ടി, നേതാക്കന്മാർ പ്രസംഗിച്ച ശേഷം, നാട്ടിലെ പാവപ്പെട്ട കുട്ടികളെ തപ്പിപ്പിടിച്ചു കൊണ്ടുവന്നു നാലു നോട്ടുബുക്ക് കൊടുക്കും.

നാമോർക്കാത്ത ഒന്നുണ്ട്. ആർക്കാണ് സ്വയം ഒരു ദരിദ്രനാണെന്നറിയപ്പെടാൻ ആഗ്രഹം? ഒരു കുട്ടിയിൽ എത്രമാത്രം അപകർഷതാബോധം അതു നിറയ്ക്കുന്നുണ്ടാവും? പഠനോപകരണങ്ങൾ വിതരണം ചെയ്യണോ? എങ്കിൽ, ആ ദേശത്തെ എല്ലാ മിടുക്കന്മാരായ, മിടുക്കികളായ കുട്ടികൾക്കും എന്നാക്കിയിട്ടു വിതരണം ചെയ്യൂ.

അടുത്തതു വൃദ്ധരെ സംരക്ഷിക്കുന്ന സംഗതി. അതിനും ഫോട്ടോയും വീഡിയോയും എന്തിന്? നാട്ടിലെ മെമ്പറേയും പരിസരവാസികളേയും കൂട്ടി പബ്ലിസിറ്റി നൽകാതെ ആശുപത്രിയിലാക്കാമല്ലോ, അല്ലെങ്കിൽ ആവശ്യമായ സഹായം ചെയ്യാമല്ലോ.

അതുപോലെ വൃദ്ധസദനങ്ങൾ സന്ദർശിക്കുന്നതും പത്തുപേരറിയണം എന്നു നിർബന്ധമുണ്ടോ?

ഓരോ ജീവിക്കും ഒരു സ്വകാര്യതയുണ്ട്.

അടുത്തിടെ നടന്ന കാര്യമാണ്. ഒരു വൃദ്ധൻ നടന്നു പോകും വഴി അദ്ദേഹത്തിന്റെ ചെരുപ്പു പൊട്ടി. ചെറിയ രീതിയിൽ മറവിരോഗം ആരംഭിച്ചിട്ടുള്ള അദ്ദേഹം വീട്ടിലാരുമറിയാതെ പുറത്തിറങ്ങിയതായിരുന്നു. വീട്ടിൽ നിന്നും തൊട്ടടുത്ത ജംങ്ഷൻ വരെ എത്തിയതേയുള്ളൂ. അപ്പോഴാണ് ഒരു പ്രശസ്തിമോഹി അതുവഴി വന്നത്. നോക്കുമ്പോഴെന്താ? ഒരു വൃദ്ധൻ പൊരിവെയിലത്തു ടാറിട്ട റോഡിലൂടെ നടക്കാൻ വിഷമിക്കുന്നു. മഹാൻ പെട്ടെന്നു തന്നെ തനിക്കു സഹായിച്ചു പ്രശസ്തനാകാൻ പറ്റിയ ഒരു ഇരയെ കണ്ടെത്തിയ സന്തോഷത്തിൽ വേഗം ഒരു ജോടി ചപ്പൽ വാങ്ങി വന്നു. വീട്ടിലേക്കുള്ള വഴിയും വീടു തന്നെയും മറന്നു റോഡരികിൽ നിൽക്കുന്ന അദ്ദേഹത്തിനു ചെരുപ്പു നൽകുകയും അതു നൽകുന്നതിന്റെ ഫോട്ടോ എടുക്കുകയും തത്സമയം സോഷ്യൽ മീഡിയയിൽ പോസ്റ്റ് ചെയ്യുകയും ചെയ്തു. അതിൽ ആരോരുമില്ലാത്ത വയോധികന് താൻ ചെരുപ്പ് വാങ്ങി നൽകിയപ്പോൾ എന്നൊരു അടിക്കുറിപ്പും ചേർത്തിരുന്നു. ഈ സമയം വീട്ടുകാർ അദ്ദേഹത്തെ കാണാതെ

പരിഭ്രമിച്ച് ഓട്ടം തുടങ്ങി. ഒടുവിൽ നാലുപാടും പാഞ്ഞ് അദ്ദേഹത്തെ കണ്ടെത്തുമ്പോൾ പ്രശസ്തൻ വാങ്ങിയ ചെരുപ്പൊന്നും പരിസരത്തില്ലായിരുന്നു. പക്ഷേ, മക്കൾ തിരിഞ്ഞു നോക്കാത്ത വൃദ്ധന്റെ വീട്ടുകാർക്കെതിരെ സാമൂഹ്യ മാധ്യമങ്ങളിൽ ധാർമ്മിക രോഷം പതഞ്ഞു തുടങ്ങിയിരുന്നു. എന്തു പരിഹാരമുണ്ട്?

ചിലർ സ്വാർത്ഥലാഭത്തിനായി ചെയ്യുന്ന ഇത്തരം പ്രവർത്തികൾ പലരുടേയും ജീവിതത്തിന്റെ താളം തെറ്റിക്കുന്നുണ്ട്. ഇത്തരം കപട കാരുണ്യ പ്രവർത്തകർക്കിടയിൽ യഥാർത്ഥ മനുഷ്യ സ്നേഹികളുടെ പ്രവർത്തനത്തിന്റെ മഹത്വം പോലും നിസ്സാരമാക്കപ്പെടും. മദർ തെരേസയോ, ബാബാ ആംതേയോ ഒന്നും സെൽഫി എടുത്തു പോസ്റ്റ് ചെയ്യുവാനായി കാരുണ്യ പ്രവർത്തനം ചെയ്തവരല്ല. മറിച്ചു ജീവിതം ഉഴിഞ്ഞുവച്ചവരാണ്.

ഒരു മനുഷ്യൻ അവനവനായി ജീവിക്കുക എന്നതാണു പ്രധാനം. അതിൽ സ്വന്തം മുൻഗണനകൾ കൃത്യമായി നിർവ്വചിച്ച് അതനുസരിച്ചു മുന്നോട്ടു പോയാൽ ഏതു മേഖലയിലായിരുന്നാലും അവിടെ നമ്മുടെ വ്യക്തിമുദ്ര പതിപ്പിക്കുവാനാകും. സ്വന്തം പ്രവർത്തി, ഏതു മേഖലയിലുമാകട്ടെ വളരെ കൃത്യമായി ചെയ്യുകയാണെങ്കിൽ ലോകം നമ്മെ ശ്രദ്ധിക്കും. എവിടെ പ്രവർത്തിക്കുമ്പോഴും പരമാവധി മറ്റുള്ളവർക്കു സഹായകരമായ രീതിയിൽ പ്രവർത്തിക്കാൻ ശ്രദ്ധിക്കണമെന്നു മാത്രം. അതായതു സ്വന്തം കഴിവുകളും അധികാരവും മറ്റുള്ളവർക്കു ദോഷകരമായി ഉപയോഗിക്കാതിരിക്കുക എന്നതു തന്നെ പ്രധാനം.

ജീവകാരുണ്യ പ്രവർത്തനം വേണ്ടെന്നോ ചെയ്യരുതെന്നോ അല്ല. മറിച്ച് അതു മറ്റുള്ളവരെ ബോധിപ്പിക്കാനും, അതു സ്വന്തം ഇമേജ് വർദ്ധിപ്പിക്കാനുമുള്ള കുറക്കുവഴിയാക്കരുത്. രണ്ട് ലോകമഹായുദ്ധങ്ങൾക്കും അതിലേറെ ചെറുതും വലുതുമായ സംഘർഷങ്ങൾക്കും യുദ്ധങ്ങൾക്കും ശേഷം ഈ ഭൂമി ഇങ്ങനെ നിലനിൽക്കുന്നുവെങ്കിൽ അതിനു പിന്നിൽ നന്മ നിറഞ്ഞ കുറേയേറെ സുമനസ്സുകൾ ഉള്ളതുകൊണ്ടാണ്. അവർ ഭൂമിയുടെ പുണ്യമാണ്. അത്തരക്കാർക്കു കൂടി അപമാനമാകും വിധം ചിലർ പ്രവർത്തിക്കുമ്പോൾ നഷ്ടം യഥാർത്ഥത്തിൽ സഹായം ലഭ്യമാകേണ്ടവർക്കാണ്. അത്തരം സഹായങ്ങൾ അർഹിക്കുന്നവർക്കാണ്. വിജയം എന്ന വാക്കും പ്രശസ്തിയും തമ്മിൽ ബന്ധമുണ്ട്. വിണ്ണോളം ഉയരുമ്പോൾ ഒന്നോർക്കാം, ചെയ്യേണ്ട കാര്യങ്ങൾ കൃത്യമായി ചെയ്തും സഹജീവികളോട് ആത്മാർത്ഥമായി സഹകരിച്ചും വേണം ആ ഉയർച്ച നേടേണ്ടത്.

അധ്യായം 25

സൗഹൃദങ്ങളുടെ പരിധി

പരിധിയില്ലാത്ത സ്നേഹം സൗഹൃദത്തിലാണുണ്ടാവുക

സൗഹൃദം! മൂന്നക്ഷരങ്ങളിൽ ഒരു കവിത!

ഏതു ബന്ധങ്ങളിലും വെച്ചും മനോഹരമായത്! ഒരിക്കലും തകരാത്ത ബന്ധം! ഇങ്ങനെ എത്രമാത്രം വിശേഷണങ്ങളാണു സൗഹൃദത്തിനുള്ളത്! എന്നാൽ ഇങ്ങനെ വിശേഷിപ്പിക്കുന്നതു പോലൊരു മധുരക്കനിയാണോ സൗഹൃദം? കണ്ണുംപൂട്ടി കുടിക്കാവുന്ന അമൃതാണോ സൗഹൃദം? ആണ്. പക്ഷേ, എല്ലാ സൗഹൃദങ്ങളേയും ആ ഗണത്തിൽപ്പെടുത്താനാവില്ല എന്നു മാത്രം.

ഒരു പക്ഷേ ഏറ്റവും ശ്രദ്ധ ചെലുത്തേണ്ട ഒരു കാര്യമാണു സുഹൃത്തിനെ തിരഞ്ഞെടുക്കുന്നത്.

പ്രധാനമായും ചില ചോദ്യങ്ങളുണ്ട്.

1. ഒരാൾ ഏതു കാലഘട്ടത്തിലാണു നമ്മുടെ സുഹൃത്തായത്?
2. അയാളുടെ സ്വഭാവത്തോട് എത്രമാത്രം യോജിപ്പു നമുക്കുണ്ട്?

കാലഘട്ടം വളരെ പ്രസക്തമാണ്. സൗഹൃദങ്ങളിൽ ഏറ്റവും പ്രധാന്യമുള്ള ഒന്നാണ് അത് ഏതു കാലഘട്ടത്തിൽ, എപ്രകാരം രൂപപ്പെടുന്നു എന്നത്.

കുട്ടിക്കാലത്തു രൂപം കൊള്ളുന്നവ വളരെ ദൃഢമായ ബന്ധമാകുമെന്ന പൊതു ചിന്ത നമുക്കുണ്ട്. ഒരു പക്ഷേ പണ്ടു കാലങ്ങളിൽ കുഞ്ഞുങ്ങളായിരിക്കുമ്പോൾ ആരംഭിക്കുന്ന ബന്ധങ്ങൾ ദൃഢമായിരുന്നിരിക്കാം. ഇന്നതിനു മാറ്റമുണ്ട്. സിനിമകളിലെ നൊസ്റ്റാൾജിക് സീനുകൾ പലപ്പോഴും തെറ്റിദ്ധാരണ സൃഷ്ടിക്കാറുണ്ട്. വളരെ അപൂർവ്വമായി ചില സൗഹൃദങ്ങൾ വളരെ ചെറുപ്പത്തിൽ രൂപപ്പെടും, ഇനി ചിലതു കോളേജ് അന്തരീക്ഷത്തിൽ രൂപപ്പെടുന്നവയാണ്. പൊതുവേ ഇവയാണു സൗഹൃദങ്ങളിൽ ഏറെക്കാലം മുന്നോട്ടു സഞ്ചരിക്കാറുള്ളതും. ഇനി ചിലതു ജോലിയുമായി ബന്ധപ്പെട്ടു രൂപം കൊള്ളുന്നവയാണ്. വളരെ യാദൃശ്ചി

കമായി രൂപം കൊള്ളുന്ന ബന്ധങ്ങളുമില്ലാതില്ല. പലപ്പോഴും നമുക്കു സൗഹൃദമെന്ന വാക്കും പരിചയമെന്ന വാക്കും തമ്മിൽ ആശയക്കുഴപ്പമുണ്ടാകാറുണ്ട്. ഒരു ബസിൽ ദീർഘനാൾ യാത്ര ചെയ്തു രൂപപ്പെടുന്നതു നല്ല പരിചയമാണ്. അതുപോലെ വഴിവക്കിലെ കടയുടമയെ നമുക്കു പരിചയമുണ്ട്. പലപ്പോഴും പരിചയങ്ങൾ പണി പറ്റിക്കാറുമുണ്ട്.

സൗഹൃദം കുട്ടിക്കാലത്തോ പഠിക്കുന്ന കാലത്തോ രൂപം കൊള്ളുന്നതാണെങ്കിൽ ഒരു ഗുണമുണ്ട്. അതിൽ വല്ലാതെ കലർപ്പുണ്ടാകില്ല. കാരണം ആ സമയത്തു നമുക്കൊരാളെ മനഃപൂർവ്വം സുഹൃത്താക്കേണ്ട ആവശ്യമില്ല. അതിനാൽ ഹിഡൻ അജണ്ടകൾ ഉണ്ടാകില്ല. എന്നാൽ പിന്നീടു വരുന്ന സൗഹൃദങ്ങളിൽ പലതും അവരുടെ കൂടി ആവശ്യങ്ങൾക്കായി നമ്മൾ പോലുമറിയാതെ സൃഷ്ടിക്കപ്പെട്ടതാകാം.

ദീർഘകാല പരിചയം പോലും യഥാർത്ഥത്തിൽ സൗഹൃദമായി മാറണം എന്നു നിർബന്ധമില്ല. ഇന്ന്, സൗഹൃദം രൂപപ്പെടുത്തുന്നത് ഒരു ബിസിനസ് തന്ത്രമാണെന്നു കൂടി മനസ്സിൽ വയ്ക്കണം. ഇരിക്കുന്ന പദവിയുടെ ആനുകൂല്യം മാത്രം മുന്നിൽ കണ്ട്, വളരെ യാദൃശ്ചികമെന്നു തെറ്റിദ്ധരിപ്പിച്ച് സൗഹൃദാന്തരീക്ഷം സൃഷ്ടിച്ചു മുതലെടുപ്പു നടത്തുന്നവർ ധാരാളമുണ്ട്.

സൗഹൃദങ്ങളിൽ ശ്രദ്ധ വയ്ക്കേണ്ട ഏറ്റവും പ്രധാനമായ ഒന്നാണു സമൂഹമാധ്യമങ്ങളിലൂടെ ഉണ്ടാകുന്ന സൗഹൃദങ്ങൾ.

അതിന്റെ ചില പൊതുഗുണങ്ങൾ കൂടി കണക്കിലെടുക്കാം. സൗഹൃദത്തിൽ അവശ്യമുണ്ടാകേണ്ട ഘടകത്തിന്റെ കടയ്ക്കൽ കത്തിവച്ചാണ് അതാരംഭിക്കുന്നതു തന്നെ. അതായതു സുഹൃത്ത് എന്നു പറയുന്ന വ്യക്തിയെക്കുറിച്ചുള്ള പൂർണ്ണമായ അജ്ഞത. ഊര്, പേര് തുടങ്ങിയ അടിസ്ഥാന വിവരങ്ങൾ പോലും കളവാകാം.

അതായത് ഒരു രൂപം. അതാരുമാകാം. സത്യത്തിൽ ഈ ഒരു പോയിന്റിൽ തന്നെ സമൂഹമാധ്യമങ്ങളിലൂടെ സൗഹൃദമല്ല രൂപപ്പെടുന്നത് എന്ന തീരുമാനത്തിലെത്താവുന്നതാണ്.

എന്നിരുന്നാലും ചില വളരെ നല്ല ബന്ധങ്ങൾ സോഷ്യൽ മീഡിയ വഴി രൂപപ്പെടാറുണ്ട് എന്നതു തള്ളിക്കളയുന്നുമില്ല. പക്ഷേ, അതൊരു സാധ്യത മാത്രമാണ്. ചക്ക വീണു മുയൽ ചാകുന്ന പോലൊരു സാധ്യത. സോഷ്യൽ മീഡിയ സൗഹൃദങ്ങൾ ചില പൊതു സ്വഭാവങ്ങളുള്ളവർക്കിടയിൽ രൂപപ്പെടുന്നവയാണ് എന്നു കാണാം. അതായത് കലാകാരന്മാർ, എഴുത്തുകാർ, ചില രാഷ്ട്രീയ വിശ്വാസം പുലർത്തുന്നവർ, ചില പ്രത്യേക രംഗത്ത് പ്രവർത്തിക്കുന്നവർ, പ്രവാസികൾ അങ്ങനെ...

ഇത്തരം ബന്ധങ്ങളെ പരിചയം എന്ന കണക്കിൽ മാത്രം പെടുത്തി,

അവരിലേക്ക് അവരുടേയും നമ്മുടേയും വ്യക്തി ജീവിതത്തിനിടയിൽ കർശനമായ നിയന്ത്രണവും അച്ചടക്കവും പാലിച്ചുകൊണ്ടു മാത്രം ഇട പെടുകയാണു വേണ്ടത്. തികഞ്ഞ ജാഗ്രത വേണമെന്നു ചുരുക്കം. പല തരം ആളുകളുണ്ടാവാം, പലതരം മനോരോഗികളുമുണ്ടാക്കാം. നിശ്ച യമായും വാക്കുകൾക്കു ചുറ്റും ലക്ഷ്മണരേഖ നിർബന്ധം.

ഒരു സൗഹൃദം എങ്ങനെയാണ് ഒരാളുടെ ജീവിതത്തിലതിന്റെ മാ ജിക് കാട്ടുക? ആദ്യമറിയേണ്ടതു ഗാഢമായ സൗഹൃദം വളരെ കുറച്ചു മാത്രമേ ഒരാളുടെ ജീവിതത്തിലുണ്ടാകൂ എന്നതാണ്.

സൗഹൃദത്തിന്റെ അടിസ്ഥാനം ഹിഡൻ അജണ്ടകൾ ഇല്ലാതിരിക്ക ലാണ്. നമ്മുടെ ശരി, തെറ്റ്, ഗുണം, ദോഷം, ബലഹീനത, ബലം തുട ങ്ങിയ കാര്യങ്ങൾ, വളരെ കൃത്യമായി സുഹൃത്ത് അറിഞ്ഞിരിക്കണം. നമ്മുടെ നാട്ടിലെ ആത്മഹത്യകൾക്കു ഒരു കാരണം അവർക്ക് നല്ല സു ഹൃത്തായി ഒരാൾ പോലും ഉണ്ടായിരിക്കില്ല എന്നതാണ്. സുഹൃത്തിന് ഒരു പ്രശ്നമുണ്ടെന്നറിഞ്ഞാൽ പിന്നെ നിഴൽ പോലെ, അവർക്ക് വേ ണ്ടി നിലകൊള്ളുന്ന ഒരു സുഹൃത്തുണ്ടെങ്കിൽ ആരാണു ജീവൻ വെടി യുക? അത്ര നല്ല ഒരു ബന്ധമുണ്ടെങ്കിൽ അതിലും വലിയ അനുഗ്രഹം മറ്റെന്തുള്ളൂ? ഒന്നും മറച്ചുവയ്ക്കാതെ പരസ്പരം ഉള്ളു തുറക്കുന്ന, സം സാരത്തിനിടയിലെ മൗനത്തിന്റെ അർത്ഥം പോലും തിരിച്ചറിയാനാകു ന്ന, സന്തോഷവാർത്തകൾ പങ്കു വയ്ക്കുമ്പോൾ അസൂയയുടെ അംശ മില്ലാതെ അതു സ്വീകരിച്ച് ചേർത്തു പിടിക്കുന്ന ഒരു സൗഹൃദം. അതു ക്രമേണ ഉരുത്തിരിഞ്ഞു വരുന്നതാണ്. എളുപ്പവഴികൾ ഒന്നും തന്നെയി ല്ല. ക്ലാവ് പിടിച്ച പിത്തള പാത്രം തേച്ചുമിനുക്കി എടുക്കുന്നതു പോലെ, ജീവിതത്തിലെ കഠിന വഴികളിൽ അവർ നമുക്കു മുന്നിൽ മെല്ലെ വെളി പ്പെട്ടു കിട്ടും.

തെറ്റിദ്ധാരണകളും പരദൂഷണപ്പരമ്പരകളുമാണു പല സൗഹൃദങ്ങ ളുടേയും കടയ്ക്കൽ കത്തി കയറ്റുന്നത്. എന്നാൽ ഒന്നു ചിന്തിക്കാം, അപ്രകാരം തെറ്റിദ്ധരിക്കപ്പെടാവുന്ന വിധം ഒരു ദൗർബല്യം ആ ബന്ധ ത്തിലും മറഞ്ഞു കിടന്നിരുന്നുവെന്ന്. പരസ്പരം ബലഹീനതകൾ കൂടി അംഗീകരിച്ചിട്ടുണ്ടെങ്കിൽ നിശ്ചയമായും പരദൂഷണക്കാരുടെ വാക്കുകൾ ക്കു ലക്ഷ്യം ഭേദിക്കാനാവുമായിരുന്നില്ല. അതിനാൽ അപ്രകാരം തല്ലി പ്പിരിഞ്ഞു പോയ ബന്ധങ്ങളെയോർത്തു കണ്ണീർ പൊഴിക്കേണ്ടതില്ല. കാരണം, അവ സൗഹൃദത്തിന്റെ വെറും ചാപിള്ളമാത്രമായിരുന്നു.

ഒന്നിനും വേണ്ടിയല്ലാതെ, നൂറു ശതമാനത്തിൽ അല്പവും കുറയാ ത്ത ആത്മാർത്ഥതയും സ്നേഹവുമുള്ള ഒരു കൂട്ട് ഉണ്ടോ? അതു മാത്ര മാണു യാഥാർത്ഥ സൗഹൃദം.

ആകാശത്തിനും ഉയരെ

നമ്മുടെ ഓരോ സുഹൃത്തുക്കളും ഒരു ചിത്രത്തിന്റെ ചെറിയ ഭാഗങ്ങൾ പോലെയാണെന്നു തിരിച്ചറിയണം. അവ ഓരോന്നും കൃത്യമായ സ്ഥാനത്ത് കൂട്ടിവെക്കുമ്പോൾ മാത്രമാണ് അതൊരു ഗംഭീരമായ ചിത്രമായി മാറുന്നത്. അതു പോലെയാണ് സൗഹൃദങ്ങളും. എല്ലാതരം സൗഹൃദങ്ങളുമുണ്ടാവും. അതിൽ നിന്നും നല്ലതുമാത്രമെടുത്തു ഹൃദയത്തോടു ചേർത്തുവെക്കുക. സൗഹൃദങ്ങളെ ഒരിക്കലും നഷ്ടപ്പെടുത്തരുത്. പലരുടെയും അനുഭവങ്ങളിൽ നിന്നും മനസിലായിട്ടുണ്ടാവും അത് സ്വർണ്ണത്തേക്കാൾ, രത്നത്തെക്കാൾ വജ്രത്തേക്കാളൊക്കെയും വിലപ്പെട്ടതാണ്.

വെറും പരിചയങ്ങളെ സൗഹൃദങ്ങളാക്കി മാറ്റുന്നതിനു മുന്നേ ശ്രദ്ധിക്കണം. അവയ്ക്കു പരിധി വെക്കുക. ശ്രദ്ധയുടെ, ജാഗ്രതയുടെ പരിധി.

മിന്നുന്നതെല്ലാം പൊന്നല്ല.

അതുപോലെ എല്ലാ പരിചയങ്ങളും സൗഹൃദങ്ങളുമല്ല.

ആകാശത്തേക്ക് ഉയർന്നു പറക്കുമ്പോൾ, എല്ലാ നേട്ടങ്ങൾക്കും സാക്ഷിയായി, പ്രാർത്ഥനയോടെ ഒരു സുഹൃത്ത് കാത്തിരിപ്പുണ്ടോ? എങ്കിൽ ഈ ഭൂമിയിലെ ഭാഗ്യവാൻ മറ്റാരാണ്?

○○

അധ്യായം 26

ജോലിയും ജീവിതവും

ജോലിയും കുടുംബവും തമ്മിലുള്ള പൊരുത്തപ്പെടലുകൾക്കിടയിൽ, അവനവന് ഏറെ അത്യാവശ്യമുള്ള ചിലതു നമ്മൾ മറന്നു പോകാറുണ്ട്. ആ മറവി നമ്മളെ ജീവിതയാത്രയിൽ നിന്നു പുറന്തള്ളിയെന്നു വരാം.

മോഹനൻ മാസ്റ്റർ പറഞ്ഞു നിർത്തി.

നാട്ടിലെ അരയാൽത്തറയിൽ പതിവുള്ള ശനിയാഴ്ച കൂട്ടായ്മയിൽ പങ്കെടുത്തു സംസാരിക്കുകയായിരുന്നു അദ്ദേഹം. അന്നത്തെ വിഷയമാകട്ടെ നാട്ടിലെ ഒരു യുവാവിന്റെ അപ്രത്യക്ഷമാകലും പിന്നീടുള്ള തിരിച്ചെത്തലുമായിരുന്നു. അതേക്കുറിച്ചുള്ള പലവിധ അഭിപ്രായങ്ങളാൽ കാര്യങ്ങൾ കലങ്ങിമറിഞ്ഞിരിക്കുന്ന സമയത്താണു മാസ്റ്റർ അതു പറഞ്ഞത്. ഉറക്കമില്ലാത്ത ജോലിയും, അതുമൂലമുള്ള മാനസിക അസ്വസ്ഥതകളുമായിരുന്നു ആ യുവാവിന്റെ പ്രശ്നം. അയാൾ എല്ലാത്തിൽ നിന്നും ഒളിച്ചോടാൻ തീരുമാനിച്ചത് അതുകൊണ്ടാവാം.

ഏതായാലും അയാൾ മടങ്ങിയെത്തി.

പക്ഷേ, അതു കൊണ്ടായില്ലല്ലോ? വാരാന്ത്യ കൂട്ടായ്മയിലെ കേൾവിക്കാരായിരുന്ന കുട്ടികൾക്കു കൂടുതലറിയണം. അവരോടു സംസാരിക്കുവാൻ എന്നോട് ആവശ്യപ്പെട്ടു മാസ്റ്റർ മടങ്ങി.

ഉറപ്പുള്ളൊരു ജോലി കിട്ടിയാൽ എല്ലാമായി എന്നു കരുതുന്ന സമൂഹത്തിലാണു നാം ജീവിക്കുന്നത്. ജോലി കിട്ടിയാൽ പിന്നെ ഉടനെ വിവാഹം, കുട്ടികൾ...

ഇതിനെല്ലാമിടയ്ക്ക് അവനവന് ഏറ്റവും പ്രധാനപ്പെട്ട മൂന്നു കാര്യങ്ങൾ നാം മറക്കും.

1. ഭക്ഷണം
2. ഉറക്കം
3. വ്യായാമം

അത്ഭുതം തോന്നുന്നോ? അങ്ങനെ ആരെങ്കിലും പട്ടിണി കിടക്കുമോ എന്നു തോന്നുന്നില്ലേ? എന്നാൽ പറയാം.

പലപ്പോഴും ഉദ്യോഗസ്ഥർ അവരുടെ ഭക്ഷണകാര്യത്തിൽ വല്ലാത്ത അവഗണയോ അശ്രദ്ധയോ കാണിക്കുന്നവരാണ്. പ്രത്യേകിച്ചും സ്ത്രീകൾ. രാവിലെ വീട്ടുജോലി തീർത്ത് ഓടുമ്പോൾ ഒഴിവാക്കാൻ ആഗ്രഹമില്ലെങ്കിൽ പോലും ഒഴിവാക്കുന്നതു പ്രാതൽ തന്നെയാകും. ദീർഘദൂരം ബസ്സിലും ട്രെയിനിലും സഞ്ചരിക്കേണ്ടി വരുന്നവരും, എഴുന്നേൽക്കുമ്പോഴേ ജോലി, ജോലി എന്നു ചിന്തിക്കുന്നവരും, ഇത്തിരി കഴിഞ്ഞു കഴിക്കാമെന്നു ചിന്തിച്ച്, ഒടുവിൽ കഴിക്കൽ മാത്രം സാധ്യമാകാത്തവരും അനവധിയാണ്. ഇനി പ്രാതലോ ഇല്ല. എന്നാൽ ഉച്ചഭക്ഷണം നന്നായി കഴിച്ചാൽ മതിയല്ലോ എന്നാണോ? അവിടെയാണു തകരാറ്.

'ചോറു വേണ്ട, സമയം പോകും, വണ്ണം വയ്ക്കും' എന്നൊക്കെപ്പറഞ്ഞു ബർഗറും പിസയുമൊക്കെ തിരഞ്ഞെടുക്കുന്നവർ. കൂട്ടിനു സോഫ്റ്റ് ഡ്രിങ്ക്സ്. രാവിലെ മുതൽ ഒന്നും കഴിക്കാതെ വിശന്നു വറ്റിയ വയറിലേക്കു ജങ്ക് ഫുഡുകൾ പ്രവഹിച്ചാലോ?

ഇത്തരത്തിലെ ഭക്ഷണ സംബന്ധിയായ എല്ലാ ദുഃശ്ശീലങ്ങളും ഒടുവിൽ നമ്മെ എത്തിക്കുക രോഗക്കിടക്കയിലാവും. അതിനാൽ ജോലി കിട്ടിയെന്നു കരുതി ഭക്ഷണത്തെ വെറുക്കണ്ട. ജോലി എത്ര സമ്മർദ്ദവും തന്നോട്ടെ. ഭക്ഷണം നമ്മുടെ ആരോഗ്യത്തിനു കൂടിയേ തീരു. ചിലർ പറയും ഭക്ഷണം ഫ്യുവൽ ആണെന്ന്. ഇന്ധനം മാത്രം. കാറിൽ പെട്രോൾ പോലെ. അപ്പോഴും ഒന്നു ശ്രദ്ധിക്കണം, ഡീസൽ കാറിൽ ഡീസൽ മാത്രമേ പറ്റൂ. എന്നാൽ നമ്മുടെ ഭക്ഷണക്രമം വളരെ വ്യത്യസ്തമാണ്. നമുക്കു വിവിധ തരത്തിലുള്ള ഭക്ഷണക്രമങ്ങളുണ്ട്, ഏറ്റവും മികച്ചതു മുതൽ ഏറ്റവും അപകടകരമായതു വരെ. അതിലെ ഓരോ തരവും ഓരോ വിധത്തിലാണ് നമ്മളിൽ പ്രതിഫലിക്കുക. ശരീരത്തെ അധികം ബുദ്ധിമുട്ടിക്കാത്ത ഭക്ഷണമാണു തിരഞ്ഞെടുക്കുന്നതെങ്കിൽ അതു കൂടുതൽ നന്നായി പ്രവർത്തിക്കുവാനുള്ള മാനസിക നിലയും ഊർജവും നൽകും.

ഉദാഹരണത്തിനു രാവിലെ ഒരു ചായയും കുടിച്ച് ഇറങ്ങിയതാണെന്നു കരുതുക. പ്രാതൽ കഴിക്കാൻ സാധിച്ചില്ല. ഒരു ചായയും പരിപ്പുവടയും കഴിച്ചു. ഉച്ചക്കിടയിൽ വിശപ്പു കുറയ്ക്കാൻ വീണ്ടും രണ്ടു ചായ, പിന്നെ വിശപ്പ് ഏതാണ്ട് കെട്ടു ചെറിയൊരു വിറയൽ ബാധിച്ചപ്പോൾ മെല്ലെ ഭക്ഷണത്തിന് ഇറങ്ങി. ഹോട്ടലിൽ ചെല്ലുമ്പോൾ ചോറില്ല. ബിരിയാണി മാത്രം. പെട്ടെന്ന് എന്തെങ്കിലും കഴിച്ചാൽ മതിയെന്നായി. ബിരിയാണിയെങ്കിൽ അത്. ചായയിൽ കുതിർന്ന വയറിലേക്ക് എണ്ണയിൽ കു

ളിച്ച ബിരിയാണി! നമുക്കു ചിന്തിച്ചാൽ മനസിലാകും എത്ര ആപത്ക്കരമാണ് ആ ഭക്ഷണ രീതിയെന്ന്.

ജീവിതയാത്രയിൽ ഒന്നു കാത്തു നിൽക്കും. പ്രമേഹം! മുപ്പതു വയസ്സു പിന്നിടുമ്പോഴേക്കും പ്രമേഹരോഗികളാകുന്ന ഒരു ജനതയുടെ ആവിർഭാവം തന്നെ ഇങ്ങനെ ഭക്ഷണത്തെക്കുറിച്ചു യാതൊരു ധാരണയുമില്ലാത്ത പെരുമാറ്റ രീതിയിൽ നിന്നാണ്. ഒന്നു മനസിൽ വയ്ക്കാം. കൃത്യസമയത്ത് ആരോഗ്യകരമായ ഭക്ഷണം കഴിച്ചാൽ മാത്രമേ നന്നായി ചിന്തിക്കുവാനും നന്നായി ജോലി ചെയ്യുവാനും നമുക്കാവൂ.

പ്രഭാത ഭക്ഷണമായി ഇഡലിയും ദോശയും തന്നെ വേണ്ടമെന്നില്ല. ഓട്സ് പോലെ പെട്ടന്നു തയ്യാറാക്കാവുന്നവയും, നല്ല പഴുത്ത ഏത്തപ്പഴം പുഴുങ്ങിയതും ഒന്നോ രണ്ടോ മുട്ട വെള്ളയും മതിയാകും ഉച്ചവരേക്കും. ചായ ഒഴിവാക്കാം പകരം അടുത്തു തന്നെ വെള്ളം കുപ്പിയിൽ എടുത്തു വക്കാം. അത് ഉച്ചയോടെ കുടിച്ചു തീർക്കാം. ഉച്ചക്കു കുറച്ചു ചോറും എണ്ണയിൽ കുളിക്കാത്ത കറിയും കഴിക്കാം. രാത്രി ഭക്ഷണം എട്ടു മണിക്കു മുൻപു വേണം, അതിൽ നിശ്ചയമായും ഫലവർഗങ്ങൾ ഉൾപ്പെടട്ടെ.

വറുത്തതും പൊരിച്ചതും എന്നും വേണ്ടെന്നു തീരുമാനിക്കുക. ആഴ്ചയിലൊരിക്കൽ മാത്രമേ പുറത്തു നിന്നു കഴിക്കൂ എന്നുകൂടി തീരുമാനിച്ചാൽ പേഴ്സും കാലിയാവില്ല. ആരോഗ്യവും മോശമാവില്ല. വെള്ളം കുടിക്കുകയും നല്ല ഭക്ഷണം കഴിക്കുകയും ചെയ്യുന്നത് ഒരു നല്ല സംസ്ക്കാരം കൂടിയാണ്.

നല്ല ഭക്ഷണം തന്നെയാണു നന്നായി പ്രവർത്തിക്കുവാൻ മനുഷ്യനെ സഹായിക്കുന്നത്.

2. ഉറക്കം

ഉറക്കത്തെക്കുറിച്ച് എന്താണിത്രയെന്നാണോ?

ഒരു മനുഷ്യനെ നന്നായി ചിന്തിപ്പിക്കുന്നതും, ഓർമ നിലനിർത്തുന്നതും, ശരീരഭാഗങ്ങൾ കൃത്യമായി പ്രവർത്തിക്കാൻ സഹായിക്കുന്നതുമൊക്കെ ഉറക്കം എന്ന ജൈവ പ്രക്രിയയാണ്. ഇതു യഥാർത്ഥ വിശ്രമമാണ്. അതിനാൽ, സൂര്യൻ ഉദിക്കും മുൻപു ജോലിക്കിറങ്ങുകയും പാതിരാത്രി വീട്ടിലെത്തുകയും പിന്നെ കിടക്കയിലേക്കു വീണ്, ഉറക്കം മുഴുവനാക്കും മുൻപു വീണ്ടുമെണീറ്റ് ഓടേണ്ടി വരുന്ന അവസ്ഥയെക്കുറിച്ച് എന്തു പറയും?

ഉറക്കമൊഴിയൽ വരുത്തുന്ന അപകടങ്ങളെക്കുറിച്ച് ആരും മലയാളിയെ പഠിപ്പിക്കണ്ടതില്ല. ഡ്രൈവർമാരുടെ ഉറക്കമൊഴിയൽ റോഡുകളെ കുരുതിക്കളമാക്കുന്നതും നമുക്കറിയാം.

അതിനാൽ ഉറക്കം നിലനിൽപ്പിന്റെ അടിസ്ഥാന ആവശ്യമാണ്. രാവിൽ ഉണർന്നിരുന്നു ജോലി ചെയ്യുന്നവർ പകൽ കൃത്യമായി ഉറങ്ങി, ശാരീരിക പ്രവർത്തനം ഭംഗിയാക്കാൻ സന്നദ്ധത കാട്ടിയേ മതിയാകൂ.

ജീവനക്കാർ നന്നായി പ്രവർത്തിക്കാൻ നന്നായി ഉറങ്ങണമെന്ന് മാനേജ്മെന്റും തിരിച്ചറിയണം. പാതിരാത്രി വരെ സോഷ്യൽ മീഡിയകളിൽ മുഴുകി ഉറക്കമൊഴിയുന്നതു മാനസികനിലയെ തകർക്കുന്നതിനു പുറമേ കുടുംബ ബന്ധങ്ങളെയും ശിഥിലമാക്കും.

അതിനാൽ, ഒരു വ്യക്തി എന്ന നിലയിൽ വിജയിക്കാൻ ഉറക്കം അത്യന്താപേക്ഷിതമാണ്.

3. വ്യായാമം

വ്യായാമം എന്ന വാക്കു കേട്ടാൽ സിക്സ്പാക്ക് മസിലും, പ്രോട്ടീൻ പൗഡറും ഒക്കെയാവും മനസ്സിൽ. എന്നാൽ, ഒരു മനുഷ്യൻ തന്റെ ശരീര ഭാഗങ്ങളെ ചലിപ്പിച്ച് ഉണർവ്വു വരുത്തി, മസിലിനു ശക്തി നൽകി, ആരോഗ്യമായി ഇരിക്കാനാണു വ്യായാമം ചെയ്യേണ്ടത്. നാൽപ്പത്തി അഞ്ച് മിനിറ്റ് നടത്തമോ, യോഗയോ, ഫിറ്റ്നസ് സെന്ററിലെ നിർദ്ദേശാനുസരണം ഫ്ലോർ എക്സർസൈസ് ചെയ്യുന്നതും വ്യായാമം ആണ്. കൈകൾ വീശി നടക്കുന്നതു ശരീരത്തെ ആകെ ഉത്തേജിപ്പിക്കും. സന്തോഷം നൽകുന്ന ഹോർമോണുകൾ വർദ്ധിക്കും. വിഷാദരോഗങ്ങളിൽ നിന്നു സംരക്ഷണം നൽകും.

വ്യായാമം എപ്പോഴാണു ചെയ്യേണ്ടത്? നമ്മുടെ സൗകര്യം പോലെ എന്നു പറയാമെങ്കിലും കഴിയുന്നതും അതു പുലർച്ചെ ചെയ്യുന്നതാണ് ഉചിതം. കാരണം ഒരു ദിവസത്തിന്റെ സർവ്വ അലച്ചിലിനും ശേഷം വ്യായാമം പോയിട്ടു ചെറുവിരലനക്കുവാൻ പോലും നമുക്കു സാധിക്കില്ല. എന്തിനാണു നാം സ്വയം കബളിപ്പിക്കുന്നത്? ഇനി മറ്റു മാർഗമില്ലെങ്കിൽ വൈകുന്നേരം ഒരു മണിക്കൂർ വ്യായാമത്തിനായി മാറ്റിവയ്ക്കാതിരിക്കരുത്. ഭക്ഷണത്തിലൂടെ അടിയുന്ന അധിക കലോറി കത്തിച്ചു കളയുവാൻ, ഉന്മേഷത്തോടെ പ്രവർത്തിക്കാൻ, വീഴ്ച്ചയിലും മറ്റും അത്ര വേഗം പരിക്കേൽക്കാതിരിക്കാൻ ഒക്കെ വ്യായാമം സഹായിക്കും.

ചുരുക്കത്തിൽ, ഒരാളുടെ വ്യക്തിജീവിതത്തിന്റെ അടിസ്ഥാന ഘടകങ്ങളാണു ഭക്ഷണം, ഉറക്കം, വ്യായാമം. വ്യക്തിജീവിതത്തിൽ ആരോഗ്യ പ്രശ്നങ്ങളില്ലെങ്കിൽ മുക്കാൽ ഭാഗം രക്ഷപ്പെട്ടു. വിജയിക്കുവാൻ ആഗ്രഹിക്കുന്ന ഒരാൾ നിശ്ചയമായും ആരോഗ്യമുള്ള വ്യക്തി ആവണം.

ആരോഗ്യമുള്ള ശരീരം, ആരോഗ്യമുള്ള മനസ്സു സൃഷ്ടിക്കും. അതു വ്യക്തിയെ വിജയത്തിലേക്കു നയിക്കും.

ഇവിടെ, വീട്ടിൽ നിന്നുള്ള യുവാവിന്റെ ഇറങ്ങിപ്പോക്കായിരുന്നു വി

ഷയം. സമയത്തു ഭക്ഷണം കഴിക്കാനോ ഉറങ്ങാനോ പറ്റാതെ ജോലി സമ്മർദ്ദം താങ്ങാനാകാതെയാണ് അയാൾ വീടുവിട്ടത്. സാധാരണ നില കൈവരിക്കാൻ ചികിത്സയും കൗൺസലിങ്ങും അയാൾക്ക് ആവശ്യമായി വന്നു. സമ്മർദ്ദം മാത്രം നൽകുന്ന ജോലി അയാൾ ഉപേക്ഷിച്ചു. മനസ്സിനിണങ്ങുന്ന മറ്റൊന്നു കണ്ടെത്തുകയും ചെയ്തു.

അനാരോഗ്യകരമായ ജീവിതരീതികളിലൂടെ ജീവിതം എന്ന സുന്ദര പുഷ്പത്തെ കരിച്ചു കളയാതിരുന്നാൽ മതി.

ഉയരേണ്ടത് ആകാശത്തിനും മീതെയാണോ? എങ്കിൽ ഇതു മനസ്സിൽ വയ്ക്കുക. ജോലി പ്രധാനമാണ്. അതുപോലെയാണ് ആരോഗ്യകരമായ ജീവിതവും.

OO

അധ്യായം 27

പരിശ്രമം

പഠിച്ചിട്ടൊന്നും ഒരു കാര്യവുമില്ല. സംശയമുണ്ടോ? ബിൽഗേറ്റ്സ് പോലും കോളേജ് ഡ്രോപ്പ്ഔട്ട് ആണ്. ആ മനുഷ്യനാണു പിന്നീടു മൈക്രോസോഫ്റ്റ് സൃഷ്ടിച്ചത്. നമ്മളെന്തിനാണു കഷ്ടപ്പെടുന്നത്? കാശുണ്ടാക്കാനാണെങ്കിൽ എന്തെല്ലാം മാർഗങ്ങൾ വേറെയുണ്ട്.

പെട്ടെന്നു കേൾക്കുമ്പോൾ ശരിയാണല്ലോ തോന്നുന്നവയാണു മുകളിൽ പറഞ്ഞ വാചകങ്ങൾ. ലോക പ്രശസ്തരായ പലരും പഠനം പാതി വഴിക്ക് ഉപേക്ഷിച്ചവരോ സ്ക്കൂളിൽ നിന്നു പുറത്താക്കപ്പെട്ടവരോ ഒക്കെയാണ്. അതു പോലെ പഴയകാല രാഷ്ട്രീയ നേതാക്കളിൽ ഔപചാരിക വിദ്യാഭ്യാസം നേടാൻ സാധിക്കാതെ പോയവരും ധാരാളമുണ്ട്. പേരുകേട്ട പല വ്യവസായ പ്രമുഖരുടേയും നേട്ടങ്ങൾ അവരുടെ വിദ്യാഭ്യാസ യോഗ്യതയിൽ ഊന്നിയല്ല താനും.

അപ്പോൾ ജീവിതത്തിൽ വിജയിക്കാൻ പഠനം വേണ്ടേ? എന്നാലെത്ര നന്നായി കാര്യങ്ങൾ എന്നാണോ?

'പഠിച്ചിട്ടെന്താ കാര്യം, ജോലി കിട്ടണ്ടേ? അതിനു പണവും സ്വാധീനവും വേണം..' ഇത് അല്പം മുതിർന്നവരുടെ പരിവേദനമാണ്. മക്കളുടെ ജോലി ഒരു സ്വപ്നമായി തുടരുമ്പോൾ അവർ പറയുന്നതാണിത്.

ഇനി യാഥാർത്ഥ്യമെന്തെന്നു നോക്കാം.

ബിൽഗേറ്റ്സ് ആണല്ലോ ആദ്യം പറഞ്ഞ ഉദാഹരണം. അവിടെ നിന്നാരംഭിക്കാം.

അദ്ദേഹം എട്ടാം ക്ലാസിൽ പഠിക്കുമ്പോൾ മുതൽ സ്ക്കൂളിലെ കംമ്പ്യൂട്ടറിൽ ആകൃഷ്ടനായി അതിൽ മണിക്കൂറുകൾ ചെലവിടാൻ ആരംഭിച്ചു. അദ്ദേഹവും കൂട്ടുകാരും അമ്മമാർ നൽകുന്ന ഓരോ ചില്ലി കാശും ചെലവിട്ടതു മെയിൻ ഫ്രെയിം കംമ്പ്യൂട്ടർ ഉപയോഗിക്കുവാനുള്ള ഫീസ് അടക്കുവാനാണ്. രാത്രി മൂന്നു മണി മുതൽ പുലർച്ചെ ആറു മണി വരെ സർവ്വകലാശാലയിൽ ഫ്രീയായി കമ്പ്യൂട്ടർ ഉപയോഗിക്കാ

മെന്നു തിരിച്ചറിഞ്ഞ് ഉറക്കം മാറ്റി വച്ചു വളരെക്കാലം രാത്രികളെ അവർ പകലാക്കി. തീർന്നില്ല, ഹാർവാർഡിൽ അദ്ദേഹം ബിരുദത്തിനു ചേരുമ്പോൾ ആയിരക്കണക്കിനു മണിക്കൂറുകളുടെ കോഡിങ് എക്സ്പീരിയൻസ് നേടിയിരുന്നു. ആ പിൻബലത്തിലാണ് അദ്ദേഹം കോളേജ് പഠനം ഉപേക്ഷിക്കുന്നതും മൈക്രോസോഫ്റ്റ് എന്ന പ്രസ്ഥാനം ആരംഭിക്കുന്നതും. അതായത് അനൗപചാരികമായി വളരെയധികം അറിവ് ആ വിഷയത്തിൽ ബിൽഗേറ്റ്സിന് ഉണ്ടായിരുന്നു എന്നർത്ഥം.

നമ്മൾ കാണാത്ത ഒരു കാര്യമുണ്ട് എല്ലാ വിജയികളുടേയും പിന്നിൽ. അതാണ് അർപ്പണബോധം. സ്വന്തം ലക്ഷ്യത്തിനായി സ്വയം സമർപ്പിക്കുകയാണ്. എന്താണവർ ചെയ്യുന്നത് അതു മാത്രമാണവർ. എന്നാൽ നമുക്കോ? എന്താണു നാമെന്നു ചോദിച്ചാൽ പറയാൻ നൂറുത്തരം ഉണ്ടാവും. ഒന്നിനും വ്യക്തത ഉണ്ടാകില്ലെന്നു മാത്രം.

നാം കളിയാക്കാറില്ലേ, തോറ്റാൽ രാഷ്ട്രീയക്കാരനാകാമെന്ന്. എന്നാലതത്ര എളുപ്പമാണോ? ഒരു രാഷ്ട്രീയ നേതാവു നിരന്തര ഘർഷണം അനുഭവിക്കുന്ന ഒരാളാണ്. നാം കരുതും എതിർ പാർട്ടിക്കാരാണ് അവരുടെ ശത്രുക്കൾ എന്ന്. എന്നാൽ അതിന്റെ ആയിരം ഇരട്ടി ശക്തിയുള്ള സ്വന്തം പാർട്ടിയിലെ പല തട്ടുകളിലുള്ള നേതാക്കന്മാരോടു നിരന്തരം പടവെട്ടിയാണവർ വെള്ളിവെളിച്ചത്തിൽ നിലകൊള്ളുന്നത്. പല രാഷ്ട്രീയ നേതാക്കൻമാരും എത്ര കുറച്ച് ഉറങ്ങുന്നവരാണെന്നോ? യാത്രകൾക്കിടയിൽ, നീണ്ടുപോകുന്ന മടുപ്പുള്ള യോഗങ്ങൾക്കിടയിൽ ഒക്കെ അൽപ്പമുറങ്ങി ജീവിക്കുന്നവരാണവർ. നമുക്കുള്ള പല സൗകര്യങ്ങളുമുപേക്ഷിച്ചാണു സെലിബ്രിറ്റികൾ അവരുടെ ജീവിതം ജീവിക്കുന്നത്.

രാവിലെ എഴുന്നേറ്റു കൈയ്യിൽ ഒരു കപ്പു ചായയും മറുകൈയ്യിൽപത്രവും പിടിച്ചു മണിക്കൂറുകൾ കളഞ്ഞ് ഏറ്റവും അലസതയിൽ കാര്യങ്ങൾ നീക്കി, ഉറങ്ങി, ടി.വി കണ്ട്, ഭക്ഷണം കഴിച്ച്, ഫോണിൽ കളിച്ച് ദിവസങ്ങൾ തള്ളിനീക്കുന്നവർക്കു മുന്നിൽ ആഹാരവും ഉറക്കവും ഏതാണ്ട് ഉപേക്ഷിച്ചു സ്വന്തം സ്വപ്നങ്ങൾക്കു വേണ്ടി യത്നിക്കുന്നവരുടെ മഹത്വം എങ്ങനെയാണു വിവരിക്കേണ്ടത്. ഒന്നുകൂടിയുണ്ട്, നിരന്തര പരിശ്രമശാലികളുടെ സ്വന്തം സ്വപ്നങ്ങൾ പിന്നീട് ഒരു ജനതയുടെ തന്നെ ഉണർത്തു പാട്ടാകാറുണ്ട്.

ആദ്യം ചിന്തിക്കേണ്ടതു വിജയത്തിലേക്കൊരു കുറുക്കുവഴിയുണ്ടോ എന്നാണ്. വിജയത്തിലേക്ക് ഒരു വഴിമാത്രമേയുള്ളൂ. ആ വഴിയെന്നത് അർപ്പണബോധത്തിന്റെ, ആത്മസമർപ്പണത്തിന്റെ വഴിയാണ്. ആ വഴിയിലൂടെ സഞ്ചരിക്കുന്ന ഒരാൾ അതിന്റെ തൊണ്ണൂറു ശതമാനവും നടന്നു തീർത്ത ശേഷമേ വെള്ളിവെളിച്ചത്തിലേക്കു വരികയുള്ളൂ. അതു

വരെ ആ വഴിയിൽ അയാൾ ഒറ്റയ്ക്കാണ്. അതിനാൽ തന്നെ അയാളുടെ ആ സഞ്ചാരം ഏറെക്കുറെ അജ്ഞാതമായിരിക്കും. അയാൾ സ്വന്തം സ്വപ്നം പൂർത്തീകരിക്കാൻ വേണ്ടി നടത്തിയ യത്നങ്ങൾ പിന്നീട് ഒന്നോ രണ്ടോ വരികളിൽ മാത്രം കുറിക്കപ്പെടും. അതായതു ബംബർ ലോട്ടറി അടിച്ച ആളുടെ ഫോട്ടോയ്ക്കും വിവരണത്തിനുമൊപ്പം ലോട്ടറി എടുത്തിട്ടും കിട്ടാതെ പോയ ആയിരക്കണക്കിനാളുകളുടെ വാർത്ത പ്രസിദ്ധീകരിക്കാൻ ആരെങ്കിലും തുനിയുമോ? വിജയത്തിന്റെ വെള്ളിവെളിച്ചത്തിനു കീഴിൽ ചിരിക്കുന്ന വിജയിയുടെ മുഖപ്രസാദം അത്രകാലമുള്ള അയാളുടെ തപസ്സിന്റെ ഭാഗമാണെന്നു നമുക്കു കാണാനായാൽ മാത്രം നമുക്കു മനസ്സിലാകും വിജയം അനായാസേന സംഭവിക്കുന്ന ഒന്നല്ലെന്ന്.

'അമ്മ വീട്ടുവേല ചെയ്തും കിടപ്പാടം പണയം വെച്ചും മകളെ എം. ബി. എക്കാരിയാക്കി.' ഈ കഥ പൂരിപ്പിക്കാൻ ആവശ്യപ്പെട്ടാൽ എങ്ങനെയാവും നമ്മളതു ചെയ്യുക?

'അവൾ ഉന്നത ജോലിയിൽ പ്രവേശിച്ചു. അമ്മയുടെ കണ്ണീരൊപ്പി.'

ഇങ്ങനെയാണു നാം കഥകളിൽ വായിച്ചിരിക്കുന്നത്. എന്നാൽ യഥാർത്ഥ ജീവിതത്തിൽ ആ എം.ബി.എക്കാരി തൊഴിൽ രഹിതയായും അമ്മ വീട്ടുജോലിക്കാരിയായും തുടരുന്നുവെങ്കിലോ? അമ്മ നിത്യവും പറയും, 'ഞങ്ങളെ സഹായിക്കാൻ സ്വാധീനമുള്ളവർ ഇല്ല. ഞങ്ങൾക്കു പണവുമില്ല.' യഥാർത്ഥത്തിൽ ആ അമ്മയും മകളും പരാജയത്തിൽ ആനന്ദം കണ്ടെത്തുന്ന, സ്വന്തം സാഹചര്യങ്ങളിൽ യാതൊരു മാറ്റവും ആഗ്രഹിക്കാത്തവരാണ്. അതിനാൽ തന്നെ അവർക്കു ചൂണ്ടിക്കാണിക്കുവാൻ തെറ്റുകാരായി സമൂഹം മുന്നിലുണ്ടാകണം. സ്വന്തം ജീവിതമാർഗം കണ്ടെത്താൻ ഓരോ ജീവിവർഗത്തിനും കഴിവുണ്ടെന്നിരിക്കേ, ബുദ്ധിവികാസമുള്ള മനുഷ്യർക്ക് അതിനു സാധിക്കുന്നില്ലെങ്കിൽ അതിനു പ്രധാന കാരണം സ്വന്തം നിലപാടുകൾ മാത്രമാണ്.

ലോകത്ത് ചിലർ അതിപ്രശസ്തരാകുന്നുവെങ്കിൽ, ചിലരെ ലോകം എക്കാലവും ആദരിക്കുന്നുവെങ്കിൽ ചിന്തിക്കേണ്ടത് അവർ ആ വഴിയിലേക്കു കടന്നു വന്നത് അവരുടെ ധീരമായ നിലപാടുകൾകൊണ്ടും അതിൻമേലുള്ള അർപ്പണബോധം കൊണ്ടുമാണ് എന്നാണ്.

പറന്നുയരേണ്ടത് ആകാശത്തിനും മീതേയ്ക്കാണ്. അവിടെ, കുറുക്കുവഴികളല്ല ജീവിതത്തെ ത്രസിപ്പിക്കുന്ന ഒന്നാക്കുന്നത്. മറിച്ചു മറ്റാർക്കും സ്വപ്നം കാണാനാകാത്തതു സ്വപ്നം കണ്ടു തുടങ്ങുമ്പോഴും ആ സ്വപ്നങ്ങൾ പൂവണിയുമ്പോഴുമാണ്.

OO

അധ്യായം 28

സഹജസ്വഭാവം

ഏറെക്കാലത്തിനു ശേഷമാണു ഞാൻ ദീപകിനെ വീണ്ടും കണ്ടത്. പഴയ ബഹളമില്ല. ഒരു ശാന്തതയാണു മുഖത്ത്. എന്താണീ മാറ്റത്തിനു പിന്നിൽ? ദീപക് മനസു തുറന്നു.

ഒരാൾ തന്റെ സഹജഭാവത്തെ തിരിച്ചറിഞ്ഞ് അതിൽ തുടരുക. ഇതായിരുന്നു അവൻ പറഞ്ഞതിന്റെ സാരാംശം. സഹജഭാവം എന്നു പറഞ്ഞാൽ ഒരുവനിൽ യഥാർത്ഥത്തിൽ ഉള്ളതെന്താണോ ആ ഭാവം. അതായതു മറ്റൊരാളെ സ്വാധീനിക്കുവാനോ ആകർഷിക്കുവാനോ നമ്മിൽ ഇല്ലാത്ത ഒരു ഭാവം എടുത്തണിയേണ്ടതില്ല എന്നർത്ഥം.

ഇല്ലാത്ത വിനയം, ഇല്ലാത്ത സ്നേഹം, ഇല്ലാത്ത ദയ, കാരുണ്യം, ഇല്ലാത്ത നർമ്മം അങ്ങനെ നമ്മിൽ യഥാർത്ഥത്തിൽ ഇല്ലാതിരിക്കുന്ന ഭാവം ഉണ്ടെന്നു ഭാവിക്കേണ്ട എന്നർത്ഥം.

ശരിയാണു നമ്മുടെ ജീവിതം വേഷം കെട്ടലുകളുടേതാണ്. ഏറ്റവും സ്നേഹനിധിയായ ഭർത്താവായി, ഭാര്യയായി, മക്കളായി, സഹോദരങ്ങളായി, ജോലി സ്ഥലത്തെ വിനീതവിധേയരായി, മറ്റുള്ളവരുടെ ശ്രദ്ധ പിടിച്ചുപറ്റാൻ, ഒരു പടി മുന്നിൽ നിൽക്കാൻ ലോക പരിജ്ഞാനം ആർജ്ജിച്ച പണ്ഡിതനായി, നർമ്മഭാഷണം സ്വതസിദ്ധമാണെന്ന ഭാവത്തിൽ നർമ്മബോധമുള്ളവരായി. അങ്ങനെ എന്തൊന്നില്ലയോ അതുണ്ടെന്നു ഭാവിക്കാറുണ്ടു പലപ്പോഴും നാം. ഇല്ലാത്ത വികാരങ്ങൾ പ്രകടിപ്പിക്കുന്നതിലൂടെ കടന്നു പോകേണ്ടി വരുന്ന സമ്മർദ്ദം, അതുണ്ടാക്കുന്ന നെഗറ്റീവ് വികാരങ്ങൾ, ഇവയൊക്കെ നമ്മുടെ യഥാർത്ഥ സ്വഭാവത്തെ മലിനമാക്കും.

യഥാർത്ഥത്തിലൊരാൾ ദേഷ്യക്കാരനാണെന്നു കരുതൂ. അയാളിൽ സ്ഥായിയായ ഭാവം ക്ഷിപ്രകോപമാണ്. അതയാൾക്കു പല സ്ഥലത്തും പ്രകടിപ്പിക്കാനാവില്ല. അതല്ലെങ്കിൽ അങ്ങനെ പ്രകടിപ്പിക്കരുത് എന്നയാൾക്കു ബോധ്യമുണ്ട്. സ്വാഭാവികമായും അയാളതു കടിച്ചമർത്തും.

ഫലം?

അയാളിൽ പുകയുന്ന അമർഷം, മറ്റു പല സ്വഭാവ വിശേഷണങ്ങളായി അയാൾക്ക് ഏറ്റവും വിധേയരായിരിക്കുന്നവരിലേക്കു ചൊരിയും.

കണ്ടിട്ടില്ലേ ചിലരെ, ഭാര്യയോടും മക്കളോടും അങ്ങേയറ്റത്തെ ദേഷ്യം. നാട്ടുകാർക്കോ ശാന്തസ്വരൂപി.

ഇനി ചിലർ മറ്റുള്ളവരുടെ ശ്രദ്ധയാകർഷിക്കുവാൻ പലതും കാട്ടിക്കൂട്ടും. അവരുടെ ലക്ഷ്യം ചുറ്റുമുള്ളവർ അയാളുടെ സാമീപ്യത്തിൽ ഏറ്റവും സന്തോഷവാന്മാർ ആയിരിക്കണം എന്നതാണ്. അതിനു വേണ്ടി എന്തു വില കുറഞ്ഞ തമാശകളും പറയും. എന്നാലവർ യഥാർത്ഥത്തിൽ ആഹ്ലാദചിത്തരാണോ? അല്ല, എന്നതാണുത്തരം. അയാൾ ആ പ്രകടനത്തിലൂടെ ആഗ്രഹിക്കുന്ന ലക്ഷ്യങ്ങൾ നേടാനാകുന്നില്ലങ്കിൽ പെട്ടെന്നു നിരാശനാകും

ഒരു കഥയുണ്ട്.

ഒരിടത്ത് ഒരു സന്യാസിയും രണ്ടു ശിഷ്യന്മാരും ഉണ്ടായിരുന്നു. പൊതു ജനമധ്യത്തിൽ പെരുമാറേണ്ട വിധത്തെക്കുറിച്ചു സന്യാസി ഇരുവരേയും നന്നായി പഠിപ്പിച്ചിരുന്നു. എന്നാൽ ശിഷ്യന്മാർ രണ്ടു പേരും ക്ഷിപ്രകോപികൾ ആയിരുന്നു. പക്ഷേ, ഗുരുവാക്യമോർത്തു രണ്ടു പേരും ഗ്രാമവാസികളുടെ മുന്നിൽ ശാന്തസ്വരൂപരായി പ്രവർത്തിച്ചു. ഇതിൽ ഒരാൾ സ്വന്തം കോപത്തെ അടക്കിയിരുന്നതു ഗുരുവിനു വേണ്ടിയായിരുന്നു എന്നാൽ അപരൻ അതു സ്വന്തം ആവശ്യമായി കണക്കാക്കി. ഒന്നാമൻ അയാൾക്കു കയ്യൂക്ക് കാണിക്കാൻ പറ്റിയ ഇടങ്ങളിൽ അതു പ്രകടമാക്കി. ആ സ്വഭാവം പലരും പറഞ്ഞു ഗ്രാമവാസികൾ എല്ലാവരും അറിഞ്ഞു. സ്വാഭാവികമായി അയാൾക്കു കിട്ടുന്ന ഭിക്ഷ തുലോം കുറഞ്ഞു തുടങ്ങി. അതയാളിൽ കൂടുതൽ ദേഷ്യം സൃഷ്ടിച്ചു. പിന്നീട് എല്ലാവരുടെ മുന്നിലും അയാൾ ക്ഷിപ്രകോപിയായി. ഒടുവിൽ ഏവർക്കും മുമ്പിൽ നാണംകെട്ടു തുടങ്ങി.

എന്നാൽ രണ്ടാമനാകട്ടെ, ദേഷ്യം എന്ന വികാരം സൃഷ്ടിക്കുന്ന പ്രശ്നങ്ങളെക്കുറിച്ചു ബോധവാനായിരന്നു. അതിനാൽ സ്വയം മാറുവാൻ തീരുമാനിച്ചു. വെറുതേ മറ്റുള്ളവരുടെ മുന്നിൽ അഭിനയിക്കുകയല്ല മറിച്ച് തന്റെ അടിസ്ഥാന സ്വഭാവത്തിലെ ഒരു മോശം ഭാവം സ്വയം മാറ്റി. കൈവരിച്ച പുതിയ ഗുണം സ്വന്തം സ്വഭാവമായി മാറ്റുകയും ചെയ്തു. അതോടെ, അഭിനയിക്കുക എന്ന അവസ്ഥ ഇല്ലാതായി. സ്വാഭാവികമായ ഇടപ്പെടൽ ആയി അതു മാറിയപ്പോൾ ഏവർക്കും അയാളോടുള്ള മതിപ്പുകൂട്ടി.

കഥയിൽ പറഞ്ഞതു തന്നെയാണു പരിഹാരം. നമ്മുടെ മാറ്റേണ്ട സ്വ

ഭാവം ഏതെന്നു സ്വയമറിഞ്ഞു മാറ്റുക. ഇല്ലാത്ത ഒരു സവിശേഷത ഉണ്ടെന്നു ഭാവിക്കേണ്ടതില്ല.

മറ്റുള്ളവരുടെ മുന്നിൽ ഏതു കാര്യത്തിനും അഭിപ്രായം പറഞ്ഞു 'ഷൈൻ' ചെയ്യണോ? എങ്കിൽ വായന കൂട്ടുക. ലോകത്തെ കണ്ണു തുറന്നു കാണൂ. വിവരങ്ങൾ ശേഖരിക്കൂ. ആ പഠനം ഒരു യഥാർത്ഥ പണ്ഡിതനായി മാറുവാൻ നമ്മെ സഹായിക്കും.

നിങ്ങളുടെ സംഭാഷണ ചാതുര്യം വർദ്ധിപ്പിക്കണോ?

ധാരാളം പ്രസംഗങ്ങൾ കേൾക്കുക, വായന വർദ്ധിപ്പിക്കുക, പദശേഖരം വർദ്ധിപ്പിക്കുക. ഏതു സാഹചര്യത്തിനും പോന്നവിധത്തിൽ നിങ്ങളുടെ സ്വന്തം പദസമ്പത്തു വർധിച്ചു കഴിയുമ്പോൾ സംഭാഷണ ചാതുര്യം വർദ്ധിക്കും.

സ്വയം എന്താകണമോ അതായി മാറൂ. നാം നാമല്ലാത്ത മറ്റൊന്നായി അഭിനയിക്കേണ്ടതില്ല. എന്താകാൻ ആഗ്രഹിക്കുന്നുവോ ആ സ്വഭാവത്തിലേക്ക് നമ്മെ പാകപ്പെടുത്തുക അങ്ങനെ അതു തനതു സ്വഭാവമാക്കി മാറ്റുക.

ആകാശത്തിലെ വെൺമേഘങ്ങൾക്കു മുകളിൽ ചിറകുവീശി പറക്കുന്ന പക്ഷിയെപ്പോലെ ഉയരണമോ ജീവിതത്തിൽ? എങ്കിൽ സ്വയം, സഹജഭാവത്തിൽ തുടരുന്നതു പ്രധാനമാണ്.

അധ്യായം 29

തയ്യാറാകാം നാളേക്കായി

വിജയിക്കാൻ നമ്മളെ സഹായിക്കുന്ന ഏറ്റവും എളുപ്പമുള്ളതും ചില വു കുറഞ്ഞതുമായ മാർഗം ഏതാണ്?

'ഒരു വെള്ളപ്പേപ്പറും പേനയും.'

വിജയിക്കാൻ പേപ്പറും പേനയുമോ എന്നല്ലേ?

ഏതൊരു മനുഷ്യനിലും കുറേയേറെ ആശങ്കകളും, ഭയവും, ആഹ്ലാ ദ നിമിഷങ്ങളുടെ ഓർമകളും അതുപോലുള്ള പലവിധ വികാരങ്ങളും ഉണ്ടാകും. അതു വിജയികളായവരിലും അല്ലാത്തവരിലും ഉണ്ടാകും. വി ജയികളാകുന്നവർ അത്തരം വികാരങ്ങളെ പോസിറ്റീവ് ആയി മാറ്റി അവരുടെ വിജയത്തിനുള്ള ഇന്ധനമാക്കി മാറ്റുന്നു. മറ്റുള്ളവർ അതേ വികാരങ്ങളെ പരാജയത്തിനുള്ള കാരണങ്ങളാക്കി എണ്ണുന്നു.

പഠിക്കുന്ന കുട്ടികളെ ഉപദേശിക്കുന്ന ഒന്നുണ്ട്. എഴുതിപ്പഠിക്കുക, വരച്ച് മനസിലാക്കുക. എഴുതാൻ പേപ്പറും വരയ്ക്കാൻ പേനയോ പെൻ സിലോ വേണം.

അതുപോലെ വിഷമമേറിയ കണക്ക് എങ്ങനെ ചെയ്യും? മനക്കണ ക്കു പോര. അവിടെ ആ ചോദ്യമെഴുതി, ഓരോരോ കാര്യങ്ങൾ വേർതി രിച്ചു മെല്ലെ ഉത്തരത്തിലേക്ക് എത്തണം. എന്നാൽ ജീവിതമെന്ന വള രെ കുഴഞ്ഞുമറിഞ്ഞ കണക്കു നമ്മൾ മനക്കണക്കിൽ മാത്രം ചെയ്ത് ഉത്തരം തേടാൻ ശ്രമിക്കുന്നവരാണ്.

ഒരാൾ വിജയത്തെക്കുറിച്ചു ചിന്തിക്കണ്ട എന്നു വച്ചാൽപ്പോലും, അയാൾ ജീവിത സാഹചര്യങ്ങളെ ഫലപ്രദമായി തരണം ചെയ്യേണ്ടതി ല്ലേ? വിജയം എന്നാൽ എലോൺമസ്ക് ആവുന്നതല്ല. പക്ഷേ, സ്വന്തം ജീവിതത്തിലെ സാമ്പത്തികം, സാമൂഹികം തുടങ്ങിയ എല്ലാക്കാര്യങ്ങ ളും മികവോടെ കൊണ്ടു പോകാനാകണം.

അതിനു പേപ്പറും പേനയും കൊണ്ട് എന്തു മായാജാലമാണു കാ ണിക്കാനാകുക എന്നു ചിന്തിക്കാം.

ആകാശത്തിനും ഉയരെ

ഒരു രാത്രിയുടെ നീണ്ട വിശ്രമത്തിനു ശേഷം ഓരോരുത്തരും ഉന്മേഷത്തോടെ പ്രഭാതത്തിലേക്ക് ഉണരുകയാണ്. ഇനി നമ്മളെന്താണു ചെയ്യുക?

ഒന്നുകിൽ മടി പിടിച്ച്, ഇത്തിരി നേരം കൂടി എന്നു പറഞ്ഞു വീണ്ടും ഉറങ്ങും, അതല്ലെങ്കിൽ, കട്ടിലിൽ കിടന്നു കൊണ്ടു തന്നെ ഫോണിലേക്കു നോക്കും, പിന്നെ മെസേജ്, ഫേക്ക് വാർത്തകൾ, അനാവശ്യ കമന്റുകൾ ഒക്കെ കണ്ടു സമയം ഏതാണ്ടു തീർത്ത ശേഷം, 'അയ്യോ സമയം പോയി' എന്നു പറഞ്ഞു ബഹളം കൂട്ടി ആ ദിവസം ആരംഭിക്കും. ഇതിനിടയിൽ പ്രഭാത ഭക്ഷണം കഴിക്കാൻ കഴിഞ്ഞിട്ടുണ്ടാവില്ല, എടുക്കേണ്ടവ എടുത്തിരിക്കില്ല. നൂറു കൂട്ടം മറവികൾ, ടെൻഷനുകൾ. ഒടുവിൽ ഒന്നിനും സമയമില്ലെന്ന പരാതിയും. ഇങ്ങനെ പോകുന്ന ഒരാൾ എങ്ങനെയാണു തന്റെ ജീവിതം നല്ല രീതിയിൽ തരണം ചെയ്യുക? ഉത്തരമിതാണ്. പ്രഭാതത്തെ ഉപയോഗപ്പെടുത്തുക.

എന്നും ഉണരുന്ന സമയത്തിന് ഒരു മണിക്കൂർ മുൻപു നിർബന്ധമായും ഉണരുക. ഇനി ചെയ്യേണ്ടതു പ്രഭാതകൃത്യങ്ങൾക്കു ശേഷം, ലഘു വ്യായാമങ്ങളിൽ ഏർപ്പെടുക. അതിൽ ശരീരത്തേയും ഒപ്പം മനസിനേയും പരിഗണിക്കണം. അടുത്തതായി ഒരു ഇരുപതു മിനിറ്റ് മറ്റു ശല്യങ്ങൾ ഇല്ലാത്ത ഒരിടത്ത് ഇരുന്ന് എഴുതാൻ തുടങ്ങണം.

എന്തെഴുതാൻ എന്നല്ലേ? അതിലേക്കാണ്ടു വരുന്നത്.

ഇവിടെ നമ്മൾ ജീവിതമെന്ന കണക്കിനെ ലഘൂകരിക്കുവാൻ ആരംഭിക്കുകയാണ്. അതിനായി നിലവിലെ പ്രധാന പ്രശ്നങ്ങൾ അക്കമിട്ട് എഴുതാം.

അന്നേ ദിവസം ആ വിഷയങ്ങളിൽ നമുക്ക് എന്തു ചെയ്യുവാനാകും എന്നതാണ് ആദ്യ ചിന്ത.

ഒരു പക്ഷേ, ഇതു ചെയ്യുവാൻ ആരംഭിക്കുന്ന ദിവസം നമുക്കു പ്രത്യേകിച്ച് ഒന്നും എഴുതാനായില്ല എന്നു പോലും വരാം.

ഉദാഹരണത്തിന് ബൈജു എന്ന നാൽപ്പത്തിയഞ്ചുകാരൻ ഇങ്ങനെ എഴുതിത്തുടങ്ങി.

1. വീടുവച്ച വകയിലെ ലോൺ അടവു മുടങ്ങിക്കിടക്കുന്നു.
2. ഭാര്യയുടെ ആഭരണങ്ങൾ പണയത്തിലാണ്.
3. മൂത്ത മകന്റെ പഠനം തൃപ്തികരമല്ല.
4. ഇളയ കുഞ്ഞിനെ ആശുപത്രിയിൽ കൊണ്ടുപോകണം.

ഇത്രയും കാര്യങ്ങളാണ് പൊടുന്നനെ അയാളുടെ മനസ്സിൽ എത്തിയത്. ആദ്യ ദിവസത്തെ കുറിക്കൽ അവിടെത്തീർന്നു.

പക്ഷേ, എഴുതിയ കാര്യങ്ങളിൽ ഒന്നു പരിഹരിച്ചിരുന്നു അന്നു

തന്നെ. അതു നാലാമത്തേതായിരുന്നു.

പിറ്റേന്ന് അയാൾ എഴുതിത്തുടങ്ങിയപ്പോൾ കുറച്ചു മാറ്റം വന്നു.

അതിൽ ബാങ്കിലെ തിരിച്ചടവിനെക്കുറിച്ചായിരുന്നു എഴുതിയത്.

അയാൾ എഴുതിയത് ഇപ്രകാരം വായിക്കാം.

1. ബാങ്കിലെ ലോൺ തിരിച്ചടവു നാലു മാസമായി മുടങ്ങിയിട്ട്. നാളെ ശമ്പളം കിട്ടും. ലോണടവിനു തുക മാറ്റണം, ഒപ്പം അധിക വരുമാനത്തിനു മാർഗ്ഗം കണ്ടെത്തണം.

2. മകനോടു സംസാരിക്കണം. വൈകിട്ട് അവനേയും കൂട്ടി പാർക്കിൽ പോകാം. അവന് ഒരു ഐസ്ക്രീം വാങ്ങിക്കൊടുത്തു തന്റെ പ്രശ്നങ്ങൾ അവനോടു കൂടി സംസാരിക്കാം. അവന്റെ പ്രശ്നങ്ങളും ചോദിക്കാം.

അന്നത്തെ എഴുത്തു കഴിഞ്ഞു.

അടുത്ത ദിവസം അയാൾ ഒന്നര മണിക്കൂർ നേരത്തേ എഴുന്നേറ്റു. അര മണിക്കൂർ നടന്നു. പിന്നെ എഴുതാനിരുന്നു. അയാൾ ഒരു പാർട്ട് ടൈം ബിസിനസിനെക്കുറിച്ച് ആലോചിച്ചു തുടങ്ങിയിരുന്നു. ഭാര്യക്കു തയ്യലറിയാം. ഒരു മെഷീൻ ഉണ്ട്. ഒന്നുകൂടി വാങ്ങി അയാളും ഭാര്യയും ദിവസേന മൂന്ന് മണിക്കൂർ തുണി സഞ്ചി തയ്ച്ചാൽ കുടുംബശ്രീ യൂണിറ്റ് വഴി വിൽക്കാനാവും. അതാണ് അന്നയാൾ എഴുതിയത്.

ഇപ്രകാരം നമ്മുടെ മുന്നിലെ പ്രശ്നങ്ങളുടെ ഹിമാലയത്തെ അൽപ്പാൽപ്പമായി പൊടിച്ചു കളയുവാൻ സ്വന്തം പ്രശ്നങ്ങളെക്കുറിച്ച് ഒരു ധാരണ രൂപപ്പെടുത്തുവാൻ, അതിന് അത്ര കാലം ചിന്തിച്ചിട്ടില്ലാത്ത ഒരു പരിഹാരം കണ്ടെത്താനൊക്കെ ഈ എഴുത്തു സഹായിക്കും.

ഇതു ഡയറി എഴുത്തല്ല മറിച്ചു വിജയമെഴുത്താണ്.

അതിലേക്ക് അയാൾ തന്റെ വികാരങ്ങളെ കൊണ്ടു വന്നില്ല.

എന്നാൽ തനിക്ക് ആരോടൊക്കെ നന്ദി പറയുവാനുണ്ടോ അതൊക്കെ രേഖപ്പെടുത്തി.

ഈ എഴുത്തു മാറ്റത്തിന്റെ തുടക്കമാണ്. ഇതൊരു ആയുധവുമാണ്.

അവനവനെ കൂടുതൽ അറിഞ്ഞു, പരിഹാരം സ്വയം രൂപപ്പെടുത്തി, ആകാശത്തിനും മീതേയ്ക്കു കുതിച്ചുയരാനുള്ള ആയുധം.

അധ്യായം 30
തെറ്റിദ്ധാരണ

തിരക്കുപിടിച്ച ഒരു വൈകുന്നേരമാണ് രചനയുടെ വിളി വന്നത്.

'ഞാൻ ചേച്ചിയുടെ വീട്ടിലുണ്ട്. ചേച്ചി എപ്പോ വരും?'

സത്യത്തിൽ രചനയുടെ വരവു വളരെ സർപ്രൈസ് ആണ്. പക്ഷേ അവളുടെ ഇടറിയ ശബ്ദം, അതെന്നെ വല്ലാതെ ചിന്തിപ്പിച്ചു. ഏതാണ്ട് ഒരു വർഷമാകുന്നു രചനയുടെയും നിഷാന്തിന്റെയും വിവാഹം കഴിഞ്ഞിട്ട്. കുറേ നാൾ മുൻപു രണ്ടു പേരും ഒന്നിച്ചു വീട്ടിൽ വന്നതുമാണ്.

ഞാൻ വീട്ടിലെത്തി. രചന മാത്രമേ ഉള്ളൂ.

'എവിടെ നിഷാന്ത്?'

'എനിക്കറിയില്ല. അല്ലെങ്കിലും ഞാനാരാ? നിഷാന്തിന് ഞാൻ വെറും ഭാര്യ. അത്ര തന്നെ.'

'ചുമ്മാ കളി പറയാതെ. അവനെവിടെ?'

'സത്യമാ ചേച്ചീ... ഞാൻ വിളിച്ചാൽ ഫോൺ എടുക്കില്ല. രാവിലെ പോയതാ. പേടിച്ചിട്ടാ ഞാൻ ഇവിടേക്കു വന്നത്..'

ഒരു കുടുംബകലഹത്തിന്റെ ചിത്രം തെളിഞ്ഞു തുടങ്ങി. രണ്ടു മാസം മുൻപു വരെ ഇല്ലാതിരുന്ന പ്രശ്നങ്ങൾ ഇപ്പോൾ വളരെ വഷളായി. ഭാര്യ കരഞ്ഞു പ്രതിഷേധിക്കുന്നു. ഭർത്താവു മൗനമായി പക വീട്ടുന്നു.

കുടുബബന്ധങ്ങളെ മിക്കപ്പോഴും ഉലയ്ക്കുന്നത് ഒരേ ഒരു കാരണമാണ്. തെറ്റിദ്ധാരണ. അഥവാ, തെറ്റായ ധാരണ എന്ന പരസ്പരം മനസ്സിലാക്കുന്നതിൽ ഉണ്ടാകുന്ന കുഴപ്പങ്ങൾ. അതൊടുവിൽ സർവ്വനാശത്തിലേക്കു കൂപ്പുകുത്തുന്ന സ്ഥിതി സൃഷ്ടിക്കുന്നു.

എന്താണു പരിഹാരം?

ഇന്നു മിക്ക കലഹങ്ങളുടേയും ഒരു കാരണം സോഷ്യൽ മീഡിയയുടെ അനാവശ്യമോ അമിതമോ ആയ ഉപയോഗമാണ്. രചനയുടേയും നിഷാന്തിനേറെയും ജീവിതത്തിൽ സംഭവിച്ചതും മറ്റൊന്നല്ല. വിവാഹം കഴിഞ്ഞ നാളുകളിൽ അവർക്കിടയിൽ ഒന്നും മറയ്ക്കുവാനുണ്ടായിരു

ന്നില്ല. നിഷാന്തിന്റ മൊബൈൽ അൺലോക്ക് ചെയ്യാൻ രചനക്കു സാധിക്കും. രചനയുടെ മൊബൈൽ പാസ്‌വേഡ് നിഷാന്തിനും അറിയാം.

രണ്ടു മാസം മുൻപാണു നിഷാന്ത് പുതിയ ഐഫോൺ വാങ്ങിയത്. നാലഞ്ച് ദിവസം കുത്തിയിരുന്ന് ഐഫോൺ ടെക്നിക്കുകൾ പഠിച്ചെടുത്ത നിഷാന്ത് അതിൽ ഫിംഗർ ലോക്ക് ഇൻസ്റ്റാൾ ചെയ്തു. രചന സീരിയൽ കാണുമ്പോൾ സോഫയിൽ അവളുടെ മടിയിൽ കിടന്ന് മൊബൈലിൽ ഗെയിംസ് കളിച്ചിരുന്ന നിഷാന്ത് നാലഞ്ച് ദിവസമായി ഏത് നേരവും മൊബൈലിൽ തന്നെ. വല്ലതും ചോദിച്ചാൽ ശല്യപ്പെടുത്തല്ലേ. എന്നൊരു പറച്ചിലും. മൂന്നാമത്തെ ദിവസം രചന നോക്കുമ്പോൾ നിഷാന്ത് ഫോണിൽ മുഴുകി ഊറിച്ചിരിക്കുന്നു. കണ്ടു കൊണ്ടിരുന്ന സീരിയലിലെ നായകനെപ്പോലെ നിഷാന്തിനും മറ്റൊരു ചിന്ത? അതോടെ രചന, നിഷാന്ത് കുളിക്കാൻ കേറിയ തക്കത്തിന് അവന്റെ ഫോൺ എടുത്തു നോക്കി. എന്ത് ഫലം? അത് ഫിംഗർലോക്കിലാണ്.

രചനക്ക് ദേഷ്യവും സങ്കടവും ഒന്നിച്ചു വന്നു. കുളി കഴിഞ്ഞു പുറത്തിറക്കിയ നിഷാന്തിനോടു മുള്ളും മുനയും വച്ചു സംസാരിച്ചു തുടങ്ങി. രചന സ്വന്തം ഫോണിലും ഗംഭീരമായ നമ്പർ ലോക്കിട്ടു. അതോടെ നിഷാന്തിനു ദേഷ്യം കൂടി. പല രാത്രികളും കലഹങ്ങളുടേതായി. പകലുകൾ സംശയത്തിന്റേയും മൗനത്തിന്റേയും കനൽക്കൂടൊരുക്കി. ഒടുവിൽ ഒരു രാത്രി നീണ്ട യുദ്ധത്തിനു ശേഷം അതിരാവിലെ ഞാൻ പോകുന്നു എന്നു പറഞ്ഞ് അവൻ ഒറ്റപ്പോക്ക്. അതാണു സംഭവിച്ചത്. ബുദ്ധിമുട്ടിയാണെങ്കിലും അവനെ വീട്ടിലേക്കു എത്തിക്കാൻ സാധിച്ചു. സമാധാനത്തിൽ കാര്യങ്ങൾ സംസാരിച്ചു.

അവർ പറഞ്ഞ കാര്യങ്ങൾ ഇങ്ങനെ സംഗ്രഹിക്കാം. ആദ്യം ഭർത്താവിന്റെ പക്ഷം.

1. പുതിയ ഫോണിന്റെ ഓപ്പറേഷൻസ് പഠിക്കാൻ കുറച്ചധികം സമയം ചിലവിട്ടതു സത്യമാണ്.

2. ഫിംഗർ ലോക്കിട്ടതു പ്രത്യേകിച്ച് ഒന്നും മറയ്ക്കുവാനായിരുന്നില്ല. അതിൽ അങ്ങനെ ഒരു സാധ്യത കണ്ടു. അതു പരീക്ഷിച്ചു.

3. ഐ ഫോൺ എന്നത് അയാളുടെ കുറേക്കാലമായുള്ള മോഹമായിരുന്നു. അതിൽ കുറച്ചു കൂടുതൽ ഭ്രമിച്ചു.

4. അയാൾ ഭാര്യയെ ജീവനേക്കാൾ പ്രണയിക്കുന്നു. മറ്റൊരു സ്ത്രീയേക്കുറിച്ചും അയാൾ ഓർക്കാൻ അശക്തനാണ്.

5. അത്രയേറെ ഭാര്യയെ സ്നേഹിക്കുന്ന അയാളെ ഭാര്യ കാരണമില്ലാതെ ഭർത്സിച്ചപ്പോൾ അയാൾക്കു താങ്ങുവാനായില്ല.

ഇനി ഭാര്യയുടെ പക്ഷം

ആകാശത്തിനും ഉയരെ

1. പുതിയ ഫോണിൽ ഏറെ നേരം ചിലവിടുകയും തന്നെ അവഗണിക്കുകയും ചെയ്തു.

2. ഫോൺ രഹസ്യമായി പരിശോധിക്കാൻ നടത്തിയ ശ്രമം പരാജയപ്പെട്ടു.

3. തീർച്ചയായും ഭർത്താവ് മറ്റാരേയോ സ്നേഹിക്കുന്നു.

4. എന്തു സഹിച്ചും ഭർത്താവിനെ തിരികെ വേണം.

5. അയാളെ അവൾ അത്രമേൽ സ്നേഹിക്കുന്നു.

ഇപ്പോൾ തെറ്റായ ധാരണ എങ്ങനെയാണു കുടുംബത്തെ നശിപ്പിക്കുന്നത് എന്ന് വ്യക്തമല്ലേ?

പലപ്പോഴും കുടുംബകലഹത്തിന്റെ കാരണം അന്വേഷിച്ചു പോയാൽ ഉള്ളി തൊലിച്ചത് പോലെയാകും കാര്യങ്ങൾ.

കൃത്യമായ കാരണങ്ങൾ ഉണ്ടാവില്ല. ചില തോന്നലുകൾ. ആ തോന്നലുകളെ ബലപ്പെടുത്തുന്ന തെളിവുകൾക്കായി പരക്കംപാച്ചിൽ. ഇത് മറു പാതിയിൽ സൃഷ്ടിക്കുന്ന അങ്കലാപ്പ്, സംശയം. പിന്നെ രണ്ടു പേരും തമ്മിൽ ആരംഭിക്കുന്ന ശത്രുത, നിത്യ കലഹം, അക്രമം... വിവാഹ മോചനം.

എങ്ങനെ മറികടക്കും ഈ അവസ്ഥ?

ആദ്യം തിരിച്ചറിയേണ്ടതു വഴക്കുകൾ ഒഴിവാക്കാൻ മുൻകൈ എടുക്കേണ്ടത് അവനവൻ തന്നെയാണ് എന്നതാണ്. മൊബൈൽ ഫോൺ യുഗത്തിൽ മറച്ചുവയ്ക്കാൻ ഏറെക്കാര്യങ്ങൾ ഓരോരുത്തർക്കും ഉണ്ടായി.

ചിലർ പറയും

'ഞാനെന്റെ ഭാര്യയുടേയോ മക്കളുടേയോ ഫോൺ തൊടാറില്ല.'

ചോദ്യം ഇതാണ്.

തൊട്ടാൽ എന്ത് സംഭവിക്കും?

അതുപോലെ അവർ നിങ്ങളുടെ ഫോൺ തുറന്നാൽ?

മറച്ചുവയ്ക്കാൻ ഒരുപാടുള്ളവരാകുന്നു നമ്മൾ. ടെക്നോളജി വികസിച്ചപ്പോൾ നാം സ്വയം ഒരു തുരുത്തായി മാറുന്നു. ഭാര്യക്ക്, ഭർത്താവിന്, മക്കൾക്ക് എല്ലാവർക്കും സ്വകാര്യതകൾ ഏറി. പരസ്പര വിശ്വാസമില്ലാത്തവരായി. എന്നാൽ കലഹിക്കുമ്പോൾ പാരമ്പര്യവാദികളായി. സദാചാര മൂർത്തികളായി. മൂർച്ചയേറിയ വാക്കുകൾ പ്രയോഗിക്കാൻ മടിയില്ലാതായി. ഫലമോ പിന്നീട് ഒരിക്കലും ഉണങ്ങാത്ത മുറിവുകൾ ഓരോ മനസിലും സൃഷ്ടിക്കപ്പെട്ടു. മാപ്പു കൊടുക്കാൻ വയ്യാത്തവരായി.

പലപ്പോഴും നാം പറയാറുണ്ട് ഞാനല്ല അവരാണു തുടങ്ങിയത് എന്ന്.

ശരി, ആരോ തുടങ്ങട്ടെ, പക്ഷേ നമുക്കു തീരുമാനിക്കാൻ സാധിക്കുന്ന ഒരു കാര്യമുണ്ട്, ഈ കലഹത്തിലേക്കു ഞാൻ കടക്കില്ല എന്ന്, യഥാർത്ഥ കാരണം അറിയുക തന്നെ വേണം എന്ന്.

ഈ ഘട്ടത്തിനു തയ്യാറായാൽ പാതിവഴിയായി.

ഇനി അവരോടൊരു തുറന്ന സംസാരത്തിനു തയ്യാറാവുക. ആദ്യഘട്ടത്തിൽ തന്നെ വിജയിക്കണമെന്നില്ല. അതു വരെയുള്ള പങ്കാളിയുടെ ഇടപെടലും. ഇപ്പോഴത്തേതും ഒന്ന് എഴുതി നോക്കൂ. എഴുതാൻ പറയുന്നതിനും കാരണമുണ്ട്. പൊള്ളയായ വാദങ്ങൾ എഴുതിത്തുടങ്ങുമ്പോൾ മനസ്സു വിലക്കും. മനസ്സിന്റെ സത്യസന്ധമായ വാദം കേൾക്കാതെ പോകരുത്. പോയിന്റുകളായി എഴുതുക. അതുകൂടി കണക്കിലെടുത്തു തുറന്നു സംസാരിക്കുക. ഒപ്പം ഒന്നു മാത്രം ഓർക്കുക. ദാമ്പത്യം എന്നതു സ്നേഹത്തിന്റെ നൂലിഴയിൽ കോർത്തെടുത്ത രണ്ടു മുത്തുള്ള മാലയാണെന്ന്. സ്നേഹം മാത്രമാണ് അതിന്റെ അടിസ്ഥാനം. ഒരു വ്യക്തി ജനിച്ചു വളർന്ന സാഹചര്യം, അതുപോലെ ആശയ വിനിമയത്തിലെ പോരായ്മകൾ ഇവയൊക്കെ കലഹങ്ങൾ സൃഷ്ടിക്കുന്നവയാണ്. അമിതവൃത്തി, വൃത്തിയില്ലായ്മ, അമിത സംഭാഷണം, ക്ഷിപ്രകോപം, തുടങ്ങി എണ്ണിയാലൊടുങ്ങാത്ത കാരണങ്ങൾ നമുക്കു കലഹത്തിനായി കണ്ടെടുക്കാം. എന്നാൽ ഒരേ ഒരു കാരണം തീയിലേക്ക് പതിക്കുന്ന ഹിമ മഴ പോലെ കലഹങ്ങളെ ഇല്ലാതാക്കും. അതു സ്നേഹമാണ്.

രാത്രി ഏറെ വൈകി, സംസാരിച്ചു ബോധ്യപ്പെട്ടു നിശാന്തും രചനയും മടങ്ങിയത് ഒന്നിച്ചാണ് എന്നത് ആശ്വാസം പകർന്നു.

കൂടുമ്പോൾ ഇമ്പമുണ്ടാക്കുന്ന കുടുംബത്തെ തകർക്കുന്ന രഹസ്യ അറകൾ പൊളിഞ്ഞു വീഴട്ടെ. അവിടെ പരസ്പര വിശ്വാസത്തിന്റെ പച്ചപ്പുൽനാമ്പുകൾ മുളച്ചുപൊന്തട്ടെ. അടുത്ത തലമുറ അതാഗ്രഹിക്കുന്നു.

നമ്മളല്ലാതെ മറ്റാരാണ് അവർക്കതു സമ്മാനിക്കുക, അല്ലേ?

വാനോളം ഉയരത്തിൽ ലക്ഷ്യത്തിലേക്കു കുതിക്കുമ്പോൾ പ്രിയപ്പെട്ടവരുടെ സ്നേഹമാകണം അതിന്റെ ഇന്ധനം.

അധ്യായം 31

കുടുംബത്തിനായി വലുതായി ചിന്തിക്കുക

മൈക്കിൾ ചേട്ടനെ ഞായറാഴ്ച വൈകിട്ടാണു ഞാൻ കണ്ടത്. മുഖത്തു പതിവിലേറെ തെളിച്ചം. 'എന്താ ചേട്ടാ വിശേഷം?' എന്ന ചോദ്യത്തിനു മകനു കിട്ടിയ വലിയ തുകയുടെ വിദേശ സ്കോളർഷിപ്പിനെക്കുറിച്ചും അവന്റെ ഗവേഷണവിഷയത്തെക്കുറിച്ചും അദ്ദേഹം വാചാലനായി. അദ്ദേഹത്തിന്റെ കണ്ണുകളിൽ അഭിമാനത്തിളക്കം.

മൈക്കിൾ ചേട്ടൻ ഡ്രൈവറാണ്. തൊട്ടടുത്തുള്ള സ്വകാര്യ സ്ക്കൂളിലെ ഡ്രൈവർ. കുട്ടികളുടെ ഡ്രൈവർ മാമൻ. അദ്ദേഹം പഴയ പത്താം ക്ലാസുകാരനാണ്. ഹിന്ദി ചതിച്ചതു കൊണ്ടു മാത്രം പാസ്സാകാതെ പോയ പത്താം ക്ലാസ് പരീക്ഷയെ ഓർത്തിടക്കൊരു ചിരി ചിരിക്കാറുണ്ട്. ഭാര്യ തെരേസ അതേ സ്ക്കൂളിലെ ആയയാണ്. ഏകമകൻ വിൻസ് മൈക്കിൾ സർക്കാർ സ്ക്കൂളുകളിലും കോളേജിലുമായി പഠനം പൂർത്തിയാക്കിയ മിടുക്കനാണ്.

ഞാൻ ചേട്ടനോട് ചോദിച്ചു

'ചേട്ടാ, ഇതെങ്ങനെ സാധിച്ചു? മകന്റെ വളർച്ചക്കു പിന്നിൽ അപ്പനെന്ന നിലയിൽ എത്രത്തോളം സ്വാധീനം ചെലുത്താനായി?'

അദ്ദേഹം ചിരിച്ചു. ഭാര്യ തെരേസയാണു മറുപടി നൽകിയത്.

'വിൻസിന്റെ അപ്പന്റെ ഇച്ഛയാണ് അവന്റെ ഉയർച്ചക്കു കാരണം. വിൻസിന്റെ അപ്പൻ അധികം പഠിച്ചിട്ടില്ല. എന്നാൽ വിൻസു ജനിച്ചു കഴിഞ്ഞ സമയത്ത് ഇദ്ദേഹത്തിന്റെ കുറേശ്ശെയുള്ള മദ്യപാന ശീലം മാറ്റണമെന്ന് അന്നത്തെ പള്ളിയിലെ അച്ചൻ ഉപദേശിച്ചു. ആ അച്ചനാണ് പറഞ്ഞതു 'നിന്റെ കുടുംബത്തിൽ മൂന്നു പേർ മാത്രമേ ഉള്ളുവെന്ന് കരുതി ചെറുതായി ചിന്തിക്കരുത്. നീ നിന്റെ കുടുംബത്തെ പ്രതി വളരെ വിശാലമായി ചിന്തിക്കുക' എന്ന്. കുറേ നാൾ പുള്ളിക്ക് അത് എന്താണെന്നു മനസിലായില്ല. പിന്നീടു വിൻസ് അഞ്ചാം ക്ലാസിൽ പഠിക്കുമ്പോൾ സ്ക്കൂളിൽ ഒന്നാമനായി. അന്നു രാത്രി എന്നോടു പറഞ്ഞു ഇപ്പോഴെനിക്കു വി

ശാലമായി ചിന്തിക്കുക എന്നതിന്റെ അർത്ഥം പിടി കിട്ടുന്നുവെന്ന്. അന്നും എനിക്കും വിൻസിനും ഒന്നും പിടികിട്ടിയില്ല. പക്ഷേ ഓരോ വർഷം കഴിയുന്തോറും അപ്പൻ മകനോടു വലുതായി ചിന്തിക്കാൻ പറഞ്ഞു. അതിന്റെ ഫലമാണു വിൻസിന്റെ വളർച്ച.'

വിശാലമായ ചിന്ത നൽകുന്ന വളർച്ച അതിശയകരമായിരുന്നു.

യഥാർത്ഥത്തിൽ കുടുംബങ്ങളിൽ നിറയുന്ന അസ്വാരസ്യങ്ങളും കൊലപാതകങ്ങളുമൊക്കെയാണു പത്രവാർത്തകളായി നമുക്കു മുന്നിലെത്തുന്നത്. അത്തരം കുടുബങ്ങളിലെ കുട്ടികളും സ്ത്രീകളും അനുഭവിക്കുന്ന തീരാനോവും വേദനയും പകലും രാത്രിയും ചാനൽ വാർത്തകളിലൂടെ ഉറക്കത്തിലേക്കും സംക്രമിക്കുന്ന ദിനരാത്രങ്ങളാണു നമുക്കുള്ളത്. പ്രത്യാശയുടെ കിരണങ്ങൾ അകലുകയാണോ എന്നു പോലും സംശയിക്കാവുന്ന വിധത്തിലാണു കാര്യങ്ങൾ മുന്നോട്ടു നീങ്ങുന്നത്.

ഈ ഘട്ടത്തിൽ നിശ്ചയദാർഢ്യമുള്ള കുടുംബനാഥൻമാർക്കും നാഥകൾക്കും എടുക്കാവുന്ന ഒരു തീരുമാനമുണ്ട്. സ്വന്തം കുടുംബത്തെ അത്തരം ദുരിതങ്ങളിലേക്കു തള്ളിവിടില്ലെന്നും. കുടുംബത്തിലെ ഓരോ അംഗത്തിനും വളരുവാനുള്ള സാഹചര്യം ഒരുക്കുമെന്നും.

യഥാർത്ഥത്തിലൊരാൾ വിജയിക്കുന്നത് ആദ്യം ആന്തരികതലത്തിലാണ്. പിന്നീടാണതു പ്രവർത്തിപഥത്തിലെത്തുക. ആന്തരികമായ പരിവർത്തനം സംഭവിക്കുവാൻ അയാൾ വിശാലമായി ചിന്തിച്ചു തുടങ്ങേണ്ടതുണ്ട്. കുടുംബം എത്ര ചെറുതുമാകട്ടെ അതിനെ വിശാലമായ ചിന്തകൾ കൊണ്ടു ലോകോത്തരമായ അഭ്യുന്നതിയിലേക്കു നയിക്കുവാനാകും.

എന്നാൽ, എന്താണീ വിശാലമായ ചിന്തകൾ?

വിലക്കുകളും, അതിരുകളും, അരുതുകളും ഇല്ലാത്ത, ഭയമില്ലാത്ത ചിന്താപദ്ധതിയാണു വിശാലമായ ചിന്തകൾ എന്നു ചുരുക്കിപ്പറയാം.

ഞാനെങ്ങനെ എന്റെ വീടുപേക്ഷിച്ചു പുറത്തു പോകുമെന്ന ഏറ്റവും ചെറിയ ഭീതിയിൽ നിന്നാരംഭിക്കുന്നതാണു വിജയത്തിനു കുറുകേയുള്ള വിലങ്ങുതടികൾ. ആദ്യം പൊട്ടിച്ചെറിയേണ്ടതും അതുതന്നെ. മറ്റൊരാളുടെ നേർക്കും അസൂയയുടെ അംശമില്ലാതെ ഇടപെടാൻ സാധിക്കും വിധം മനസ്സു വലുതാവണം. ഒപ്പം, അത്രയുമെനിക്കു സാധിക്കുമോയെന്ന ചിന്തയും മാറണം. വിശാലമായി ചിന്തിച്ചു തുടങ്ങുകയെന്നതു കുട്ടികൾക്ക് അത്ര എളുപ്പമായിരിക്കില്ല. അതിനാൽ അവിടെ അച്ഛനമ്മമാർക്കു ചെയ്യുവാൻ ഏറെക്കാര്യങ്ങളുണ്ട്. അവർക്കു വഴികാട്ടാനാകണം. അവർ മാതൃക കാട്ടണം. ഉപദേശിക്കുന്നതു പോലെ തീർത്തും അനായാസമായൊരു കാര്യമല്ല മാതൃകയാവുകയെന്നത്. മാതൃകയാവുക

എന്ന തീരുമാനമെടുക്കുന്നതു പോലും പ്രധാനമാണ്. കുട്ടികൾക്കു മുന്നിൽ വെച്ചു വഴക്കിടില്ല എന്നു തീരുമാനിക്കുന്നതിൽ തുടങ്ങി വ്യക്തിപരമായ അച്ചടക്കങ്ങളിലൂടെ അതു മുന്നേറേണ്ടതുണ്ട്. അഭിപ്രായ വ്യത്യാസങ്ങൾ വഴക്കിലൂടെയല്ലാതെ പരിഹരിക്കുവാൻ പഠിച്ചു തുടങ്ങുമ്പോൾ നമ്മൾ യഥാർത്ഥത്തിൽ വിശാലമായ ചിന്താപദ്ധതിയിലേക്കു പ്രവേശിച്ചു തുടങ്ങിയെന്നു പറയാം. കാരണം അസ്വസ്ഥതകൾ നിറഞ്ഞ അന്തരീക്ഷമില്ലാതാകുമ്പോൾ, സമാധാനം നിറയുമ്പോൾ കുടുംബാംഗങ്ങളിൽ കൂടുതൽ ആത്മവിശ്വാസം നിറയും. അതു കൂടുതൽ കരുത്തോടെ മുന്നേറുവാനുള്ള ധൈര്യം നൽകും.

വിശാലമായി ചിന്തിച്ചു തുടങ്ങുന്നൊരു കുടുംബത്തിനു മുന്നിൽ തടസങ്ങൾ ഓരോന്നായി വഴിമാറും. അവിടെ ഒരു വ്യക്തിയല്ല, മറിച്ച് എല്ലാ അംഗങ്ങളും ചേർന്നാണ് ഒരു യൂണിറ്റ് ഉണ്ടാകുന്നത്. അതിനാൽ ഒരു വ്യക്തിയിലെ ഏതെങ്കിലും ഒരു കുറവു മറികടക്കുവാൻ ആ യൂണിറ്റിലെ മറ്റൊരാൾക്കു സാധിക്കുമെന്നർത്ഥം. അതിന്റെ വ്യക്തമായ ഉദാഹരണം നമുക്കു ചുറ്റും ധാരാളമുണ്ട്. വളരെ ചുരുങ്ങിയ പരിതസ്ഥിതിയിൽ നിന്നും വളർന്നു വരുന്ന കുട്ടികൾ നേടുന്ന അത്ഭുതാവഹമായ ഉയർച്ച ആ കുട്ടിയുടെ പഠന മികവിൽ നിന്നും മാത്രമുണ്ടായി വരുന്നതല്ല മറിച്ച്, വലിയ വിദ്യാഭ്യാസമൊന്നുമില്ലാത്ത അച്ഛനമ്മമാരുടെ വിശാലമായ ചിന്താരീതി കൂടിയാണു കുട്ടിയുടെ മുന്നോട്ടുള്ള കുതിപ്പിന്റെ പിന്നിലെ യഥാർത്ഥ ഊർജ്ജം.

കുടുംബങ്ങൾ വിശാല അർത്ഥത്തിൽ ചിന്തിക്കുവാൻ സന്നദ്ധമാകുമ്പോൾ ലോകം കൂടുതൽ നന്മയിലേക്ക് കുതിക്കും.

വാനോളം ഉയരുവാൻ പ്രപഞ്ചത്തോളം വിശാലമായി ചിന്തിക്കുക.

അധ്യായം 32

കുടുംബവും സാമൂഹ്യ ബന്ധവും

'എന്തു പറ്റി? എന്താണവിടെ സംഭവിച്ചത്?'

'ആ വീട്ടിലെ വല്യപ്പാപ്പൻ ഇന്നലെ വൈകിട്ടു മരിച്ചു.'

'ഇന്നലെയോ? എന്നിട്ടാരും അറിഞ്ഞില്ലല്ലോ.'

'നല്ല കാര്യം, ആ വീട്ടിൽ എത്ര പേരുണ്ടെന്നു പോലും ഇന്നാണു നാട്ടുകാർ കണ്ടത്. ആരോടും ഇടപെടാതെ ജനലും വാതിലുമടച്ചു ജീവിക്കുന്നവരെ ആരറിയും?'

ഇതു നമ്മുടെ നാട്ടിൽ സാധാരണയായി കേട്ടു തുടങ്ങിയ ഒരു അവസ്ഥാ വിശേഷമാണ്. ഒരപകടമോ മരണമോ ആകും അവിടേക്കു നാട്ടുകാരുടെ ശ്രദ്ധ എത്തിക്കുന്നത്. ചിലപ്പോൾ കുടുംബാംഗങ്ങളിലെ മാനസികാസ്വാസ്ഥ്യങ്ങളും ഇത്തരം അവസ്ഥ സൃഷ്ടിക്കാറുണ്ട്.

കുടുംബമെന്നാൽ വളരെ ഒറ്റപ്പെട്ട ഒന്നാകണമെന്നു നിശ്ചയിച്ചതു പോലെയാണു പലരുടെയും നിലപാട്. സമൂഹത്തിന് എന്റെ കുടുംബത്തിനുള്ളിൽ എന്തു കാര്യമെന്ന ചോദ്യം ഒട്ടും പതുക്കെയല്ല, വളരെ ഉച്ചത്തിൽ തന്നെയാണുയരുന്നത്. എന്റെയെന്റെ എന്ന ചിന്തയിൽ നിന്നുയരുന്ന ഇത്തരം തികഞ്ഞ ഉൾവലിയൽ പിൽക്കാലത്തു പ്രശ്നങ്ങളുടെ വേലിയേറ്റങ്ങളും സൃഷടിക്കുന്നുണ്ട്. കുടുംബം സമൂഹത്തിലേക്ക് എങ്ങനെയാണ് ഇറങ്ങി വരേണ്ടതെന്നും, അതു കുടുംബത്തിന്റെ ഉന്നമനത്തിന് എപ്രകാരം പ്രയോജനപ്പെടുമെന്നു കൂടി ചിന്തിക്കേണ്ടതുണ്ട്.

കുടുംബമെന്നതു സമൂഹത്തിന്റെ ഏറ്റവും ചെറിയ ഘടകമാണ്. അതിനാൽത്തന്നെ കുടുംബത്തിന്റെ ആരോഗ്യകരമായ നിലനിൽപ്പു സമൂഹത്തിന്റെ ഉന്നമനത്തിനു കാരണമാകുന്നു. ഒരു വ്യക്തി സമൂഹത്തിലേക്കിറങ്ങി ഇടപെടുമ്പോൾ അയാളെ പല കോണുകളിലൂടെ സമൂഹം വിലയിരുത്തുന്നുണ്ട്. അവ പിന്നീട് ആ വ്യക്തിയെക്കുറിച്ചൊരു ചിത്രം രൂപപ്പെടുത്തുവാൻ കാരണമാകും. അതിൽ വിലയിരുത്തലുകളുടെ സാഹചര്യമനുസരിച്ചു പിഴവുകളുണ്ടാകാം. ഈ പിഴവുകളാണു

പിന്നീട് എന്റെ കാര്യത്തിൽ സമൂഹത്തിനെന്തു കാര്യമെന്ന ചിന്ത രൂപപ്പെടാൻ കാരണം. എന്നാൽ സമൂഹത്തെ അപ്പാടെ പുറത്തു നിർത്തേണ്ടതാണെന്നും അത് ദോഷൈകദൃക്കാണെന്നുമുള്ള ചിന്തയും ദോഷം ചെയ്യുമെന്ന് അറിയണം. ഒരു കുടുംബത്തിനു സമൂഹത്തിലിടപെടുവാനുള്ള വഴികൾ ഏതെല്ലാമാണ്?

വീട്ടിൽ പത്രമിടാൻ വരുന്ന വ്യക്തിയും, പാൽക്കാരനും, തുടങ്ങി പഴവും ബിസ്ക്കറ്റും വിൽക്കുന്ന ചെറിയ അനാദിക്കടക്കാരനും, മീൻകാരിയും, തൊട്ടടുത്ത ആരാധനാലയങ്ങളിലെ വിശേഷങ്ങൾക്ക് പിരിവിനു വരുന്നവരും, നാട്ടിലെ രാഷ്ട്രീയ പ്രവർത്തകരും, അംഗൻവാടി ടീച്ചറും, ആശാ വർക്കറും ഒക്കെ ഒരു കുടുംബത്തിനു സമൂഹത്തിലേക്കിറങ്ങിച്ചെല്ലുവാനുള്ള ചെറുചാലുകളാണ്. അവയൊക്കെ കൊട്ടിയടച്ചു വീട്ടിനുള്ളിലൊതുങ്ങുവാൻ ഒരിക്കലും ആർക്കും സാധിക്കുകയില്ല.

ഇനി ജീവിതവിജയത്തിനു സാമൂഹിക ഇടപെടൽ ആവശ്യമുണ്ടോ എന്നുകൂടി നോക്കാം.

വിജയത്തെക്കുറിച്ചു ചിന്തിക്കുന്ന വ്യക്തിക്ക് അതു സാധ്യമാകാൻ കുടുംബമെന്ന വലിയ പിന്തുണ അത്യാവശ്യമാണ്. അതുപോലെ തന്നെയാണു സമൂഹത്തിന്റെ പിന്തുണയും. ഏതു വിജയവും വിജയമായി രേഖപ്പെടുത്തുക അതു സമൂഹം കൂടി ഏറ്റെടുക്കുമ്പോഴാണ്. സ്വന്തം വിജയത്തിന്റെ വെളിച്ചം ചുറ്റുമുള്ള സമൂഹത്തിലേക്കു പ്രതിഫലിക്കുമ്പോഴാണ് ആ വിജയത്തിനു മാധുര്യമുണ്ടാവുക.

പഴയ കഥയാണ്. അജയും വിജയും കൂട്ടുകാരാണ്. രണ്ടു പേരും പഠിക്കാൻ മിടുക്കർ. രണ്ടു പേരും എൻട്രൻസ് പാസായി മെഡിക്കൽ പഠനം പൂർത്തിയാക്കി. അജയ് തന്റെ ഉപരിപഠനവും തുടർ ജീവിതവും സ്വന്തം നാട്ടിൽ തന്നെ തുടരുവാൻ ആഗ്രഹിച്ചു. വിജയ് നേരെ മറിച്ചു വിദേശ പഠനവും ജോലിയും തിരഞ്ഞെടുത്തു.

വിദേശ പഠനത്തിന്റെ ആദ്യ നാളുകളിൽ വിജയ് പലപ്പോഴും അജയിനോടു വിദേശ പഠനം വേണ്ടന്നു വച്ചത് അബദ്ധമാണെന്നുപദേശിച്ചു. സാമ്പത്തികമായ നേട്ടത്തിനപ്പുറം വ്യക്തിപരമായ സ്വകാര്യത തീരെ ലഭിക്കില്ലെന്നും ഏതു പാതിരാവിലും ആരും വന്നു വിളിച്ചുണർത്താമെന്നും, അത്തരം അസ്വസ്ഥത നിറഞ്ഞ ജീവിതം തിരഞ്ഞെടുത്തതു മണ്ടത്തരമാണെന്നും ഇനിയും വൈകിയിട്ടില്ലെന്നും പലവട്ടം ഉപദേശിച്ചു. ഒപ്പം സമൂഹത്തിന്റെ അമിതമായ ശ്രദ്ധ പതിയുന്നതു കാരണം വ്യക്തിപരമായ അച്ചടക്കത്തിൽ നിന്ന് അല്പം പോലും വ്യതിചലിക്കാനാവില്ലയെന്നും ഓർമ്മിപ്പിച്ചു. അജയ് അതു പുഞ്ചിരിയോടെ കേട്ടു നിന്നു. വിജയിന്റെ പേരിനൊപ്പം വിദേശ ഡിഗ്രികൾ നിരന്നു. അജയ് പോസ്റ്റ്

ഗ്രാജുവേഷൻ കഴിഞ്ഞു മികവുറ്റ ഒരു സർജനായി മാറി. അദ്ദേഹം സ്വന്തം ഗ്രാമത്തിലെ അസൗകര്യങ്ങൾ മാത്രമുള്ള ആശുപത്രിയിൽ നിയമിതനായി. ഇരുപത്തി നാലു മണിക്കൂറും കർമ്മനിരതനായ ആ യുവഡോക്ടറെത്തേടി ജനങ്ങൾ ദൂരദിക്കുകളിൽ നിന്നു പോലും വന്നു ചേർന്നു. ഒരു ഗ്രാമത്തിന്റെ ആരോഗ്യ കാര്യങ്ങളിൽ ഒരു വ്യക്തിക്ക് എങ്ങനെ ഇടപെടാനാകുമെന്ന് മാത്രമല്ല അദ്ദേഹത്തിന്റെ പാത പിന്തുടർന്ന സഹധർമ്മിണിയും അതേ ലക്ഷ്യത്തിലുറച്ചു നിന്നപ്പോൾ ആ കുടുംബം സമൂഹത്തിലേക്ക് അലിഞ്ഞു ചേരുകയാണുണ്ടായത്. അവിടെ എന്റേത് എന്ന വേലിക്കെട്ടുകളുയർന്നില്ല. ജാതി വ്യത്യാസങ്ങളും ഉയർന്നില്ല. സ്വകാര്യതകളെക്കുറിച്ചുള്ള ഭീതിയും ജനിച്ചില്ല. സ്വന്തം ജീവിതം മാതൃകയായി മാറണം എന്നു നിശ്ചയിച്ചിരുന്നതിനാൽ തന്നെ വ്യക്തിപരമായ അച്ചടക്കം പാലിക്കുന്നതും ഒരു പ്രശ്നമായി മാറിയില്ല.

വർഷങ്ങൾക്കു ശേഷം വിജയ് നാട്ടിലേക്കു വരുമ്പോൾ ഒരു ജനത ഉള്ളിലേറ്റിയ ഒരു കുടുംബത്തെയാണു കാണാൻ സാധിച്ചത്. തന്റെ നിഗമനം തെറ്റായിരുന്നുവെന്ന് അയാൾക്കു സമ്മതിക്കേണ്ടി വന്നു.

യഥാർത്ഥത്തിൽ കുടുംബമെന്നതു സമൂഹത്തിന്റെ പരിച്ഛേദമാണ്. അതിനാൽ സമൂഹത്തിൽ നിന്നും മാറി നിന്നുകൊണ്ടു സൃഷ്ടിക്കുന്ന വ്യക്തിപരമായ വിജയങ്ങൾക്കു പൂർണ്ണത ലഭിക്കില്ല. മനുഷ്യർ സമൂഹത്തിന്റെ അംഗീകാരം ആഗ്രഹിക്കുന്നവരാണ്. അവന്റെ ആത്മവിശ്വാസം വർദ്ധിപ്പിക്കുന്നതിൽ സമൂഹത്തിന്റെ അംഗീകാരം എന്ന ഘടകം ഏറെ പ്രാധാന്യമുള്ളതാണ്. നമുക്കു വേണ്ടത് ഇന്നു സമൂഹത്തിൽ അന്യമായിത്തുടങ്ങിയ ചില സാമൂഹിക ഇടപെടലുകൾ മടക്കി കൊണ്ടുവരികയാണ്. കല്യാണ വീടുകളിലെ ദേഹണ്ഡക്കാരും, മരണമറിഞ്ഞാൽ മടിച്ചു നിൽക്കാതെ കടന്നു വരുന്ന അയൽക്കാരും, അമ്മയൊന്നു കുളിക്കാൻ പോയാൽ മുറ്റത്ത് ഓടിക്കളിക്കുന്ന കുഞ്ഞിനെ ശ്രദ്ധിക്കാൻ അയൽവീട്ടിലെ മുതിർന്നവരും, ഒന്നു വയ്യാതെ കിടന്നു പോയാൽ എന്താ പുറത്തേക്ക് കണ്ടില്ലല്ലോ എന്നു ചോദിക്കുന്ന പരിചയക്കാരുമൊക്കെ വേണം നമുക്ക്. ഒരു മടങ്ങിപ്പോക്ക് അത്ര എളുപ്പമല്ല. എങ്കിലും റെസിഡൻസ് അസോസിയേഷനുകൾക്കും, ക്ലബ്ബുകൾക്കും ഇന്നത്തെ മാറിയ ലോകത്ത് ഏറെക്കാര്യങ്ങൾ ചെയ്യാനാകും.

കുടുംബമെന്ന ചെറുപുഷ്പത്തിനു കൂടുതൽ സുഗന്ധമുണ്ടാകുക സമൂഹത്തിന്റെ അംഗീകാരം കൂടി ലഭിക്കുമ്പോഴാണ്.

അതിരില്ലാത്ത ആകാശം ലക്ഷ്യമാക്കി മുന്നേറുമ്പോൾ കൂട്ടായി കുടുംബം മാത്രമല്ല സമൂഹവും ഒപ്പമുണ്ടാകട്ടെ.

അധ്യായം 33

പ്ലാനിങ്ങും ലക്ഷ്യവും

ലക്ഷ്യം നിശ്ചയിച്ചാൽ അതു പ്രവൃത്തിപഥത്തിലെത്തിക്കുന്നതിൽ അന്തർലീനമായ രണ്ടു കാര്യങ്ങളുണ്ട്

ആദ്യത്തേതു മാറ്റങ്ങളോടുള്ള സമീപനവും,

അടുത്തതു സമയം ഫലപ്രദമായി വിനിയോഗിക്കലും.

മാറ്റവും സമയവും ഒരു ലക്ഷ്യത്തിന്റെ പാതയിലെ ഒഴിച്ചുകൂടാനാകാത്ത ഘടകങ്ങളാണ്. മാറ്റം എന്നതു ലക്ഷ്യം ഭേദിക്കുമ്പോൾ സ്വാഭാവികമായി സംഭവിക്കുന്ന ഒന്നായി നാം എണ്ണും. എന്നാൽ യഥാർത്ഥത്തിൽ മാറ്റമെന്നത് അത്ര ലാഘവത്തോടെ കാണേണ്ടുന്ന ഒന്നാണോ?

ഒരു ഉദാഹരണം നോക്കാം.

നാമൊരു യാത്രയിലാണ്. ആ യാത്ര ചെയ്ത് എത്തിച്ചേരുന്ന ഇടവും, അവിടെ നമ്മൾ സന്നിഹിതരായിരിക്കേണ്ട മീറ്റിങ്ങുമാണ് ഇവിടെ നമ്മുടെ ലക്ഷ്യം. നമ്മൾ സ്വയം ഡ്രൈവ് ചെയ്താണു യാത്ര എന്നു കരുതുക. വഴിയിൽ വച്ചു ടയർ പഞ്ചറായി.

ഇനിയാണ് മാറ്റത്തെ എങ്ങനെയാണു നാം ഉൾക്കൊള്ളുന്നത് എന്ന വിഷയം ഉയരുന്നത്.

പുതിയ ഒരു അവസ്ഥ സംജാതമായിരിക്കുന്നു.

1. വാഹനത്തിൽ നമ്മൾ ഒരാളേയുള്ളൂ.
2. ധരിച്ചിരിക്കുന്ന വസ്ത്രം മീറ്റിങ്ങിന് വേണ്ടിയുള്ളതാണ്.
3. ടയർ മാറ്റിയിടുക.
4. അതിനുള്ള സ്റ്റെപ്പിനിയും ടൂൾകിറ്റും ഉണ്ടോ എന്ന് അറിയുക.
5. അടുത്ത് പഞ്ചറൊട്ടിക്കുന്ന കടയുണ്ടോ എന്ന് അന്വേഷിക്കുക.
6. ടയർ മാറ്റിയിടാൻ ആളെ കണ്ടെത്തുക.

ഒരു നിസ്സാര ടയർ പ്രശ്നം അത്ര നിസ്സാരമല്ല എന്നു ബോധ്യം വരുന്നുണ്ടല്ലോ, അല്ലേ?

ഇവിടെ നമ്മുടെ ലക്ഷ്യങ്ങളെ രണ്ടാക്കി മാറ്റേണ്ടി വന്നിരിക്കുന്നു. യാത്ര പുറപ്പെടുമ്പോൾ യഥാസ്ഥാനത്ത് എത്തുക, പിന്നെ മീറ്റിങ്ങിൽ പങ്കെടുക്കുക എന്നതായിരുന്നു ലക്ഷ്യമെങ്കിൽ, ഇപ്പോൾ ടയർ മാറ്റിയിടുക എന്ന മറ്റൊരു ലക്ഷ്യം കൂടി വന്നിരിക്കുന്നു.

ഇവിടെ മുകളിൽപ്പറഞ്ഞ ആറു കാര്യങ്ങളിൽ, ആദ്യത്തെ രണ്ടു കാര്യങ്ങളും പ്രധാന ലക്ഷ്യവുമായി ബന്ധപ്പെട്ടതാണ്. എന്നാൽ ആ പ്രധാന ലക്ഷ്യത്തിലേക്കു പോകാൻ മൂന്നാമത്തെ കാര്യം സംഭവിക്കണം. അതു സംഭവിക്കാൻ രണ്ടു വഴികൾ.

പ്ലാൻ എ : സ്വയം മാറ്റുക

പ്ലാൻ ബി: മറ്റൊരാളെ കണ്ടെത്തുക.

ഇത്തരം ഘട്ടങ്ങളിൽ മാറ്റങ്ങളോടു മുഖം തിരിക്കുന്ന വ്യക്തിയാണു നമ്മളെങ്കിൽ ഒന്ന് പൊരുതാൻ പോലും നിൽക്കാതെ അസ്വസ്ഥനാകും. തളരും, വിധിയെ പഴിക്കും, റോഡിനരികിലൂടെ പോയ പാവം കറുത്ത പൂച്ചയെ കുറ്റം പറയും, തോൽവി സമ്മതിക്കും.

എന്നാൽ മാറ്റങ്ങളോട് അതിവേഗം പൊരുത്തപ്പെടുന്ന ഒരാൾ, അയാൾ സ്വയം ടയർ മാറ്റാൻ അറിയുന്ന ആളാണെങ്കിൽ സ്റ്റെപ്പിനി ഉണ്ടോയെന്നു പരിശോധിച്ച് അതു മാറ്റിയിട്ട് ആ പ്രതിബന്ധം മാറ്റും. അതല്ലെങ്കിൽ ഒരു ഓട്ടോ പിടിച്ച് അതിൽ കയറിപ്പോയി ടയർ മാറ്റാനറിയുന്ന ആളെക്കൂട്ടി വന്നു പ്രശ്നം പരിഹരിക്കും.

ഇതും കേൾക്കുമ്പോൾ വളരെ നിസ്സാരമായി തോന്നാം. എന്നാൽ അത്ര എളുപ്പമല്ല എന്നതാണു യാഥാർത്ഥ്യം.

ഇവിടെ നമ്മൾ പരിശോധിച്ചത് ഒരു ചെറിയ കാര്യത്തിൽ സംഭവിക്കാവുന്ന തടസ്സവും അതിലെ മാറ്റങ്ങളോടുള്ള സമീപനങ്ങളുമാണ്. ഇത് ഒരു പരീക്ഷയോ ഒരു ബിസിനസ് പ്ലാനോ ആകട്ടെ. അവിടെ സംഭവിക്കാവുന്ന മാറ്റങ്ങൾ പലപ്പോഴും അപ്രതീക്ഷിതങ്ങളായിരിക്കും. ഇത്തരം ഘട്ടത്തിൽ അതിവേഗം തീരുമാനമെടുത്തു പ്രശ്നം പരിഹരിച്ചു മുന്നോട്ടു കുതിക്കേണ്ടതായി വരും. അങ്ങനെ വരുമ്പോൾ അതിവേഗം പരിഹാരം കണ്ടെത്തുവാൻ പരിശീലനം തന്നെ വേണ്ടി വരും. ഒരു സ്വാഭാവിക താളത്തിലുള്ള ചിന്താക്രമം മാറ്റി അതിവേഗത്തിൽ പരിഹാരങ്ങൾ ചിന്തിക്കുകയും അതു നടപ്പിൽ വരുത്തുകയും വേണ്ടിവരും. ഒരു ലക്ഷ്യത്തിലേക്കുള്ള പ്രയാണത്തിൽ നിർബന്ധമായും അത്തരത്തിൽ മാറ്റങ്ങളെ ഉൾക്കൊള്ളാനാകണം.

ഇതേ ഘട്ടത്തിൽ തന്നെയാണു സമയത്തിന്റെ പ്രാധാന്യവും കടന്നുവരുന്നത്. ലക്ഷ്യത്തിലേക്കുള്ള മാർഗ്ഗമധ്യേ സംഭവിക്കുന്ന തടസ്സങ്ങളെ അതിവേഗത്തിൽ തരണം ചെയ്യുക എന്നതും പ്രധാനമാണ്. അത്തര

ത്തിൽ വേഗത്തിൽ കൈകാര്യം ചെയ്യണമെങ്കിൽ ചിന്തകളിലും ആ വേഗത പ്രതിഫലിക്കണം. അതായത് സെക്കന്റുകളുടെ ഇടവേളയിൽ ഒരു പ്രധാന കാര്യത്തിൽ നിന്നും ശ്രദ്ധ മറ്റൊന്നിലേക്കു മാറ്റാനാകണം.

പണ്ടു നമ്മൾ എടുത്തിരുന്ന ഒരു സമീപനം വളരെ ഏകാഗ്രമായി ഇടപെടുന്ന ഒന്നിൽ മറ്റു തടസ്സങ്ങൾ പാടില്ല എന്നാണ്. എന്നാൽ ഇപ്പോൾ പുതിയ തന്ത്രങ്ങളിൽ അനുവർത്തിക്കുന്നത് ഏറെ ഏകാഗ്രതയോടെ ഒരു കാര്യം പ്രവർത്തിക്കുമ്പോൾ തന്നെ മറ്റൊരു കാര്യത്തിൽ കൂടി ഇടപെടുക എന്നതാണ്.

അതുപോലെ ലക്ഷ്യത്തിലേക്കുള്ള പ്രയാണത്തിൽ ഒരേ താളത്തിൽ ആവർത്തിക്കുന്ന ദൈനംദിന കാര്യങ്ങളിൽ പോലും ചെറിയ ചില മാറ്റങ്ങൾ വരുത്തിക്കൊണ്ടു സമയലാഭം കണ്ടെത്താനാകണം. ലക്ഷ്യം ഉണ്ടാകുക എന്നാൽ മാറ്റമുണ്ടാവുക എന്നർത്ഥം. എന്നാൽ ആ മാറ്റത്തിനുള്ളിലും അപ്രതീക്ഷിത മാറ്റങ്ങൾ സംഭവിക്കാം. അത്തരം ഘട്ടങ്ങളിൽ പരമാവധി സമയം ലാഭിക്കുന്ന രീതിയിൽ ചിന്തിക്കാനും പ്രവർത്തിക്കാനും കഴിയുന്ന ഒരാൾക്കോ അയാളുടെ ടീമിനോ മാത്രമേ ലക്ഷ്യഭേദനം സാധ്യമാകൂ.

ലക്ഷ്യം ആകാശം ഭേദിക്കുന്നതാണെങ്കിൽ ചിന്തകളുടെ ഗതിവേഗം കൂട്ടണം, മാറ്റങ്ങളെ സ്വാഗതം ചെയ്യണം.

○○

അധ്യായം 34

ഞാൻ മറ്റൊരാളെ പരിഗണിക്കേണ്ടതെങ്ങനെ?

നമ്മൾ ഒരാളെ വിലയിരുത്തേണ്ടതിനു പ്രത്യേകിച്ച് എന്തെങ്കിലും മനസിലാക്കാനുണ്ടോ?

അതു കേട്ടപ്പോൾ ഓർമ്മ വന്നതു വിക്രമാദിത്യനേയും വേതാളത്തിനേയുമാണ്. കഥ കേട്ടു കഴിഞ്ഞു തലയാട്ടിയാൽപ്പോര, വേതാളം ചോദിക്കുന്ന ചോദ്യത്തിനു രാജാവ് ഉത്തരം കൃത്യമായി നൽകണം.

ഒരിടത്ത് ഒരു ഗ്രാമത്തിൽ ഗോവിന്ദ വർമ്മൻ എന്നു പേരുള്ള ഒരു കർഷകൻ താമസിച്ചിരുന്നു അയാളുടെ അയൽക്കാരനായി അടുത്ത ഗ്രാമത്തിലെ ആനന്ദവർമ്മൻ എന്നൊരാൾ താമസത്തിനെത്തി. ഗോവിന്ദൻ ഒരു സംശയാലുവായിരുന്നു. ആനന്ദനെ വിശ്വസിക്കാമോ? അയാൾ തന്റെ അതിരില്ലാത്ത കൃഷിയിടം കവർന്നെടുക്കുമോ? സുന്ദരിയായ ഭാര്യയെ വശീകരിക്കുമോ ഇങ്ങനെ നൂറു കൂട്ടം സംശയം.

എന്നാൽ ആനന്ദൻ ഇത് അറിഞ്ഞതുമില്ല. അറിയാൻ ആഗ്രഹിച്ചതുമില്ല. അയൽക്കാരനെന്ന നിലയിൽ ഗോവിന്ദവർമ്മന്റെ കുടുംബത്തോടു മാന്യമായി ഇടപെട്ടു വന്നു. അങ്ങനെയിരിക്കേ ഒരു നാൾ ഗോവിന്ദന് ഒരു ദീർഘദൂര യാത്ര പോകേണ്ടി വന്നു. പക്ഷേ, ഭയം അയാളെ കീഴടക്കി. അത്ര ദൂരം ഭാര്യയേയും കൂട്ടി യാത്ര ചെയ്യാനാകില്ല. അയൽക്കാരനെ വിശ്വാസവും പോര. പക്ഷേ, പോയേ പറ്റൂ. ഒടുവിൽ തന്റെ ഒരു ആശ്രിതനോടു രഹസ്യമായി ഭാര്യയെ നിരീക്ഷിക്കാൻ ചട്ടം കെട്ടിയ ശേഷം അയാൾ യാത്ര പോയി. ആശ്രിതൻ നല്ലവനായിരുന്നു പക്ഷേ സാഹചര്യം അയാളിൽ മാറ്റം വരുത്തി. അയാൾ തന്റെ ജയമാനനെ കൊല്ലാൻ തീർച്ചയാക്കി. ഗോവിന്ദനറിയാതെ അയാളെ പിന്തുടർന്നു. പക്ഷേ ആനന്ദൻ ആശ്രിതന്റെ ഒളിഞ്ഞു പോക്ക് യാദൃശ്ചികമായി കാണുകയും അവനെ പിന്തുടരുകയും ചെയ്തു. വേഷപ്രച്ഛന്നനായി അവനൊപ്പം കൂടി അവന്റെ ഉദ്ദേശം തിരിച്ചറിഞ്ഞ് അവനെ വകവരുത്തി അവന്റെ കഴുത്തിലെ മാലയും ഏലസും മാത്രം തിരികെ കൊണ്ടു വന്നു ഗോവിന്ദന്റെ

ഭാര്യയെ ഏൽപ്പിച്ചു കാര്യങ്ങൾ വിശദീകരിച്ചു. അവൾ തന്റെ ഭർത്താവിനു തന്നിൽ അശേഷം വിശ്വാസമില്ല എന്നു മനസിലാക്കി ആ ബന്ധം തുടരേണ്ടതില്ല എന്നു നിശ്ചയിച്ചു. ഗോവിന്ദൻ തിരികെ വന്നപ്പോൾ ഭാര്യയില്ല. അവൾ സ്വന്തം ഗൃഹത്തിലേക്ക് മടങ്ങിയിരുന്നു.

വേതാളം ചോദിച്ചു ഇവിടെ ആരാണ് ശരിക്കും തെറ്റുകാരൻ?

വിക്രമാദിത്യൻ പറഞ്ഞു, 'ഇവിടെ ആരും തെറ്റുകാരെന്ന് പറയാനാകില്ല. ഒരു മനുഷ്യനെ മനസിലാക്കുവാൻ മറ്റൊരാൾക്കു സാധിക്കുന്നില്ല എന്ന മനുഷ്യന്റെ മാനസികനില കാരണമാണു അബദ്ധം സംഭവിച്ചിരിക്കുന്നത്.'

ഉത്തരം സത്യമെന്നു കണ്ടു വേതാളം വിക്രമാദിത്യനെ വിട്ടു മരക്കൊമ്പിൽ തൂങ്ങിക്കിടപ്പായി.

കഥ വെറും കഥയല്ല.

എങ്ങനെയാണു നാം ഓരോരുത്തരെ വിലയിരുത്തുന്നത് എന്നതാണ് പ്രധാനം. ഇവിടെ ഒറ്റനോട്ടത്തിൽ പ്രശ്നക്കാരൻ ഗോവിന്ദനാണ്. അയാൾക്ക് എല്ലാം സംശയം. അതിൽ നിന്നാണ് എല്ലാം ആരംഭിക്കുന്നത്. എന്നാൽ മറ്റുള്ളവരും അവരുടേതായ കാഴ്ചപ്പാടിലൂടെയാണു സഞ്ചരിക്കുന്നത് എന്നും കാണാം. അയൽക്കാരൻ പറയുന്നതു പൂർണ്ണമായും വിശ്വസിക്കുന്ന ഭാര്യയും, ഗോവിന്ദനെ ചതിക്കുവാൻ ശ്രമിച്ച ആശ്രിതനും, അയാളെ കൊന്നു തെളിവു ഗോവിന്ദന്റെ ഭാര്യയുടെ കയ്യിൽ എത്തിക്കുന്ന ആനന്ദനും തെറ്റുകാരാണ്. ആർക്കും ആരേയും മനസിലാക്കാൻ സാധിച്ചില്ല എന്നതാണ് യാഥാർത്ഥ്യം.

നമ്മളും ഇങ്ങനെ തന്നെ. ഓഫീസിൽ ഒരു പുതിയ സ്റ്റാഫ് വന്നാൽ, പുതിയ അയൽക്കാർ വന്നാൽ, വീട്ടിലേക്കു പുതിയൊരു അംഗം പടി കടന്നു വന്നാൽ ഒക്കെ സംശയത്തിന്റെ ഒരംശം നമ്മിൽ ഉടലെടുക്കും. കാരണം ആ പുതിയ വ്യക്തിയുടെ ഉള്ളു നമുക്കറിയില്ല എന്നതുതന്നെ. അപ്പോൾ നമുക്കറിയാത്ത ഒന്നിനോടുള്ള അജ്ഞത ഭയമായി പുറത്തേക്കു വരുന്നു. ഇനി ചിലരാകട്ടെ അല്പം കൂടി സുതാര്യമായ ഒരു സമീപനം സ്വീകരിക്കും. അവർ പുതിയ വ്യക്തികളെക്കുറിച്ചു സ്വയം യാതൊരു വിധത്തിലും ഒരു മുൻധാരണയും ഉള്ളിൽ സൂക്ഷിക്കില്ല. എങ്ങനെ അവർ പെരുമാറുന്നോ അതുപോലെ തിരിച്ചു പെരുമാറാം എന്ന് നിശ്ചയിച്ചവർ.

'അന്നയാൾ എന്നോടു മോശമായി പെരുമാറി അതിനാൽ ഇന്നു ഞാൻ ഈ നിലപാട് എടുക്കും' ഇതുപ്പോലുള്ള ചിന്തകൾ വ്യക്തി ബന്ധങ്ങൾ താറുമാറാക്കും. മിക്കപ്പോഴും നമ്മളോടുള്ള ഒരാളുടെ മോശം പെരുമാറ്റത്തിനു പിന്നിൽ നമ്മൾ തന്നെ ആകണം എന്നില്ല എന്നതു മറക്കരുത്.

മറ്റാരോടെങ്കിലും, എന്തിനോടെങ്കിലുമുള്ള പ്രതികരണമാകാം നമുക്കു നേരെ സംഭവിച്ചത്. അതു പൊറുക്കാനായാൽ?

യഥാർത്ഥത്തിൽ എന്താകണം ശരിയായ നിലപാട്?

ഏതൊരു വ്യക്തിയോടും നാം സ്വീകരിക്കേണ്ട നിലപാട് എന്താണെന്നു വളരെ വ്യക്തമായി ഇങ്ങനെ നിശ്ചയിക്കാം. ഒരാൾ നമ്മളോട് ഏതു വിധത്തിൽ പെരുമാറണം അല്ലെങ്കിൽ പെരുമാറി എന്നതു മാറ്റി വെക്കുക. അത് ഏറ്റവും അപ്രധാനമായ ഒന്നായി കണക്കാക്കുക.

അടുത്തതു നാം ഒരാളിലും തെറ്റുകൾ കണ്ടെത്താൻ ഉദ്ദേശിക്കുന്നില്ല എന്നതും മനസിൽ ഉറപ്പിക്കുക. അത്രയും ചെയ്താൽ ഒരു ശത്രുതാമനോഭാവം ഒരാവശ്യവുമില്ലാതെ ഉടലെടുക്കുന്നതു തടയാനാകും.

ഇനി ഒരു പ്രത്യേക സാഹചര്യത്തിൽ സ്വയം എപ്രകാരം ഇടപെടാൻ ആഗ്രഹിക്കുന്നുവോ അപ്രകാരം തന്നെ പ്രവർത്തിക്കുക. മുന്നിൽ നിൽക്കുന്ന വ്യക്തിക്കു നിങ്ങളോടു ദേഷ്യമുണ്ട് എന്ന് നിങ്ങൾക്ക് അറിയാം. എന്നാലും നിങ്ങൾക്ക് അയാളോട് അപ്രകാരമില്ല എന്നുണ്ടെങ്കിൽ ഏറ്റവും സ്വാഭാവികമായി ഇടപ്പെടുക. ക്രമേണ അയാൾക്കു സ്വന്തം രീതികൾ തിരുത്തണമെന്ന ചിന്ത ഉണ്ടാകും.

നിത്യജീവിതത്തിന്റെ ജയപരാജയങ്ങളിൽ മറ്റുള്ളവരോടുള്ള നമ്മുടെ ഇടപെടലുകൾ വളരെ പ്രധാനമാണ്. അനാവശ്യമായി ഒരു ശത്രു ജനിക്കുന്നതും അതുപോലെ ഒരു മിത്രമുണ്ടാകുന്നതും നമ്മുടെ സ്വന്തം മനോഭാവത്തിൽ നിന്നാണെന്നു ചുരുക്കം. ആരെ പരിഗണിക്കുമ്പോഴും ഒന്നോർക്കാം, മുൻവിധികൾ പാളിപ്പോകാം എന്ന്.

മുൻവിധികൾ ഒഴിവാകുമ്പോൾ മുന്നിൽ തുറക്കുന്നതു സാധ്യതകളുടെ പരിധിയില്ലാത്ത നീലാകാശമാണ്.

൦൦

അധ്യായം 35

പൊരുത്തപ്പെടലുകൾ

രാത്രി വന്നു കയറുമ്പോൾ ഭർത്താവിന്റെ മുഖത്തു പതിവില്ലാത്ത കടുപ്പം. എന്തു പറ്റി എന്നു ചോദിക്കുമ്പോൾ 'ഒന്നുമില്ല' എന്ന മറുപടി. ഈ 'ഒന്നുമില്ല' എന്ന മറുപടിയുടെ അർത്ഥം 'ഒരുപാടുണ്ട്' എന്നറിയാവുന്നതുകൊണ്ടു വീണ്ടും ചോദിച്ചു. ഒടുവിൽ സമ്മതിച്ചു. താൻ അസ്വസ്ഥനാണ്. കാരണം കേട്ടപ്പോൾ ചിരി വന്നു ആദ്യം. വിഷയം ഓഫീസിലെ പുതുതായി ജോയിൻ ചെയ്ത പയ്യനെക്കുറിച്ചാണ്. അവൻ വന്നിട്ട് ആഴ്ച മൂന്നായി. ഇപ്പഴും അവന് അവിടുത്തെ ചിട്ടകളുമായി പൊരുത്തപ്പെടാനാകുന്നില്ല. ഇന്ന് അവനോടു ദേഷ്യപ്പെടേണ്ടിയും വന്നു. അതാണു വിഷമകാരണം. വൈകുന്നേരം ആ പയ്യൻ എല്ലാവരും പോയിത്തീരുന്ന വരെ കാത്തു നിന്നിട്ട് അവന്റെ പ്രശ്നം തുറന്നു പറഞ്ഞു. അവനാ ജോലി ഇഷ്ടമല്ല. വീട്ടുകാരുടെ നിർബന്ധം കൊണ്ടു സ്വീകരിച്ച ജോലിയാണത്. ഒരു ഓഫീസ് ജോബ് അവന്റെ സ്വപ്നത്തിലെവിടെയും ഇല്ല. അവൻ നിരാശയിലാണ്. അവൻ കാരണം തന്റെ ബോസിനുണ്ടായ വിഷമത്തിനു മാപ്പു പറഞ്ഞാണ് അവൻ മടങ്ങിയത്.

നമ്മൾ ഒട്ടുമിക്കവരും അഭിമുഖീകരിക്കുന്നതാണ് ഈ പ്രശ്നം. ഇഷ്ടമല്ലാത്ത ജോലി, പഠനം, വിവാഹം അങ്ങനെ എന്തൊക്കെക്കാര്യങ്ങൾ സാഹചര്യം കൊണ്ടു നാം സ്വീകരിക്കാറുണ്ട്. കുറേ പേർ അതുമായി പൊരുത്തപ്പെടും. ചിലർ പൊരുത്തപ്പെട്ടതായി ഭാവിക്കും, ഇനിയും ചിലർ നിത്യവും കലഹിക്കും.

ഈ സാഹചര്യത്തെ എങ്ങനെ നേരിടണം?

പൊരുത്തപ്പെടുക എന്നാണോ ഉത്തരം?

പൊരുത്തപ്പെടുക എന്നാൽ അത്ര തൃപ്തിയില്ലാതെ സ്വീകരിക്കുക എന്നാണ്. പൂർണ്ണ തൃപ്തിയില്ലാതെ എന്തു സ്വീകരിച്ചാലും അതിൽ അസ്വാഭാവികതയുണ്ടാവും. നിത്യവുമല്ലെങ്കിൽപ്പോലും ഇടക്കിടെ പൊട്ടിത്തെറികൾ ഉണ്ടാക്കാൻ അതു കാരണമാകും. രസമെന്താണെന്നു

വച്ചാൽ പൊട്ടിത്തെറികൾക്കും അസ്വസ്ഥതകൾക്കും കാരണമായ അടിസ്ഥാന വിഷയം ചാരത്തിൽ മൂടി മറഞ്ഞിരിക്കും. ഫലം, പരിഹാരമില്ലാത്ത അസ്വസ്ഥതകൾ നിറഞ്ഞ ജീവിതം.

നമുക്കു വേണ്ടത് ആഹ്ലാദഭരിതമായ ജീവിതമാണ്. അതിനു വേണ്ടി എന്തു ചെയ്യും?

രണ്ടു വഴിയുണ്ട്.

ഒന്നു പുതിയ അവസ്ഥയെ നൂറു ശതമാനവും സ്വീകരിക്കുക. അതിനായി മനസ്സു തയ്യാറാക്കി, യാതൊരു വിധ ബാഹ്യസമ്മർദ്ദവുമില്ലാതെ അതിലേക്കു സ്വയം വരിക.

ഈ വഴി ചെറുപ്പക്കാർക്കു സ്വീകരിക്കാൻ അല്പം ബുദ്ധിമുട്ട് അനുഭവപ്പെടും. അതിനുള്ള കാരണം അവർക്കു മുന്നിൽ അവരുടെ യഥാർത്ഥ ലക്ഷ്യത്തിലേക്കു നടന്നടുക്കുവാനുള്ള സാധ്യതകൾ തീരെ അവസാനിച്ചിട്ടില്ല എന്നതാണ്. നമ്മൾ ഒന്നു സ്വീകരിക്കുക എന്നാൽ അതിനോടുള്ള നമ്മുടെ മനോഭാവം മാറ്റുക എന്നതാണ്.

ഉദാഹരണത്തിന് ഒരാൾ സ്വയം ആഹാരത്തിൽ മധുരം ഉപേക്ഷിക്കാൻ തീരുമാനിച്ചു എന്നു കരുതുക. ആ ചിന്തയും തീരുമാനവും സ്വന്തം ഇഷ്ടപ്രകാരമാണെങ്കിൽ അന്നു മുതൽ മധുരമില്ലാത്ത ചായ യാതൊരു അതൃപ്തിയും കൂടാതെ കുടിക്കാനാകും. എന്നാൽ തെല്ലെങ്കിലും അതൃപ്തിയോ ഇഷ്ടക്കേടോ ഉണ്ടെന്നു വക്കു, അയാൾ ഓരോ തവണയും പഞ്ചസാരയിട്ട ചായയെക്കുറിച്ചു ചിന്തിക്കുകയും ക്രമേണ അയാൾ തന്റെ ലക്ഷ്യത്തിൽ നിന്നു വ്യതിചലിക്കുകയും ചെയ്യും. അതു തന്നെയാണ് ഈ സന്ദർഭത്തിലും നമുക്ക് ഓർക്കാനുള്ളത്.

'മനോഭാവം മാറ്റുക' എന്ന തിരുമാനമെടുത്താൽ അതു കൃത്രിമമായി ഉണ്ടാക്കിയതല്ല എന്നു സ്വയം ബോധ്യപ്പെടുക. പിന്നെ നിലവിലെ സാഹചര്യത്തിൽ താൻ ഏതു വിധത്തിൽ ഇടപെടണം എന്നതിനു സ്വയം വ്യക്തതയുണ്ടാക്കണം. ജോലിയാണെങ്കിൽ അതിൽ നമുക്കു കണ്ടെത്താനാകുന്ന പോസിറ്റീവ് കാര്യങ്ങൾ പരമാധി കണ്ടെത്തി അതിലേക്കു ശ്രദ്ധ കൂടുതൽ കൊടുക്കുക. ഇനി നെഗറ്റീവ് ആയ കാര്യങ്ങളെക്കുറിച്ചു ചിന്തിക്കാതിരിക്കുകയും ആ ജോലിയിൽ താനെത്ര മാത്രം സന്തോഷം കണ്ടെത്തുന്നുവെന്നും സ്വയം ബോധ്യപ്പെടുക. അതു തുടരുക. ജോലിയിൽ നിരന്തരം മികവു കാണിക്കുവാൻ പരിശ്രമിക്കുക. തുടർച്ചയായി വരുന്ന അഭിനന്ദനങ്ങൾ നമ്മളെ കൂടുതൽ സന്തോഷവാന്മാരാക്കും.

ഇനി രണ്ടാമത്തെ തീരുമാനം അതായതു. 'ഞാനിങ്ങനെ തുടരുന്നില്ല' എന്നതാണെങ്കിൽ നമ്മുടെ മനോഭാവം വളരെ വ്യക്തമാണ്. നിലവി

ലത്തേത് ഉപേക്ഷിക്കുന്നു. അപ്പോൾ പുതിയ സാഹചര്യം സൃഷ്ടിക്കേണ്ടതുണ്ട്. തീരുമാനമെടുത്താൽ ആ നിമിഷം മുതൽ ആരംഭിക്കുക. നഷ്ടപ്പെടുത്താൻ നമുക്കു സമയമില്ല. നമ്മുടെ പാത തീർത്തും അപ്രാപ്യമായ ഒന്നാകാതിരിക്കുവാനും ശ്രദ്ധ വെക്കണം. പഴയകാല ആൽകെമിസ്റ്റുകളെപ്പോലെ ഇല്ലാത്ത സ്വർണ്ണത്തിനു പിന്നിൽ സഞ്ചരിക്കാതിരിക്കുക.

പിറ്റേന്ന് ഉച്ചയോടെ എന്നെത്തേടി ഒരു ഫോൺ കോൾ എത്തി. തലേദിവസം ഭർത്താവു സൂചിപ്പിച്ച പയ്യനാണ്. അവൻ സംസാരിച്ചു. വിശദമായി കാര്യങ്ങൾ ഞാൻ കേട്ടറിഞ്ഞു. ഒടുവിൽ അവൻ പറഞ്ഞു, താൻ ആ ജോലി വിടുകയാണ്. ഒരു കോഴ്സ് കൂടി ചെയ്തു തനിക്ക് ഏറ്റവും ഇഷ്ടമുള്ള മേഖലയിൽ ജോലി കണ്ടെത്തണം. അതല്ലാതെ സാധിക്കില്ല. വളരെ ക്രിയേറ്റീവ് ആയ അവന്റെ ആ തീരുമാനം യാഥാർത്ഥ്യബോധം ഉൾക്കൊള്ളുന്നതായിരുന്നു. യഥാർത്ഥത്തിൽ താത്പര്യം ഉള്ള മേഖലയിൽ കാഴ്ച്ച വയ്ക്കുവാനാകുന്ന അത്രയും മുന്നേറ്റം താത്പര്യം ഇല്ലാത്ത ഒന്നിൽ കാഴ്ചവയ്ക്കുവാൻ സാധിക്കില്ല.

ഒരിക്കലും പൊരുത്തപ്പെടാനാവില്ല എന്നു ചിന്തിച്ചു വിഷമിക്കുന്നതിലും നല്ലതു പുതിയ പാത വെട്ടിത്തെളിക്കുകയും മുന്നേറുകയുമാണ്. അപ്പോൾ നമ്മുടെ മനോഭാവം നമുക്ക് അനുകൂല സാഹചര്യം സൃഷ്ടിക്കും.

യഥാർത്ഥ ഇഷ്ടമാകണം യഥാർത്ഥ ലക്ഷ്യം. എന്നാലേ ആ ലക്ഷ്യത്തിനു പിന്നാലെ കുതിക്കാനാകൂ.

OO

അധ്യായം 36

എസ്ക്യൂസ് മി, എനിക്കൊന്നു പ്രസംഗിക്കണം

വരുന്ന ഞായറാഴ്ച ഒരു പബ്ലിക് ഫംഗ്ഷനിൽ പങ്കെടുത്തു സംസാരിക്കണം. എനിക്കു തീരെ സാധിക്കാത്ത കാര്യം. പക്ഷേ, ഇതു ചെയ്തേ പറ്റൂ. ഒന്നു സഹായിക്കൂ.

അടുത്ത സുഹൃത്താണ്. അവൾ കഴിയുന്നതും പൊതു പരിപാടികളിൽ പങ്കെടുക്കുന്നതു ഒഴിവാക്കുകയാണു ചെയ്യാറ്. അത്തരം ഒരു വ്യക്തിയിൽ അഞ്ചു ദിവസം കൊണ്ട് അത്ഭുതം പ്രവർത്തിക്കാൻ സാധിക്കുമോ? ലഞ്ച് ബ്രേക്ക് സമയത്ത് അവൾക്കയക്കേണ്ട മെയിലിൽ എന്തൊക്കെ വിവരങ്ങൾ ഉൾക്കൊള്ളിക്കണം എന്നു ചിന്തിച്ചു ഒരു ചെറിയ കുറിപ്പു തയ്യാറാക്കി വച്ചു.

ഒരു വ്യക്തി, അയാൾ അന്നേ വരെ മൈക്കിനു മുന്നിൽ ചെന്നിട്ടില്ല എന്നിരിക്കട്ടെ, ഏതൊരു കലയും എന്നതുപോലെ ഇവിടെയും പരിശീലനം അത്യാവശ്യമാണ്. പക്ഷേ, ആദ്യമായി മൈക്കിനു മുന്നിൽ എത്തുക എന്ന കടമ്പ കടക്കണമല്ലോ. അവിടെ നമ്മൾ മുന്നിലെ കാഴ്ച്ചക്കാരെക്കുറിച്ചു ചിന്തിക്കാതെ സ്വന്തം മനസിനെ മാത്രം നിയന്ത്രണത്തിലാക്കുന്നതു നിരീക്ഷിച്ചു കൊണ്ട് ആരംഭിക്കണം.

ഇവിടെ ഭയം, തെറ്റുപറ്റിയാൽ ആളുകൾ എന്തു പറയും എന്ന ചിന്ത മാത്രമാണ്.

ഒന്നാമതായി ആളുകൾ എന്തു പറഞ്ഞാലും അതു നമ്മുടെ വിഷയമേ അല്ല എന്ന നിലപാടു സ്വീകരിക്കണം. എന്താണു സംസാരിക്കേണ്ടത് എന്ന് ഒരു മുന്നൊരുക്കം നടത്തുക. പത്ത് മിനിറ്റ് സംസാരിക്കാൻ വേണ്ട കാര്യങ്ങൾ എഴുതുക. വളരെ വൃത്തിയായി, ഭംഗിയുള്ള കൈപ്പടയിലോ അതുമല്ലെങ്കിൽ ഡി.റ്റി.പി ചെയ്തോ മാറ്റർ ഉണ്ടാക്കുക.അതിൽ നമുക്ക് അപരിചിതമായതും നാവ് ഉളുക്കുന്നതുമായ ഒരു വാക്കു പോലും കടന്നു വരരുത്. പല ആവർത്തി അതു വായിച്ച ശേഷം പേപ്പർ മാ

റ്റി വച്ച് എന്താണ് അതിലെ സാരാംശമെന്ന് പറഞ്ഞു നോക്കുക. പിന്നെ, ഫോണിലെ റിക്കോഡർ ഓണാക്കി അതിൽ റിക്കോർഡ് ചെയ്തു കേൾക്കുക. ഇതു വോയിസ് മോഡുലേഷനെക്കുറിച്ചൊരു ധാരണ തരും. പരിഭ്രമം തോന്നുമ്പോൾ ദീർഘമായി ശ്വാസം ഉള്ളിലേക്കെടുത്തു വായ തുറന്നു വളരെ സാവകാശം പുറത്തേക്കു കളയുക. ഇതു ഉള്ളിൽ ശാന്തത വളർത്തും. മാന്യമായ രീതിയിൽ വസ്ത്രധാരണം ചെയ്തു വേദിയിലെത്തുക. സദസിനെ ആകെ ഒരു വട്ടം നോക്കി അഭിസംബോധന ചെയ്തു കൊണ്ട്, പിന്നീട്, അകലെ ഒന്നോ രണ്ടോ പോയിന്റിലേക്കു നോക്കി, തിടുക്കം കൂട്ടാതെ സംസാരിച്ചു നന്ദി പറഞ്ഞ് ഒന്നുകൂടി സദസ്സിനെ നോക്കി വന്ദിച്ചു സ്വന്തം സീറ്റിലേക്കു മടങ്ങാം.

ഇതു തുടക്കക്കാരോടു പറയാവുന്ന കാര്യങ്ങളാണ്. എന്നാൽ നിങ്ങൾ തുടരെ സദസ്സിനെ അഭിസംബോധന ചെയ്യാറുള്ള വ്യക്തിയാണെങ്കിൽ മറ്റു ചില വിഷയങ്ങൾ കടന്നു വരുന്നുണ്ട്. ഒന്നാമതായി നിങ്ങൾ സഭാകമ്പം അതിജീവിച്ചു കഴിഞ്ഞു. ഇനി പത്തു മിനിറ്റല്ല, മണിക്കൂറുകൾ തന്നെ സംസാരിക്കാനാകും.

ഈ ഘട്ടത്തിൽ നേരിടുന്ന പ്രധാന പ്രശ്നം കേൾവിക്കാരുടെ ശ്രദ്ധ നിങ്ങളിൽ നിലനിർത്താനാകുന്നോ എന്നതാണ്. ഉറപ്പുള്ള നാലു തൂണുകളിലാണു നാം നമ്മുടെ അടിത്തറ പണിതുയർത്തിയിരിക്കുന്നതെങ്കിൽ അല്പവും ഭയക്കേണ്ടതില്ല.

ആ നാലു തൂണുകൾ ഇവയാണ്.

1. സത്യസന്ധത
2. പറയുന്ന കാര്യങ്ങളുടെ ആധികാരികത
3. അന്തസ്സ്
4. സ്നേഹം

ആദ്യത്തെ വാക്കു നോക്കാം.

സത്യസന്ധത.

നാം പറയുന്ന കാര്യങ്ങളോടു നമ്മൾ പുലർത്തേണ്ട മനോഭാവമാണ് ഈ വാക്കു കൊണ്ട് ഉദ്ദേശിക്കുന്നത്. പലപ്പോഴും രാഷ്ട്രീയ പ്രസംഗങ്ങളിൽ ഇല്ലാത്തതും ഇതേ സംഗതിയാണ്.

രണ്ടാമത്തെ വാക്ക് ആധികാരികത.

പറയുന്ന കാര്യങ്ങൾ വെറും കേട്ടറിവു മാത്രമാകരുത്. ഓസ്ട്രേലിയൻ കാടുകളുടെ വൻനാശത്തെക്കുറിച്ച് സംസാരിക്കുമ്പോൾ, ലോകത്തെ പ്രമുഖ പത്രങ്ങൾ റിപ്പോർട്ട് ചെയ്ത കാട്ടുതീയുടെ സമഗ്രവിവരങ്ങൾ നിങ്ങളുടെ പ്രഭാഷണത്തിലുൾപ്പെടുത്തിയാൽ അത് ശ്രോതാക്കൾക്കും ഗുണകരമാകും. ഇത്തരത്തിൽ വിവരശേഖരണം ഇന്ന് അനായാ

സം ചെയ്യാനാകും. അല്പം ക്ഷമയും താത്പര്യവും വേണമെന്നു മാത്രം. ഇതിനുള്ള സ്രോതസ്സ് കണ്ടെത്തിയാൽ മാത്രം മതി.

നിരുത്തരവാദമായി കമന്റുകൾ പറയാതിരിക്കാൻ ശ്രദ്ധ വെക്കണം.

മൂന്നാമത്തേത് അന്തസ്സ് എന്ന വാക്കാണ്.

ഇതിനു രണ്ടു തലങ്ങളുണ്ട്.

ഒന്ന് സ്വന്തം അന്തസ്സ്, രണ്ടാമത്തേത് സദസിന്റെ അന്തസ്സ്.

പലപ്പോഴും പല ടിവി ഷോകളിലും ഇതു രണ്ടും കൈവിട്ടു കൊണ്ട് അവതാരകർ പെരുമാറുമ്പോൾ നമ്മുടെ ഉള്ളിലൊരു ജാള്യത അനുഭവപ്പെടാറില്ലേ? ആ സാഹചര്യം ഒഴിവാക്കുക എന്നതാണു ഏറ്റവും പ്രധാനം.

നാലാമത്തെ വാക്ക് സ്നേഹമാണ്.

സ്നേഹമെന്നാൽ അവനവന്റെ പ്രവർത്തിയോടുള്ള സ്നേഹമാണ്. സ്റ്റേജിൽ നിന്നു സംസാരിക്കാനേ ഇഷ്ടപ്പെടാത്ത ഒരാൾക്കു പബ്ലിക് സ്പീക്കർ ആകാനെങ്ങനെ സാധിക്കും?

നാലു തൂണുകൾ പണിതു.

ഇനി വേണ്ടതു സംസാരിക്കുന്നതിൽ ശ്രദ്ധിക്കേണ്ട കാര്യങ്ങളാണ്.

ഇവിടെ നമ്മൾ പറയുന്ന കാര്യം മറുഭാഗത്തുള്ളവർക്കു മനസിലാകണം. അതിനു ശ്രദ്ധിക്കേണ്ടത്,

1. ശബ്ദം വായയിൽ നിന്നുമല്ല നെഞ്ചിന്റെ ഭാഗത്തു നിന്നും ആർജ്ജവത്തോടെ പുറപ്പെടുന്ന ഒന്നാകണം. ആ ശബ്ദത്തിന് ഒരു ആജ്ഞാശക്തി ഉണ്ടാകും. ലോകനേതാക്കളെ ശ്രദ്ധിക്കൂ. അവരുടെ വാക്കുകളുടെ ശക്തി ശ്രദ്ധിക്കൂ.

2. ശബ്ദവിന്യാസം. ഒരേ മട്ടിലുള്ള പറച്ചിൽ വിരസമാണ്. ആവശ്യത്തിനു മോഡുലേഷൻ നൽകി പ്രാക്ടീസ് ചെയ്തു സ്റ്റേജിൽ എത്തുക.

3. വേഗത: അതധികം വർദ്ധിക്കരുത്. ഒപ്പം തീരെ പതിയെയും ആകരുത്.

4. പിച്ച്: പ്രസംഗിക്കുമ്പോൾ പിച്ച് കേൾവിക്കാരെ അസ്വസ്ഥപ്പെടുത്തുന്ന ഒന്നാകാതിരിക്കുവാൻ പരിശീലിക്കുക.

5. നിരന്തരമായി ചോദ്യങ്ങൾ ഉന്നയിച്ചു സംസാരിക്കാതിരിക്കാൻ ശ്രദ്ധ വക്കണം.

ഓർക്കുക ശബ്ദം കൊണ്ടാണു നമ്മൾ സദസിനെ കീഴടക്കേണ്ടത്. വസ്ത്രധാരണം മാന്യമായതും നമുക്ക് ആത്മവിശ്വാസം നൽകുന്നതാകണം. ശബ്ദവിന്യാസത്തിലെ പോരായ്മകൾ ട്രെയിനിങ്ങിലൂടെ മാറ്റിയെടുക്കാം. നിൽപ്പ്, നടപ്പ്, ശരീരഭാഷ തുടങ്ങിയവ കണ്ണാടിക്കു മുന്നിൽ നിന്നു പ്രാകടീസ് ചെയ്തും പ്രശ്നങ്ങൾ പരിഹരിക്കാം.

ഇനി ഏതൊരു പ്രാസംഗികനേയും വിഷമത്തിലാക്കുന്ന ഒരു കാര്യമുണ്ട്.

നൂറു പേരുള്ള സദസിലെ എല്ലാവരുടേയും ശ്രദ്ധ ആകർഷിക്കാനാകുന്നില്ല എന്നതാണ് ഇവിടെ വിഷയം. എന്താണ് അതിന്റെ കാരണം?

ആദ്യം മനസിലാക്കേണ്ടത് സദസിൽ കുറച്ചു പേർ ചില നെഗറ്റീവ് ചിന്തകൾ ഉള്ളവരാകും എന്നതാണ്. പരദൂഷണം പറയുവാൻ താത്പര്യമുള്ളവർ, എന്തിലും കുറ്റം അന്യരിൽ ആരോപിക്കുന്നവർ, സ്വന്തമായി ഉത്തരവാദിത്വം യാതൊന്നും ഏറ്റെടുക്കാത്തവർ, എല്ലാത്തിനേയും സംശയദൃഷ്ടിയോടെ സമീപിക്കുന്നവർ, സ്വന്തം നിലപാടു മാത്രമാണ് ശരിയെന്ന് ശഠിക്കുന്നവർ. ഇത്തരം ആൾക്കാർ നിശ്ചയമായും ഏതു സദസിലുമുണ്ടാകും. അവരെ വിട്ടു കളയുക. അവർ സ്വയം മാറാത്തിടത്തോളം മറ്റാർക്കും അവരിൽ പ്രഭാവം ചെലുത്താനാകില്ല.

നന്നായി പ്രസംഗിക്കുകയും സദസ്സിനെ അഭിസംബോധന ചെയ്യുന്നതും ഒരു കലയാണ്. നിരന്തരമായ പരിശീലനം അതിൽ നമ്മെ മികച്ച നിലയിലേക്കുയർത്തും.

○○

അധ്യായം 37

അതിജീവന ശേഷിയുള്ളതു വിജയിക്കട്ടെ

എന്തുകൊണ്ടാണു നമ്മുടെ ഗ്രേറ്റ് ഐഡിയകൾ ചീറ്റിപ്പോകുന്നത്?

ആദ്യമായി തിരിച്ചറിയേണ്ടതു മഹത്തായ ആശയം എന്നൊന്നില്ല എന്നതാണ്. നെറ്റി ചുളിയണ്ട. ഏതൊരു ആശയവും മഹത്തായ ആശയമായി മാറുന്നത് അതു പ്രവൃത്തിപഥത്തിൽ വന്നു വിജയിച്ചതിനു ശേഷം മാത്രമാണ്. അതായതു നമ്മുടെ ചിന്തയിൽ മാത്രം നിറഞ്ഞു നിൽക്കുമ്പോൾ അതു കേവലമൊരു ആശയം മാത്രമാണ്. വിജയിക്കാനും പരാജയപ്പെടാനും ഒന്നുപോലെ സാധ്യതകൾ ഉള്ള ഒരാശയം മാത്രം.

ഇത്തരത്തിലെ അനേകം ആശയങ്ങൾ ഓരോരുത്തരിലും ഉണ്ടായി വരും. അവയെല്ലാം പ്രാവർത്തികമായി വരില്ല.

നമ്മുടെ കഥകളും സിനിമകളും ഒക്കെ ഹൈലൈറ്റ് ചെയ്യുന്നതു വിജയികളുടെ കഥകളാണ്. കുട്ടിക്കാലത്തു നമ്മൾ വായിച്ചിരുന്ന കഥകൾ ഓർത്തുനോക്കൂ, എല്ലാത്തിലും നന്മയുടെ വശം എത്ര അനായാസമായാണു വിജയിക്കുന്നത് അല്ലേ?

അതുപോലെ ഇരുപത്തിയഞ്ചു പേർ വന്നാലും നായകൻ ഒറ്റയടിക്ക് എല്ലാവരേയും ഒന്നിച്ചു മറിച്ചിടുന്നതു കാണാറില്ലേ സിനിമയിൽ? നായകൻ ഒളിച്ചോടിപ്പോയാൽ തിരികെ വരുന്നതു കോടീശ്വരനായാണ്. ഈയൊരു അനായാസ വിജയത്തിന്റെ ചിന്തയാണ് ഏതൊരു ഉദ്യമത്തിനിറങ്ങുമ്പോഴും നമ്മുടെ ഉപബോധമനസിൽ നിറഞ്ഞു നിൽക്കുക.

എന്നാൽ, ഒരാശയം പ്രവൃത്തിപഥത്തിലെത്തിക്കും മുൻപു അതിന് അതിജീവന ശേഷിയുണ്ടോ എന്നറിയണം. അതിന്റെ സർവ്വവിധമായ പഠനങ്ങളും നടത്തണം. പല കാര്യങ്ങളും നമ്മൾ കേട്ടറിവു വെച്ചും നമ്മുടെ മിഥ്യാധാരണകൾ വെച്ചുമാണു കെട്ടിപ്പൊക്കുക. കേട്ടിട്ടില്ലേ? 'ഞാൻ വിചാരിച്ചത് അയാളെന്നെ ആ ഘട്ടത്തിൽ സഹായിക്കുമെന്നായിരുന്നു. പക്ഷേ അയാളെന്നെ സഹായിച്ചില്ല എന്നു മാത്രമല്ല തിരിഞ്ഞു നോക്കിയതുപോലുമില്ല.'

സത്യത്തിൽ ഇവിടെ തെറ്റ് ആരുടെ ഭാഗത്താണ്? നമ്മുടെ കാര്യങ്ങളിൽ ആപൽബാന്ധവനായി ഏതെങ്കിലുമൊരാൾ സ്വയം പ്രത്യക്ഷപ്പെട്ടോളും എന്നു ധരിച്ചു നമ്മൾ വേണ്ട തയ്യാറെടുപ്പു നടത്താതിരുന്നതല്ലേ?

പണ്ടത്തെ വയൽക്കുരുവിയമ്മയുടെ കഥയോർമ്മയില്ലേ?

തള്ളപ്പക്ഷി തീറ്റയുമായി വന്നപ്പോൾ വയലിലെ കതിരുകൾക്കിടയിൽ കൂട്ടിയ കൂട്ടിലെ പറക്കമുറ്റാത്ത പക്ഷിക്കുഞ്ഞുങ്ങൾ പേടിച്ചു വിറച്ചുകൊണ്ടു പറഞ്ഞു.

'നാളെ കൊയ്ത്തു നടക്കും അമ്മേ, നാട്ടുകാർ വരും കർഷകനെ സഹായിക്കാൻ. അവർ എല്ലാവരും ചേർന്നു കൊയ്ത്തു നടത്തും.'

തള്ളക്കുരുവി പറഞ്ഞു

'ഇല്ല... നാളെ കൊയ്ത്തില്ല.'

പിന്നെ ബന്ധുക്കൾ, അയൽക്കാർ, സുഹൃത്തുക്കൾ അങ്ങനെ കർഷകൻ ഓരോരുത്തരുടേയും സഹായം കാത്തിരുന്നു. ഒടുവിൽ കതിരുകൾ കൊഴിഞ്ഞു വീണു തുടങ്ങിയപ്പോൾ ഒപ്പം കുരുവിക്കുഞ്ഞുങ്ങൾ പറന്നുയർന്നു കഴിഞ്ഞപ്പോൾ കർഷകൻ സ്വന്തം കുടുംബവുമായി ചേർന്നു കൊയ്യാനിറങ്ങി. കൊയ്ത്തു നടന്നു.

അതുപോലെ, സ്വന്തം കാര്യങ്ങളുടെ ഉത്തരവാദത്വം സ്വയം ഏറ്റെടുക്കാം എന്ന് ഉറപ്പുണ്ടെങ്കിൽ മാത്രമേ എന്തിനും ഇറങ്ങിപ്പുറപ്പെടാൻ പാടുള്ളൂ.

വിജയിക്കുന്ന ഓരോ പദ്ധതിക്കും പിന്നിൽ പരാജയപ്പെട്ട അനേകം പദ്ധതികൾ ഉണ്ടാകും. ആ പരാജയങ്ങളും, തെറ്റുകളും ഒക്കെ പഠിപ്പിക്കുന്ന പാഠങ്ങളാണു വിജയത്തിന്റെ കരുത്തുറ്റ തൂണുകൾ.

ഇനി ഏറ്റവും പ്രധാനമായ മറ്റൊരു രഹസ്യമെന്താണെന്നോ നമ്മുടെ പല ഗ്രേറ്റ് ഐഡിയകളും നടപ്പിലാക്കാൻ ഉള്ളവയല്ല എന്നതു തന്നെ. നമ്മുടെ എല്ലാ സ്വപ്നങ്ങളും നടപ്പാവില്ല എന്നു മാത്രമല്ല നടപ്പാകേണ്ടതുമല്ല. ഒരു രഹസ്യമുണ്ട്, യഥാർത്ഥ വിജയി നടപ്പിൽ വരുത്തിയ ഐഡിയകളുടെ പതിൻമടങ്ങ് അയാൾ നടപ്പിൽ വരുത്താതെ ഉപേക്ഷിച്ചവയാണ്. നമ്മുടെ എല്ലാ ആശയങ്ങളും മഹത്തായതായിരിക്കും എന്നാൽ നടപ്പിലാക്കാതെ പോയ ആശയങ്ങൾ കൂടിയാണ് ഒരാളെ യഥാർത്ഥ വിജയിയാക്കുന്നത്.

ധാരാളം ഡ്രീംപോജക്റ്റുകളെക്കുറിച്ചുള്ള ചിന്തകൾ ഉണ്ടാകട്ടെ. അതിൽ നിന്നും അതിജീവന ശേഷിയുള്ളവ പിറന്നു വീഴട്ടെ.

അധ്യായം 38

ശരീരഭാഷക്ക് നിത്യജീവിതത്തിലെ റോൾ

'അമ്മയ്ക്ക് അറിയില്ലേ ക്ലാസിലെ നവീനിനെ? അവനാണു ക്ലാസ് ടോപ്പർ. പക്ഷേ എനിക്കവനെ എന്തോ അങ്ങോട്ട് ഇഷ്ടപ്പെടുന്നില്ല. മിക്കപ്പോഴും അവൻ പറയുന്നതാവില്ല കേൾക്കുന്ന നമുക്കു ഫീൽ ചെയ്യുന്നത്. ക്ലാസ് ടെസ്റ്റ് വച്ചാൽ അവൻ ഒന്നും പഠിച്ചില്ല എന്നു പറയും. പക്ഷേ അതു പറയുമ്പോൾ അവന്റെ മുഖത്തു വരുന്ന ഭാവം കണ്ടാൽ അറിയാം ആ പറയുന്നതു കള്ളമാണെന്ന്. മാർക്ക് വരുമ്പോൾ അതു സത്യവുമാണ്. അതു കൊണ്ടു ക്ലാസ്സിൽ ആർക്കും അവനെ ഇഷ്ടമല്ല.'

ഈ അഭിപ്രായം കൃത്യമായ നിരീക്ഷണത്തിൽ നിന്നുണ്ടായതു തന്നെയാണ്. പലപ്പോഴും നമ്മളോടു സംസാരിക്കുന്നവരുടെ വാക്കുകളും അവരുടെ ശരീരഭാഷയും തമ്മിൽ പൊരുത്തമുണ്ടാകില്ല. ഒരു സെയിൽസ്മാന്റെ കഥ നോക്കൂ. അയാൾ ഒരു വിജയിച്ച സെയിൽസ്മാനാണ്. ഏതാണ്ടു മുപ്പതു പേരു വരുന്ന ഗ്രൂപ്പിലെ ഏറ്റവും മികച്ച പ്രകടനം അയാളുടേതാണ്. മറ്റുള്ളവർക്ക് അയാളോട് അസൂയ തോന്നിത്തുടങ്ങി. ഒടുവിലവർ മേലുദ്യോഗസ്ഥനോടു തന്നെ ചോദിച്ചു

'എന്താണ് അവനും ഞങ്ങളും തമ്മിലുള്ള വ്യത്യാസം?'

അദ്ദേഹം പറഞ്ഞു

'നിങ്ങളും അയാളും ഒരേ സാധനങ്ങൾ തന്നെയാണു വിൽക്കുന്നത്. അതും ഒരേ വിലയിൽ. പക്ഷേ അയാളത് ഒരു ഉപഭോക്താവിനോടു പറയുമ്പോൾ അയാളുടെ വാക്കുകൾ മാത്രമല്ല അയാളുടെ ശരീരഭാഷ, മുഖഭാവം തുടങ്ങിയവ കൂടി നോക്കൂ, അയാളുടെ മുഖത്ത് എഴുതി വച്ചിരിക്കുന്നത് എന്താണ്? ഇതിലും മികച്ച ഉപകരണം ഇതിലും വിലക്കുറവിൽ മറ്റെവിടെ നിന്നും ലഭിക്കില്ല എന്നാണ്? ഇനി അയാളുടെ ശരീരഭാഷ ശ്രദ്ധിക്കൂ, കൈകൾ വിടർത്തി, എത്ര ഊർജ്ജസ്വലമായാണ് അയാൾ ഇടപെടുന്നത്. ഇതാണു ശരിക്കും അയാളെ വ്യത്യസ്തനാക്കുന്നത്. നിങ്ങൾ സ്വന്തം ഇടപാടുകാരോടു സംസാരിക്കുമ്പോൾ ശരീരഭാ

ഷ തികച്ചും എതിരാണ്. അപ്പോൾ അവർക്കു സംശയം തോന്നും. അവർ മറ്റിടം തേടിപ്പോകും.'

ഇതു തന്നെയാണ് എല്ലാ രംഗങ്ങളിലും സംഭവിക്കുന്നത്. മാധ്യമങ്ങളിലെ ചർച്ചകളിൽ സംസാരിക്കുന്ന വ്യക്തിയുടെ മുഖഭാവവും ആ വ്യക്തിയുടെ സംഭാഷണവും തമ്മിൽ പൊരുത്തം വന്നില്ലെങ്കിൽ എന്താണു സംഭവിക്കുക?

കാണികൾക്കു ആ നേതാവിൽ വിശ്വാസം നഷ്ടമാകും.

നിത്യജീവിതത്തിൽ പല പ്രശ്നങ്ങളുടേയും യഥാർത്ഥ കാരണം ശരീരഭാഷയിലെ പിഴവുകൾ അഥവാ വൈരുദ്ധ്യങ്ങളാണ്.

ഒരു ഉദാഹരണം നോക്കാം.

ഒരു പ്രാദേശിക നേതാവ്. അദ്ദേഹത്തിന്റെ തെരഞ്ഞെടുപ്പു പ്രചരണ പരിപാടികളിൽ ഊണും ഉറക്കവും ഉപേക്ഷിച്ചു പ്രവർത്തിച്ച ഒരു പ്രവർത്തകൻ. തെരഞ്ഞെടുപ്പിൽ വളരെ കടുത്ത മത്സരത്തിനൊടുവിൽ നേതാവു ജയിച്ചു. ജയിച്ചതോടെ സ്വാഭാവികമായും നേതാവിനു തിരക്കേറി. ഒരു ദിവസം ആ പ്രവർത്തകൻ നേതാവിനു മുന്നിൽ ചില നിവേദനങ്ങളുമായി എത്തി. നേതാവു ചിരിച്ചു കൊണ്ടു നിവേദനം വാങ്ങുകയും പരിഗണിക്കാമെന്നു ഉറപ്പു പറയുകയും ചെയ്തു. എന്നാൽ പുറത്തിറങ്ങിയ പ്രവർത്തകൻ കൂടെ വന്ന ആളോടു പറഞ്ഞു, നിങ്ങൾ വേറെ വഴി നോക്കിക്കോ ഇതു നടക്കില്ല എന്ന്. എങ്ങനെയത് ആ പ്രവർത്തകനു മനസിലായി? മറ്റൊന്നുമല്ല, വാക്കു കൊണ്ടു സഹായിക്കും എന്നു പറയുമ്പോഴും അതു നടക്കില്ല എന്നു നേതാവിന്റെ ശരീരഭാഷ പ്രകടമാക്കുന്നുണ്ടായിരുന്നു. വാക്കുകളേക്കാൾ മികച്ച രീതിയിൽ നേതാവിന്റെ യഥാർത്ഥ മനസ്സ് പ്രവർത്തകനു പിടികിട്ടി എന്നു ചുരുക്കം.

ഓഫീസുകളിൽ ഫ്രണ്ട് ഓഫീസ് സ്റ്റാഫുകൾ എത്ര പുഞ്ചിരിച്ചു വിനയം പ്രകടിപ്പിച്ചു സംസാരിക്കുമ്പോഴും അവരറിയാതെ അവരുടെ യഥാർത്ഥ മനോഭാവം പുറത്തു വരാറുണ്ട്. വരുന്ന കസ്റ്റമറോടു സൗഹാർദ്ദപൂർവ്വം ചിരിച്ചുകൊണ്ടും വിനയത്തോടെയും പെരുമാറുവാൻ കഴിഞ്ഞാൽ അത് ആ ജീവനക്കാരനു നൽകുന്ന മൈലേജ് വളരെ മികച്ചതായിരിക്കും. മുഖത്ത് ഒട്ടിച്ചു വച്ച കൃത്രിമ ചിരിയും കൃത്രിമ വിനയവും അവരുടെ സ്വതസിദ്ധമായ സ്വഭാവമല്ല അതെന്നു കാണുന്നവരിൽ കൃത്യമായ ബോധം സൃഷ്ടിക്കും. അത് ഉപഭോക്താവിൽ ഗുണപരമായ മാറ്റം വളരെയൊന്നും സൃഷ്ടിക്കില്ല. ഒരു ബൊമ്മയിൽ നിന്നു ലഭിക്കുന്ന ചിരിയുടെ വില മാത്രമേ അത്തരം പ്രകടനങ്ങൾക്ക് ഉപഭോക്താവ് നൽകുകയുള്ളൂ.

ഒന്നോർക്കാം, ചിന്തിക്കുന്നതും പറയുന്നതും തമ്മിലുള്ള വൈരുദ്ധ്യം

മറച്ചു പിടിക്കുക അത്ര അനായാസമായി ചെയ്യാവുന്നതല്ല. യഥാർത്ഥ ത്തിൽ നമ്മുടെ ശരീരഭാഷയെന്നതു വളരെ സ്വാഭാവികമായി കാഴ്ച്ച ക്കാരനു തോന്നണം. ശരീരഭാഷ ഒരു പൊതുവേദിയിലെ പ്രകടനത്തിൽ മാത്രം ബാധകമാകുന്ന ഒന്നല്ല. ഏതു ജീവിതഘട്ടത്തിലും വളരെ നിർ ണ്ണായകമായ ഒന്നാണ് അത്.

ശരീരഭാഷയ്ക്ക് ആശയ വിനിമയത്തിൽ വാക്കുകളേക്കാൾ പ്രാധാ ന്യമുണ്ട്. അതു തിരിച്ചറിഞ്ഞു പ്രവർത്തിക്കുന്നവർക്കു വിജയം സുനി ശ്ചിതം.

○○

അധ്യായം 39

പരാജയം വിജയത്തിന്റെ മുന്നോടി

മത്സരപ്പരീക്ഷകൾ ഭാവി നിർണ്ണയിക്കുന്ന കാലമാണിത്.

കുട്ടികൾ പ്ലസ് ടൂവും ഡിഗ്രിയും കഴിഞ്ഞാണു മെഡിക്കൽ/എഞ്ചിനീയറിങ് ബിരുദ പരീക്ഷകൾ ഒഴിച്ചു മറ്റു ദേശീയ തലമത്സര പരീക്ഷകൾക്കു തയ്യാറെടുക്കാൻ തുടങ്ങുക. അവിടെ പിടിച്ചു നിൽക്കാൻ നല്ല ബുദ്ധി മാത്രം പോര. ഓർമ്മശക്തി ലോകം നിയന്ത്രിക്കുന്ന കാലം കടന്നു പോയിരിക്കുന്നു. എഞ്ചുവടിയും ഉപന്യാസങ്ങളും കാണാപ്പാഠം പഠിച്ചു കടുകിട തെറ്റാതെ വടിവൊത്ത അക്ഷരങ്ങളിൽ എഴുതി നിറക്കേണ്ട കാലവുമല്ല. മറിച്ചു, പ്രായോഗിക ബുദ്ധിയും, ദൃഢനിശ്ചയവും പോരാട്ട വീര്യവും ഒക്കെ വേണം ഇന്നത്തെക്കാലത്ത്. രണ്ടു ചുവടു മുന്നോട്ടു നീങ്ങുമ്പോൾ ഒരു ചുവടു പിന്നാക്കം പോയാൽ തളരരുത്. ചിലരുടെ വിജയകഥ വായിക്കുമ്പോൾ അവർ കടന്നു വന്ന വഴി പരിശോധിക്കണം. അപ്പോഴറിയാം അവർ നടത്തിയ ശ്രമകരമായ ദിനങ്ങളുടെ കഥ.

സിവിൽ സർവ്വീസ് പരീക്ഷയ്ക്കു തയ്യാറെടുത്ത് ആദ്യശ്രമത്തിൽ ഇന്റർവ്യൂ വരെ എത്തി അടുത്ത രണ്ടു തവണ മെയിൻസ് കടക്കാതെ, ഇനി വയ്യ എന്നു വിഷമിക്കുന്ന ഒരു പെൺകുട്ടിയാണു മുന്നിൽ. കടുത്ത നിരാശ ബാധിച്ച കണ്ണുകളിൽ നോക്കി, നീ തളരരുത് എന്നു വെറുതേ പറഞ്ഞിട്ടു കാര്യമില്ല. നമ്മുടെ പഠന രീതികളിലൊന്നിലും ജയപരാജയങ്ങളിലെ ഇത്തരം ചാഞ്ചാട്ടം നേരിടാനുള്ള പരിശീലനം ഉൾപ്പെടില്ല. എന്നാൽ മത്സര പരീക്ഷകളിൽ മാത്രമല്ല, ജീവിതത്തിലെ പല നിർണ്ണായക ഘട്ടങ്ങളിലും നമ്മൾ ചതുരംഗക്കളത്തിലെ കരുക്കളെപ്പോലെ മുന്നോട്ടൊരു ചുവടു പിന്നാക്കം രണ്ട് എന്ന മട്ടിൽ തളർന്നുപോകാറുണ്ട്.

ഒരാളുടെ യൗവ്വനാവസ്ഥയിൽ സാമ്പത്തിക കാര്യങ്ങളും നിരാശയിലേക്കു തള്ളിവിടാറുണ്ട്. ഇതിൽ നിന്ന് എങ്ങനെ മുന്നേറും? ദൃഢനിശ്ചയം എന്ന വാക്കു നിഘണ്ടുവിലൊളിപ്പിക്കേണ്ട ഒന്നല്ല എന്നറിയുക. ആ

വാക്കാണ് ഉത്തരം. ഇനി അതെങ്ങനെ എന്നല്ലേ?

ഇത്രേ ഉള്ളൂ. നമ്മുടെ പ്ലാനിങ്ങിൽ പിഴവു സംഭവിച്ചാൽ ഉദ്ദേശിച്ച ഫലം ലഭിക്കില്ല. ചിലപ്പോഴെങ്കിലും അപ്രതീക്ഷിത സംഭവങ്ങൾ കാര്യങ്ങളെ അപ്പാടെ തകിടം മറിച്ചുവെന്നും വരാം. സുനാമി തന്നെ വന്നേക്കാം. പക്ഷേ നമ്മുടെ നിശ്ചയത്തിന് ഇളക്കം തട്ടരുത്.

പരാജയപ്പെട്ടു. ആ സത്യം ഉൾക്കൊള്ളുക. വീണ്ടും മുന്നോട്ടേക്കു കുതിക്കുക. ഒരു വയസുള്ള കുഞ്ഞു നടക്കാൻ പഠിക്കുകയാണ്. അവൻ ഒരു തവണ വീണു, രണ്ടു തവണ വീണു. മൂന്നാം തവണ ഞാൻ തോറ്റു എന്നെക്കൊണ്ടു നടക്കാനാവില്ല എന്നു പറഞ്ഞാൽ അതു നമ്മൾ അംഗീകരിക്കുമോ? അത്ര തന്നെ വലിയ മണ്ടത്തരമാണു തോൽവിയുടെ പേരിൽ നാം ലക്ഷ്യം ഉപേക്ഷിക്കുന്നുവെന്നത്.

നിർണ്ണായക ഘട്ടങ്ങളിൽ സംഭവിക്കുന്ന തോൽവിയോട് എങ്ങനെയാണു പ്രതികരിക്കേണ്ടത്?

ഒന്നാമതായി ജയത്തിന്റെ അടിസ്ഥാനം തന്നെ തോൽവിയാണെന്ന് അറിയുക. ജയത്തിലേക്കു നയിക്കുന്നതു തോൽവിയുടെ കയ്പ്പുനീരു കൂടിയാണ്. അവിടെ കൂട്ടായി ചുറ്റുപാടിന്റെ പരിഹാസമുണ്ടാവും. എന്നാൽ നമ്മൾ തിരിച്ചറിയേണ്ടത് അപൂർവ്വം ചിലരൊഴികെ ഭൂരിപക്ഷം വിജയികളും പരാജയത്തിൽ അടിപതറാതെ കുതിച്ചു പാഞ്ഞവരാണെന്നതാണ്.

നമ്മുടെ ശാസ്ത്രലോകത്തെ പല കണ്ടുപിടുത്തങ്ങളും നമ്മളെ എത്രമാത്രം അത്ഭുതപ്പെടുത്താറുണ്ട്. എന്നാൽ അവയുടെ പിന്നിലെ നിരന്തര പ്രയത്നത്തെക്കുറിച്ചു നാം അറിയാറുണ്ടോ?

ശാസ്ത്രലോകത്തിലെ ഒരു കഥയുണ്ട്.

അന്നു ഭൂമിയും സൂര്യനും തമ്മിലുള്ള ദൂരം കണ്ടു പിടിച്ചിരുന്നില്ല. എഡ്മണ്ട് ഹാലിയുടെ അഭിപ്രായത്തിൽ സൂര്യനു മുന്നിലൂടെ ശുക്രൻ കടന്നു പോകുന്ന പ്രത്യേക സമയത്തു ഭൂമിയുടെ പല ഭാഗങ്ങളിൽ നിന്നും ആകാശഗോളങ്ങളെ വീക്ഷിച്ചു ത്രികോണമാപനം വഴി ദൂരം തിട്ടപ്പെടുത്തുക. പക്ഷേ ശുക്ര സന്തരണത്തിന്റെ ഇടവേള എട്ടു വർഷമാണ്. അതായത് ഒരു വട്ടം പരാജയപ്പെട്ടാൽ പിന്നീട് എട്ടു വർഷം വേണ്ടി വരും അടുത്ത കണക്കെടുപ്പിന്. ശാസ്ത്രജ്ഞൻമാർ തയ്യാറെടുപ്പു തുടങ്ങി. ഹാലി മരിച്ചു രണ്ടു നൂറ്റാണ്ടു കഴിഞ്ഞു 1761 ലെ ശുക്രസന്തരണ സമയം. ഗീഹോം ലെ ജെന്റിൽ എന്ന ശാസ്ത്രജ്ഞൻ ഇന്ത്യയിൽ നിന്നും ശുക്രസന്തരണം വീക്ഷിക്കാൻ തീരുമാനിച്ചു. അദ്ദേഹം ഒരു വർഷം മുൻപു തന്നെ കപ്പലിൽ ആവശ്യത്തിനുള്ള ഉപകരണങ്ങളുമായി യാത്ര തുടങ്ങി. പക്ഷേ ഒരു വർഷം കൊണ്ട് കപ്പൽ ഇന്ത്യയിലെത്തിയി

ല്ല. നടുക്കടലിലെ ഇളക്കങ്ങൾക്കിടയിൽ അദ്ദേഹത്തിന്റെ കൺമുന്നിൽ ആ ശുക്ര സന്തരണം കഴിഞ്ഞു പോയി. പക്ഷേ അദ്ദേഹം നിരാശനാകാതെ ഇന്ത്യയിലേക്കുള്ള യാത്ര തുടർന്നു. അടുത്ത എട്ടു വർഷം കഴിഞ്ഞുള്ള ശുകസന്തരണത്തിനായുള്ള കാത്തിരിപ്പ് തുടർന്നു. ഒടുവിൽ 1769 ജൂൺ നാല്. ഗീഹോം മാനത്തേക്ക് കണ്ണുനട്ടിരുന്നു. ശുക്രൻ സൂര്യന്റെ മുന്നിലെത്തിയ നിമിഷം ഒരു മേഘം കടന്നു വന്നു. അതു ശുക്രനെ മറച്ചു നിന്നു. ശുക്രസന്തരണം കഴിഞ്ഞു. മേഘം അതിന്റെ വഴിക്കു പോയി.

ഗീഹോം എന്ന ശാസ്ത്രജ്ഞൻ എന്താണു ചെയ്യേണ്ടത്?

മടുത്തു ജീവനൊടുക്കാമെന്നോ?

ഇനി ശുക്രസന്തരണവുമായി കൂട്ട് വെട്ടി എന്നാണോ?

അതോ എല്ലാം ഉപേക്ഷിച്ചു മറ്റു വല്ല പണിയും ചെയ്യാമെന്നോ? എന്നാൽ അദ്ദേഹം തന്റെ യാത്ര തുടരുകയാണു ചെയ്തത്. ഇത്തരത്തിൽ പരാജയങ്ങളുടെ വേലിയേറ്റത്തിലും തളരാതെ പൊരുതിനിന്നവർ നിർമ്മിച്ചെടുത്ത ലോകമാണു നമുക്കു ചുറ്റുമുള്ളത്. അന്നവർ തളർന്നിരുന്നുവെങ്കിൽ ഇന്ന് ഈ ലോകം മറ്റൊരു തരത്തിലാകും പ്രത്യക്ഷപ്പെട്ടിരിക്കുക. നിരന്തര പരാജയങ്ങൾ ഒരുവനെ വിജയത്തിലേക്കു നയിക്കും. പക്ഷേ പരാജയത്തിൽ നിരാശ പൂണ്ട് അതു വഴിക്കു വെച്ച് ഉപേക്ഷിച്ചാൽ സമ്പൂർണ്ണ പരാജയം ഏറ്റുവാങ്ങുന്നതിനു സമമാകും.

ഒരു ലക്ഷ്യം, ഒരു തീരുമാനം, മുന്നോട്ടു മാത്രം നോക്കുക..

പ്രതിബന്ധങ്ങൾ, കാട്ടിൽ മരങ്ങൾ എന്നതു പോലെ സ്വാഭാവികമാണ്. പക്ഷേ, ലക്ഷ്യമെന്ന ചിന്തക്കു മുന്നിൽ മറ്റെല്ലാം നിഷ്പ്രഭമാണ്.

എന്തും സംഭവിക്കട്ടെ, കഥ തുടരുക തന്നെ ചെയ്യും.

ഇവിടെ ഒരു പെൺകുട്ടിയുടെ വിഷയമാണ് മുന്നിൽ.

അവൾ നേരിടുന്നതു പരീക്ഷയെ മാത്രമല്ല. മറിച്ച്, അവളുടെ പ്രായം ഇപ്പോൾ ഇരുപത്തിനാലു കടന്നിരിക്കുന്നു. സമൂഹം അവളോടു വിവാഹം എന്ന വാക്കു ചുറ്റുപാടു നിന്നും ആവർത്തിച്ചുകൊണ്ടിരിക്കുകയാണ്. ഒരു ജോലിയിലും എത്തപ്പെട്ടിട്ടില്ല എന്നതു സ്വതന്ത്രമായി തീരുമാനമെടുക്കുവാനുള്ള അവളുടെ തീരുമാനങ്ങൾക്കുള്ള വലിയ തടസ്സമാണ്. ഒപ്പം, സ്വന്തം മനസ്സിനെ വിശ്വസിപ്പിക്കുകയും വേണം, താൻ ജയിക്കുമെന്ന്. ജയിക്കാനാകില്ല എന്ന ചിന്തയാണ് ആദ്യത്തെ രണ്ടു വിലങ്ങുതടികൾ മറികടക്കുന്നതിൽ നിന്നും അവളെ പിന്തിരിപ്പിക്കുന്നത്.

ഇവിടെ എങ്ങനെയാണ് മനസ്സൊരുക്കം നടത്തേണ്ടത് എന്നു നോക്കാം. ആദ്യം മനസിലാക്കേണ്ടത് സിവിൽ സർവ്വീസ്, ചാർട്ടേഡ് അക്കൗണ്ടൻസി, കമ്പനി സെക്രട്ടറി, മെഡിക്കൽ പി ജി എൻട്രൻസുകൾ, ഐ

ഐ റ്റികൾ, മാനേജ്മെമെന്റ് എൻട്രൻസുകൾ തുടങ്ങിയ പരീക്ഷകളിൽ പഠന മികവിനേക്കാൾ അത്തരം പരീക്ഷകളെ മനസിലാക്കി, അവയുടെ രീതി പഠിച്ചു തന്ത്രങ്ങൾ ആവിഷ്കരിക്കുകയാണു വേണ്ടത് എന്നതാണ്.

രണ്ടാമതായി വേണ്ടത്, നിരന്തരമായ പരിശീലനമാണ്. ഇതു ലക്ഷ്യം ഭേദിക്കുവാൻ അത്യാവശ്യമാണ്.

മൂന്നാമത്തേതു സമൂഹത്തിന്റെ വിലയിരുത്തലുകളെ, ഇടപെടലുകളെ മനസ്സിന്റെ പടിക്കു പുറത്തു നിർത്തുകയെന്നതാണ്. നമ്മുടെ സ്വന്തം ലക്ഷ്യം തെറ്റിക്കാൻ അവയെ അനുവദിക്കരുത്.

നാലാമത്തേതും ഏറ്റവും പ്രധാനവും ആയ കാര്യം പരാജയഭീതിയിൽ പിന്തിരിഞ്ഞോടാതിരിക്കുക എന്നതു തന്നെയാണ്.

പരാജയം വിശകലനം ചെയ്താൽ അതിന്റെ കാരണം മനസിലാകും. കാരണം കണ്ടെത്തി പരിഹരിച്ചു മുന്നേറുക. ഒരിക്കലും വിട്ടു കളയാതിരിക്കുക.

അവളോടു വിശദമായിത്തന്നെ സംസാരിച്ചു. നിരാശയെന്നതു പരാജിതരുടെ ഒരു മറ മാത്രമാണെന്നും, എല്ലാം മറന്ന് അന്നു തന്നെ അടുത്ത മുന്നൊരുക്കം തുടരുവാനും ആവശ്യപ്പെട്ടു. ഉറപ്പാണ്. പരിശ്രമശാലിയായ അവൾ വിജയിക്കും. അങ്ങനെയുള്ള വിജയകഥകൾ അനേകമുണ്ട് നമുക്കിടയിൽ.

പരാജയം ഒരു ഗർത്തമാണ്. അതിൽ വീണുപോയാൽ തിരിച്ചു വരാൻ സാധിക്കില്ല എന്നു കരുതുന്നതാണ് അബദ്ധം. ഏതു സങ്കീർണ്ണ പ്രശ്നത്തിനും അതീവ ലളിതമായ പോംവഴി മറഞ്ഞിരിപ്പുണ്ടാവും. അതു കണ്ടെത്തുക. മുന്നോട്ടു കുതിക്കുക.

ഠഠ

അധ്യായം 40

ലക്ഷ്യവേധം ഒരു ഏണിയും പാമ്പും കളി

ഒരു ലക്ഷ്യം കണ്ടെത്തി അതിൽ മുന്നേറുന്ന സമയത്തു പലപ്പോഴും വഴി തെറ്റാറുണ്ടല്ലോ. അവയുടെ കാരണങ്ങൾ പറയാമോ? അതായത് ചില അരുതുകൾ കാണില്ലേ? അത് എന്താണ്?

നമ്മൾ പലപ്പോഴും ഉപദേശിക്കും ലക്ഷ്യം പ്രധാനമാണ്. അതു കൊണ്ടു തളരരുത് എന്നൊക്കെ. പക്ഷേ ചിലപ്പോൾ സ്വയം, മറ്റു ചിലപ്പോൾ ബാഹ്യശക്തികൾ, ഇവയുടെ ഇടപെടലുകളും നമ്മെ വഴി തെറ്റിക്കും. ചെറിയ കാര്യങ്ങളിൽ പോലും അവ പ്രതിഫലിക്കാം. തടസ്സം സൃഷ്ടിക്കാം.

അരുതുകളിൽ പ്രധാനമായ ചിലത് ഇവയാണ്.

ആദ്യസ്ഥാനം 'തടസ്സം' എന്ന വാക്കാണ്.

'അതു വേണ്ട' എന്ന പ്രയോഗം.

ഒരു കാര്യത്തിലേക്കു പ്രവേശിക്കുന്നതു തടയുക, ഒരു ആശയം അംഗീകരിക്കുന്നതു തടയുക, ഒരു പ്രവർത്തി തടയുക തുടങ്ങിയവ.

ഉദാഹരണമായി പരീക്ഷക്കു വേണ്ടി ഒരു പ്രത്യേക ടെക്സ്റ്റ് ബുക്കു വാങ്ങുക എന്ന നിർദ്ദേശം കേട്ട പാടെ. 'ഹേയ് അതു വേണ്ട' എന്ന് പറയുന്ന പോലുള്ള സമീപനം. അങ്ങനെ ഓരോന്നിലും ബോധപൂർവ്വമോ അബോധപൂർവ്വമോ നടത്തുന്ന തടയലുകൾ. അതും സ്വയമാകാം. പുറമേ നിന്നാകാം. ആ വാക്ക് ഇല്ലാതാക്കുന്നത് ഒരു മുന്നേറ്റമാകാം.

അടുത്തത് ആവശ്യമുള്ള വിവരങ്ങൾ നൽകാതിരിക്കൽ.

പലപ്പോഴും നമുക്കു പല വിവരങ്ങങ്ങളും ശേഖരിക്കേണ്ടി വരും. അത്തരം സമയങ്ങളിൽ അതു ലഭിക്കാതിരുന്നാലോ? സാമ്പത്തിക രംഗത്തിലെ ഒരു നിർണ്ണായക വിവരം നമുക്ക് ആവശ്യമുണ്ട് എന്നു കരുതുക. ആ വിവരം നൽകാൻ അതറിയുന്നവർ തയ്യാറല്ല എന്നു വന്നാൽ? അതുപോലെ ഒരു കേസ് നടത്തിപ്പു സംബന്ധിച്ചു നിർണ്ണായകരേഖ നൽകാതിരിക്കൽ, ഒരു പ്രത്യേക സ്ഥലത്തേക്കുള്ള യാത്രയിൽ അവി

ടെ മുൻപു പോയിട്ടുള്ള പരിചയമുള്ള വ്യക്തി അദ്ദേഹത്തിനറിയുന്ന കാര്യങ്ങൾ പറയാതിരിക്കുക തുടങ്ങി, വിവരങ്ങൾ യഥാസമയം ലഭിക്കാതിരിക്കുക എന്ന അവസ്ഥ ലക്ഷ്യം നേടുന്നതിനു കാലതാമസം വരുത്തും. ചിലപ്പോഴെങ്കിലും ഈ കാലതാമസം ലക്ഷ്യത്തെ ഇല്ലാതാക്കും. അതിനാൽ ലക്ഷ്യം ഭേദിക്കാനൊരുങ്ങുമ്പോൾ വിവരശേഖത്തിൽ ഉണ്ടാകാനിടയുള്ള കാലതാമസം മനസിൽ കാണണം.

മൂന്നാമത്തേതും പ്രധാനമാണ്.

നമ്മൾ അധികം ശ്രദ്ധിക്കാത്തതും എന്നാൽ പലപ്പോഴും അസ്വസ്ഥരായിട്ടുള്ളതും ഇത്തരം സാഹചര്യത്തിലാവും.

അതിതാണ്. ഒരു കാര്യത്തിലെ അമിതമായ ഇടപെടലുകൾ.

ഉദാഹരണത്തിനു വിവാഹ പർച്ചേസ് ആണു സന്ദർഭം എന്നു കരുതു. ഒരു പ്രത്യേക കടയിൽ നിന്നേ വസ്ത്രങ്ങൾ വാങ്ങാവു.

കല്യാണ സാരി ഈ നിറം മതി.

ബജറ്റ് ഇത്ര രൂപയ്ക്കുള്ളിൽ ആകണം.

എന്നു തുടങ്ങി ഓരോ കാര്യവും മറ്റൊരാൾ നിയന്ത്രിച്ചാൽ ആ സന്ദർഭത്തിന്റെ നിറം കെടും.

ഇതു പല ജീവിത സാഹചര്യത്തിലും നമുക്കു നേരിടേണ്ടി വരും. അതിനാൽ തന്നെ ഇത്തരം ഒരു സാഹചര്യത്തെക്കുറിച്ച് ഒരു അവബോധം ഉണ്ടായിരിക്കേണ്ടത് അത്യാവശ്യമാണ്.

ഇനി മറ്റൊരു സാഹചര്യം ഉണ്ട്.

അതു വ്യക്തമായ ഉത്തരം നൽകാതെ വഴിതെറ്റിക്കുന്ന രീതിയാണ്.

ഉദാഹരണം പഴയ കാല രാഷ്ട്രീയ പ്രസംഗങ്ങളാണ്.

കേട്ടിട്ടില്ലേ. '1949 ൽ ഈ നാട്ടിൽ എന്തു സംഭവിച്ചു?' തുടങ്ങിയ പ്രയോഗങ്ങൾ. ഇത്തരം വ്യക്തികളോട് നമ്മൾ ആശയ വ്യക്തതക്കായ് സമീപിച്ചാൽ അവർ ഉത്തരം തരില്ല എന്ന് മാത്രമല്ല നമ്മുടെ വിലപ്പെട്ട സമയം അവരുടെ 'ബ്ലാ ബ്ലാ' കേട്ടിരിക്കാൻ വേണ്ടി നഷ്ടപ്പെടുത്തേണ്ടതായും വരും. അപ്പോൾ ലക്ഷ്യം നിർണ്ണയിക്കുമ്പോൾ ഇത്തരം മുതലകളുടെ വായിൽ അകപ്പെടാതിരിക്കാനും ശ്രദ്ധിക്കണമെന്നു ചുരുക്കം.

ഇനി സർക്കാർ ഓഫീസുകളുമായി ബന്ധപ്പെട്ടും ബാങ്കുകളുമായി ബന്ധപ്പെട്ടും സാധാരണക്കാർ ധാരാളം അഭിമുഖീകരിക്കുന്ന വിഷയമാണ്.

ഒരു രേഖ വാങ്ങിയെടുക്കേണ്ട സാഹചര്യത്തിൽ കാര്യങ്ങൾ കൃത്യമായി പറയാതെ ആശയക്കുഴപ്പമുണ്ടാക്കി ഒരുതവണ ചെന്നു ചെയ്ത് എടുക്കേണ്ടതു പത്തു തവണ നടന്നാലും കിട്ടാത്ത വിധത്തിലാക്കുന്ന പ്രക്രിയ. ഇപ്പോൾ സർക്കാർ സംവിധാനത്തിൽ ഓൺലൈൻ അപേക്ഷ

കൾ കാര്യങ്ങൾ കുറേയൊക്കെ എളുപ്പമാക്കിയിട്ടുണ്ടെങ്കിലും ചിലരെങ്കിലും വലവിരിച്ചു കാത്തിരിപ്പുണ്ടെന്നു മറക്കണ്ട.

ലക്ഷ്യം നിർണ്ണയിക്കുമ്പോൾ ഇത്തരം സാഹചര്യവും മുന്നിൽ കാണാൻ മറക്കരുത്.

അതായതു നമ്മൾ പാമ്പും കോണിയും കളിക്കുന്നതു പോലെയാണു നമ്മുടെ ലക്ഷ്യങ്ങളിലേക്കുള്ള യാത്രയും. ലക്ഷ്യം ഏതുമാകട്ടെ. ഒരു വരുമാന സർട്ടിഫിക്കറ്റ് വാങ്ങുന്നതു മുതൽ വീടുണ്ടാക്കുന്നതും ജോലി കിട്ടുന്നതും ഒക്കെ ലക്ഷ്യങ്ങളാണ്. ലക്ഷ്യത്തെ നൂറു കള്ളങ്ങളുള്ള പാമ്പും കോണിയുടേയും കളിത്തട്ടിൽ നൂറ് എന്ന കളത്തിൽ പ്രതിഷ്ഠിക്കുക. ഇനി കരുക്കൾ നീക്കുക. പാമ്പാണു മുന്നിലെങ്കിൽ കരുതലോടെ വേണം മുന്നേറാൻ. അതുപോലെ എളുപ്പവഴിയിൽ കോണി കയറി മുന്നിലെത്തുമ്പോഴും ശ്രദ്ധ വേണം. പാമ്പ് തൊട്ടടുത്തുണ്ടാവും. മുന്നൊരുക്കളിൽ പ്രധാനമായത് ഉണ്ടാകാനിടയുള്ള അപകടങ്ങളിൽ നിന്ന് ഒഴിഞ്ഞുമാറലാണ്.

വിജയം എന്നതു തന്ത്രങ്ങൾ കൂടിച്ചേർന്നതാണ്. ഒഴിവാക്കേണ്ടത് ഒഴിവാക്കുക എന്നതും പ്രധാനം തന്നെ.

○○

അധ്യായം 41

സ്പർശനത്തിനെന്തു പ്രാധാന്യം?

ഒരു വൈകുന്നേരം വെറുതേ മുറ്റത്തെ പടിയിലിരിക്കുമ്പോൾ അമ്മു വന്ന് അടുത്തിരുന്നു. അവൾ മടിയിൽ തലവെച്ചു കിടന്നു. അമ്മയും മകളുമാണ്. എത്ര നേരം വേണമെങ്കിലും അവൾക്കങ്ങനെ കിടക്കാം. ആ സമയത്തു വാക്കുകൾക്കുപരിയായി ധാരാളം കാര്യങ്ങൾ പരസ്പരം സംവദിക്കാനുമാകും. അപ്പോഴാണവൾ ചോദിച്ചത്

'അമ്മാ... ഇങ്ങനെ അടുത്തിരിക്കുമ്പോൾ തോന്നുന്ന സന്തോഷമില്ലേ അത് എങ്ങനെയാണ് ഇന്നത്തെ സാഹചര്യത്തിൽ ഫലപ്രദമായി ഉപയോഗിക്കുക?'

മനുഷ്യന്റെ പൊതുവായ ഒരു സ്വഭാവസവിശേഷത സ്നേഹപൂർവ്വമായ ഒരു സമീപനം മറ്റുള്ളവരിൽ നിന്നും ആഗ്രഹിക്കുന്നു എന്നതാണ്. ഒരു കുഞ്ഞ് ഏറ്റവും കൊതിക്കുക അവനെ മാറോടു ചേർക്കുന്ന മാതാപിതാക്കളെയാണ്. മാസം തികയാതെ പ്രസവിക്കുന്ന ശിശുവിനെ അമ്മയുടെ ചൂടേറ്റു കിടത്തുന്നതു വഴി അവന്റെ വളർച്ചയിൽ ഉണ്ടാകുന്ന അത്ഭുതാവഹമായ പുരോഗതി ശാസ്ത്രം രേഖപ്പെടുത്തിയിട്ടുള്ളതുമാണ്. എന്നാൽ ഈ ഒരു ആശയം എങ്ങനെയാണു നമുക്ക് ഇന്നത്തെ മുതിർന്നവരുടെ ലോകത്തിൽ പ്രയോജനപ്പെടുത്താനാവുക?

ഇത് കൺസ്യൂമറിസത്തിന്റെ കാലമാണ്.

ഉപ്പുതൊട്ടു കർപ്പൂരംവരെയും നാം വാങ്ങുകയാണ്. ഒരു സാധനം വാങ്ങുക എന്നു പറയുമ്പോൾ അവിടെ രണ്ടു വ്യക്തികളുടെ ഇടപെടൽ സംഭവിക്കുന്നുണ്ട്.

ഒരു ബിസിനസ് ഡീലിൽ ഒരു നല്ല ഷേക്ക് ഹാൻഡിനു വളരെ പ്രാധാന്യമുണ്ട്. അവിടെ രണ്ടു വ്യക്തികൾക്കിടയിൽ ഉടലെടുക്കുന്ന കരാറിൽ സത്യസന്ധതയുണ്ടാവുക എന്നത് ഏറ്റവും പ്രധാനമായ കാര്യമാണ്. നിങ്ങളുടെ ഹാൻഡ് ഷേക്ക് നിങ്ങളാരാണെന്നു വ്യക്തമാക്കും.

ആകാശത്തിനും ഉയരെ

ബിജുവും ബിനുവും ബിൽഡേഴ്സാണ്. ബിജു വളരെ സത്യസന്ധമായി കാര്യങ്ങളെ മുന്നോട്ടു കൊണ്ടു പോകുമ്പോൾ ബിനു അല്പം തരികിട പരിപാടികളിലൂടെയാണ് കാര്യങ്ങൾ ചെയ്യാറ്. ബിജുവിനടുത്തു വരുന്ന കസ്റ്റമേഴ്സിനെ നല്ല ആത്മവിശ്വാസമുള്ള ഹാൻഡ് ഷേക്ക് നൽകി അയാൾ സ്വീകരിക്കുകയും സോഫയിൽ ഇരിക്കുന്ന കസ്റ്റമറിനു സമീപമിരുന്നു കാര്യങ്ങൾ വിശദീകരിക്കാനും അയാൾക്കു സാധ്യമായിരുന്നു. അയാളുടെ അത്ര അടുപ്പത്തോടെയുള്ള ഇടപെടൽ കസ്റ്റമേഴ്സിൽ വളരെ പോസിറ്റീവായ പ്രതികരണം സൃഷ്ടിക്കുകയും അതുവഴി ബിജുവിനു തന്റെ ബിസിനസ് അഭിവൃദ്ധിപ്പെടുത്താനും സാധിച്ചു.

എന്നാൽ ബിനുവിന്റെ കാര്യത്തിൽ നേരെ തിരിച്ചാണു കാര്യങ്ങൾ. അയാൾക്കു മറച്ചു പിടിക്കാൻ ഏറെ കാര്യങ്ങൾ ഉണ്ടായിരുന്നു. ആയതിനാൽ തന്നെ അയാളുടെ ഷേക്ക് ഹാൻഡ് വളരെ ദുർബലമാണ്. കസ്റ്റമേഴ്സിനെ അല്പം ദൂരെ ഇരുത്താൻ അയാൾ ശ്രമിച്ചു. കാരണം അടുത്തിരുന്നാൽ തന്റെ കളവുകൾ അവർ വേഗം കണ്ടെത്തുമെന്ന് അയാൾ ഭയന്നു. അയാളിൽ നിറഞ്ഞ ആത്മവിശ്വാസക്കുറവ് അയാളുടെ മുഖത്തും പ്രകടമായിരുന്നു. ഫലം, നിരന്തരം പരാജയം.

സത്യത്തിൽ ഗൃഹാന്തരീക്ഷത്തിലാണു സ്പർശനത്തിലൂടെ ഒരാളെ എത്ര നന്നായി മാറ്റിയെടുക്കാനാകും എന്നു നമുക്കു മനസിലാക്കാനാവുക. നമ്മുടെ മക്കളെ മറ്റു ചീത്ത കൂട്ടുകെട്ടുകളിൽ വീണുപോകാതെ രക്ഷിക്കാൻ അവരെ നിത്യവും ഒന്നു ചേർത്തു പിടിച്ചാൽ മതി എന്നു പറഞ്ഞാൽ അവിശ്വസനീയം എന്നു തോന്നാം. നിത്യവും കവിളിലൊരുമ്മയും ഒരാലിംഗനവും കുട്ടികളിൽ ആത്മവിശ്വാസം വളർത്തും. ഒന്നും മറച്ചു പിടിക്കാനവർക്കു സാധിക്കാതെ വരും. അതിനാൽ തന്നെ അവർക്ക് സ്വന്തം വിഷമങ്ങളും പ്രശ്നങ്ങളും വീട്ടുകാരോടു യാതൊരു ബുദ്ധിമുട്ടുമില്ലാതെ സംസാരിക്കാൻ കഴിയും. അത്തരത്തിലൊരു ഇടപെടൽ ചെറുപ്പത്തിലേ തുടങ്ങി കൗമാരഘട്ടത്തിലും തുടരുവാനായാൽ അവരിലെ ചെറുവഴിതെറ്റൽ പോലും യഥാകാലത്തു കണ്ടെത്തുവാനും അവരെ നേർവഴിക്കു നയിക്കാനും സാധിക്കും.

കടകളിൽ ചെല്ലുമ്പോൾ ചില സെയിൽസ് ഗേൾസ് വളരെ വേഗം നമ്മുടെ മനസ്സു പിടിച്ചെടുക്കുന്നതു കണ്ടിട്ടില്ലേ? നമ്മുടെ കൂടെ നടന്ന്, 'അതല്ല, ഇതാണു ചേരുക' എന്നൊക്കെപ്പറഞ്ഞു നിൽക്കുന്ന ചിലരില്ലേ? അടുത്ത വട്ടം ചെല്ലുമ്പോഴും നമ്മുടെ കണ്ണുകൾ അവരെ തിരയും. അതുപോലെ ഹോട്ടലുകളിൽ ചിലർ ഭക്ഷണം ഓഡർ എടുക്കുക മാത്രമല്ല നമ്മുടെ ഇഷ്ടങ്ങൾ കൂടി മനസിലാക്കി പെരുമാറും. ഇത്തരം ചില പെരുമാറ്റങ്ങൾ നിശ്ചയമായും ഉപഭോക്താക്കളെ സ്വാധീനിക്കുന്നുണ്ട്.

ആകാശത്തിനും ഉയരെ

മനുഷ്യർ സ്നേഹവും അംഗീകാരവും പരിഗണനയും ആവോളം ആഗ്രഹിക്കുന്ന ജീവിവർഗ്ഗമാണ്. യഥാർത്ഥത്തിൽ ഇവിടെയും തീരുന്നില്ല സ്പർശനത്തിന്റെ ഗുണങ്ങൾ. വീട്ടിൽ വൃദ്ധരുണ്ടോ? അച്ഛനോ അമ്മയോ അപ്പൂപ്പനോ അമ്മൂമ്മയോ ഉണ്ടോ? അവർക്കാവശ്യം നിങ്ങളുടെ ചെറുതലോടലാണ്. ഒന്നു കെട്ടിപ്പിടിക്കുക. അല്ലങ്കിൽ കൈകളിൽ വിരലുകളിൽ ഒന്നു തലോടുക. വേദനിക്കുന്നോയെന്നു ചോദിച്ചു പാദങ്ങൾ തടവിക്കൊടുക്കുക. വയസ്സാകുമ്പോൾ അവർ കുട്ടികളാവും. വാശി കൂടും. ഒന്നു പുന്നാരിച്ചാലോ ആ പരിഭവം മായുകയും ചെയ്യും.

ശരിക്കും നമ്മുടെ ജീവിതത്തിന്റെ അർത്ഥം തന്നെ അവരുടെ ആ ചിരിയിലാണെന്ന് തോന്നിപ്പോകും. അമ്മൂമ്മയുടെ, മുത്തശ്ശിയുടെ വയറ്റിൽ മുഖമമർത്തി ഉമ്മവച്ചിട്ടുണ്ടോ? വാത്സല്യം അതിന്റെ പരമ കോടിയിൽ നുണയാം നമുക്ക്. ഏതൊരു നടുക്കടലിലും ആ ഇളം ചൂടു നമ്മെ പിടിച്ചു നിർത്തും. അതുപോലെ തന്നെ നിങ്ങളുടെ സുഹൃത്ത്, ഭാര്യ, ഭർത്താവ്, സഹോദരനോ സഹോദരിയോ അങ്ങേയറ്റത്തെ വിഷമത്തിലാണെന്ന് കരുതൂ. അവർക്കാവശ്യം നിങ്ങളുടെ ചുമലാണ്. ഒരു ചേർത്തു പിടിക്കലാണ്.

ഇനി, സ്പർശനങ്ങളിൽ ഒഴിവാക്കേണ്ടവയും ജാഗ്രത പാലിക്കേണ്ടതും ഉണ്ട്. അനുവാദമില്ലാതെയുള്ള സ്പർശനവും, അനവസരത്തിലുള്ളതും, അനർഹമായതുമായതും ശിക്ഷാർഹമായ സ്പർശനങ്ങളാണ്. അതിനാൽ വളർച്ചയുടെ ഘട്ടങ്ങളിൽ സ്പർശനത്തിലെ നല്ലതും ചീത്തയും കുട്ടികളെ കൃത്യമായി മനസിലാക്കിക്കേണ്ടതും, തടയേണ്ടതു തടയുകയും ചോദ്യം ചെയ്യപ്പെടേണ്ടതു ചോദ്യംചെയ്യപ്പെടുകയും വേണമെന്നു കുട്ടികളെ പഠിപ്പിക്കുന്നതും വിദ്യാഭ്യാസത്തിന്റെ ഭാഗമാണിന്ന്. എന്നിരുന്നാലും മനുഷ്യജീവിതത്തിൽ സ്പർശനം എന്നത് ഒരു സാന്ത്വനമാണ്. തളർന്നുവീണ ഒരുവനു ജീവജലം പോലെ പരാജയപ്പെട്ടവനു നൽകുന്ന സമാശ്വാസം. അതു നൽകാൻ നാം പഠിച്ചാൽ, നമുക്കു ചുറ്റും വസന്തം പൂവിടും. സ്നേഹവസന്തം! ഒടുവിൽ, അമ്മുവിനെ ചേർത്തു പിടിച്ചു, 'ചില സന്തോഷങ്ങൾ വാക്കുകളിൽ ഒതുക്കാനാകില്ലല്ലോ അമ്മൂ...' എന്നു പറഞ്ഞ് ആ കവിളിൽ ഉമ്മ കൊടുക്കുമ്പോൾ അവൾ ചിരിച്ചു. വിലമതിക്കാനാകാത്ത ആനന്ദച്ചിരി.

വിജയവും പരാജയവും കടന്നു വന്നോട്ടെ, ഏതു പ്രതിസന്ധിയിലും ചേർത്തു പിടിക്കുവാനും, സ്വാന്തനിപ്പിക്കാനും ഒരാളുണ്ടോ? ഫിനിക്സ് പക്ഷിയെപ്പോലെ അതിരുകളില്ലാത്ത ആകാശത്തേക്കു കുതിച്ചുയരാനാകും നമുക്ക്.

അധ്യായം 42

പങ്കാളിയുമായി സമന്വയിക്കുക

വൈകുന്നേരം വീട്ടിലെത്തിയപ്പോൾ എതിരേറ്റതു രണ്ടു പേർ.

സച്ചുവും ദീപയും. രണ്ടു പേരും വേണ്ടപ്പെട്ടവർ. പതിവിനു വിപരീതമായി അന്നു സംസാരിച്ചു തുടങ്ങിയതു സച്ചുവാണ്.

'ആന്റി, ഞാനിതുവരെ ആന്റിയോടൊന്നും പറഞ്ഞിട്ടില്ല. പക്ഷേ, ഇനി പറയാതിരുന്നാൽ എനിക്കു ഭ്രാന്തു പിടിക്കും. എന്തിനാണു വിവാഹം കഴിക്കുന്നത്? പരസ്പരം മനസ്സിലാക്കാതെ എങ്ങനെ മുന്നോട്ടു പോകും?'

സച്ചുവിന്റെ പരിവേദനം മുന്നേറവേ ഞാൻ ദീപയെ നോക്കി. ഒക്കെ തന്റെ തെറ്റാണെന്ന ഭാവത്തിൽ അവൾ തല കുമ്പിട്ടിരിക്കുന്നു.

നീണ്ട വിവാഹ ജീവിതത്തിനൊടുവിൽ ഞാനാഗ്രഹിച്ച ജീവിതം ഇതായിരുന്നില്ല എന്നു പരസ്പരം കുറ്റപ്പെടുത്തുന്നവർ ഏറെയുണ്ടു നമുക്കു ചുറ്റും. മക്കളുണ്ടായതു കൊണ്ടു മാത്രം വിവാഹമോചിതരാകാതെ ദമ്പതികളായി തുടരുന്നവർ. എന്നാൽ അവർ അറിയാത്ത ഒന്നുണ്ട്. ആ പരസ്പര മത്സരം അവരുടെ ജീവിതത്തിന്റെ നല്ല കാലത്തെ എരിച്ചു കളഞ്ഞിരിക്കുന്നുവെന്ന്. പരസ്പരം മനസിലാക്കി പ്രവർത്തിക്കാനാകുന്നില്ല എന്നു നമ്മൾ സാമാന്യമായി പറഞ്ഞു പോകുന്ന വിഷയം. യഥാർത്ഥത്തിൽ ഇതു മനസിലാക്കലിന്റെ കാര്യമല്ല. മറിച്ചു ചില കാര്യങ്ങളിലെ അറിവില്ലായ്മയാണ്.

ഭാര്യ, ഭർത്താവ് ഈ രണ്ടു പദങ്ങൾക്കും നമ്മൾ കല്പിച്ചു വെച്ചിട്ടുള്ള ചില അർത്ഥങ്ങളുണ്ട്. എന്നാൽ കാലങ്ങൾ കടന്നു പോകവേ ആ അർത്ഥതലങ്ങൾക്കും അപ്പുറം ഇന്നത്തെ ലോകത്തു മറ്റു ചില മാനങ്ങൾ കൂടിയുണ്ട്. അതു മനസിലാക്കി പ്രവർത്തിക്കുന്നതിൽ വരുന്ന വീഴ്ചകളാണു പല കലഹങ്ങൾക്കും പിന്നിൽ. ഭർത്താവും ഭാര്യയും ഒരു നാണയത്തിന്റെ രണ്ടു വശങ്ങളാണ്. മിക്ക കുടുംബങ്ങളിലും ഭാര്യയും

ഭർത്താവും ജോലി ചെയ്യുന്നുണ്ടാവും, വിദ്യാഭ്യാസ യോഗ്യതയും ഏറെക്കുറെ തുല്യമാകും. അതായതു സാമ്പത്തികമായും ബുദ്ധിപരമായും തുല്യരായിരിക്കുമവർ. എന്നാൽ അവർക്കു പരസ്പരം സമന്വയിക്കാനാകുന്നില്ല. പരസ്പര പൂരകങ്ങളായി മുന്നേറേണ്ടത് എപ്രകാരമെന്നറിയില്ല. ഒരാളിൽ വരുന്ന കുറവ് അറിഞ്ഞു നികത്തുവാൻ സാധിക്കുമ്പോൾ അവരിൽ പാരസ്പര്യം ഉടലെടുക്കുന്നു. അവിടെ സ്നേഹം വളരെ കൃത്യമായി ഒരു പാലത്തിനു രൂപം കൊടുക്കും. അതു രണ്ടു വ്യക്തികളേയും പിരിഞ്ഞു പോകാനാകാത്ത വിധം ബന്ധിക്കും.

ശാരീരികമായും മാനസികമായും രണ്ടു പേർ തമ്മിൽ പൂർണ്ണമായും സമന്വയിക്കുക എന്നതാണു വിവാഹബന്ധത്തിലൂടെ സംഭവിക്കേണ്ടത്. അങ്ങനെ സംഭവിക്കുന്നില്ല എങ്കിൽ പരാജയമാകും ഫലം.

ഒരു ഉദാഹരണം നോക്കാം

ദേവുവും റോബിനും ഒരേ സ്ഥാപനത്തിൽ ജോലി ചെയ്യുന്നവരും സ്നേഹിച്ച് വിവാഹിതരായവരുമാണ്. അതേ കമ്പനിയിലെ തന്നെ മറ്റൊരു ജോഡിയാണു റെജിയും, ലിസിയും.

വിവാഹം കഴിഞ്ഞ് ഒരു മാസം കൊണ്ടു റെജിയും ലിസിയും വേർപിരിഞ്ഞു. ലിസി കമ്പനി വിട്ടു മറ്റൊരിടത്ത് ജോലിക്കും കയറി. റെജി മോശം പെർഫോർമൻസുമായി ടെർമിനേഷൻ മെയിൽ പ്രതീക്ഷിച്ചു ജോലിയിൽ തുടരുന്നു.

എന്നാൽ, ദേവുവും റോബിനും വിവാഹം കഴിഞ്ഞതോടെ രണ്ടുപേരുടെയും കഴിവുകൾ വിശകലനം ചെയ്യുകയും പരസ്പരം താങ്ങാകുവാൻ തീരുമാനിക്കുകയും ചെയ്തു. പരസ്പരം സംസാരിച്ചു മനസ്സിലാക്കിയ അവർ പരസ്പരം പ്രണയത്തിൽ എക്കാലവും കഴിയണം എന്നൊരു നിശ്ചയവും എടുത്തു. അതിന്റെ ആദ്യപടിയായി വിശ്വാസ്യത പ്രധാനമാണെന്നു കണ്ടു രണ്ടുപേരും അവരുടെ സാമ്പത്തിക കാര്യങ്ങൾ പരസ്പരം വെളിപ്പെടുത്തുകയും ആസ്തി ബാധ്യതകളെക്കുറിച്ചു ധാരണയിലെത്തുകയും ചെയ്തു. അന്യോന്യമുള്ള പരസ്പര വിശ്വാസവും ബഹുമാനവും അവരെ പുതിയ പ്രോജക്ടുകളിലേക്ക് എത്തിച്ചു. സ്വാഭാവികമായും അവരുടെ കരിയർ ഗ്രോത്ത് അസൂയാവഹമായിരുന്നു.

അവർ വിവാഹിതരാകുമ്പോൾ തീരുമാനമെടുത്തിരുന്നത് പരസ്പരം അംഗീകരിക്കുമെന്നും ബഹുമാനിക്കുമെന്നും അവരുടെ വളർച്ച പരസ്പരം തടയില്ല എന്നുമായിരുന്നു. അതിന്റെ പ്രതിഫലനമായിരുന്നു അവരുടെ ജീവിത വിജയത്തിനാധാരം.

ഇത് ഏതൊരു കുടുംബത്തിലും അവശ്യം വേണ്ടുന്ന ഒന്നാണ്. സ്വന്തം പങ്കാളിയെന്നത് ചവിട്ടിത്തേക്കാനോ അപമാനിക്കുവാനോ സ്വന്തം

മാനസിക വിഭ്രാന്തികൾ ചെയ്തു തീർക്കേണ്ട വസ്തുവോ അല്ല. മറിച്ച്, സ്വന്തം ജീവിതത്തിന്റെ ആത്മവിശ്വാസമായി മാറണം.

ഒരു പുതിയ ആശയം ചർച്ച ചെയ്യാൻ പറ്റുന്ന, അതിന്റെ പിഴവുകൾ പറഞ്ഞു കൊടുക്കാൻ സാധിക്കുന്ന, ഇനി അതേക്കുറിച്ചു സ്വയം ധാരണയില്ലെങ്കിൽ ആവശ്യമായ വിവരങ്ങൾ ശേഖരിച്ചു ധൈര്യം നൽകുന്ന വ്യക്തി. അങ്ങനെ വരുമ്പോൾ നമ്മുടെ വിജയത്തിൽ ഏറ്റവും സന്തോഷിക്കുക നമ്മുടെ പങ്കാളി തന്നെയാകും. പരാജയഘട്ടത്തിൽ കൂടെ നിന്നു സമാശ്വസിപ്പിക്കാനും അവർക്കു സാധിക്കും. പരസ്പരം ഉള്ളു തുറക്കുവാനാകാത്ത ദാമ്പത്യ ബന്ധങ്ങൾക്കു ദൃഢത ഉണ്ടാകില്ല. മടുപ്പിന്റെ നിരാശയുടെ സ്വരം ഉയർന്നു പൊങ്ങും മുൻപു ആ പരസ്പര ധാരണ ഉണ്ടാക്കി എടുക്കേണ്ടതുണ്ട്. അതിലാകണം വിവാഹിതരുടെ ആദ്യ ശ്രദ്ധ. ഇഷ്ടങ്ങളും ഗുണങ്ങളും മാത്രമല്ല, ഇഷ്ടക്കേടുകളും പൊരുത്തപ്പെടാൻ ബുദ്ധിമുട്ടുള്ള സ്വഭാവവും ഒക്കെ തുറന്നു സംസാരിക്കുവാനായാൽ പകുതി ദൂരം താണ്ടി എന്നു പറയുവാനാകും.

ജീവിതമെന്നത് ഒന്നേയുള്ളൂ. അതിൽ ആനന്ദം നിറയ്ക്കുക എന്നതു മാത്രമാണു നമുക്കു ചെയ്യാനുള്ളത്. പലവിധം ഈഗോകൾ, കോംപ്ലക്സുകൾ ഒക്കെ മാറ്റിവയ്ക്കാം നമുക്ക്. അത്തരം കാര്യങ്ങൾ ചോർത്തിക്കളയുന്നതു നമ്മുടെ സ്വന്തം ജീവിതത്തിന്റെ സൗന്ദര്യമാണ്.

അധ്യായം 43

പണമോ, പ്ലാനിങ്ങോ?

ആനന്ദ് നാട്ടിലെ ഒരു യുവ സംരംഭകനാണ്. ഒരു ദിവസം പതിവില്ലാതെ അയാൾ വീട്ടിലേക്കു വന്നു. അന്നത്തെ ചർച്ച, സ്വാഭാവികമായും പുതു സംരംഭകരെക്കുറിച്ചായി. തയ്യാറെടുപ്പുകളില്ലാതെ ഓരോ പ്രോജക്ടുകളിലേക്കെടുത്തു ചാടി കൈപൊള്ളിയവരെക്കുറിച്ച് ആനന്ദ് സംസാരിക്കുമ്പോൾ ഞാനോർത്തതു പഴയ മലർപ്പൊടിക്കാരനെക്കുറിച്ചാണ്.

ഒരല്പം മലർപ്പൊടി കൂടുതൽ ലഭിച്ചതിൽ നിന്നും അയാൾ കെട്ടിപ്പൊക്കിയ സ്വപ്നസൗധവും സുന്ദരിയായ ഭാര്യയും സന്താനങ്ങളുമൊക്കെ ഒരു നിമിഷം കൊണ്ടു തവിടുപൊടിയായ കഥ.

നമ്മുടെ നാട്ടിലെ പല സംരംഭങ്ങളും എട്ടു നിലയിൽ പൊട്ടിത്തകരുന്നതിനു പിന്നിലെ കാരണവും മറ്റൊന്നല്ല. സദാ സ്വപ്നങ്ങളിൽ ജീവിക്കുന്നവരുടെ ദിവാസ്വപ്നങ്ങളാണു പലപ്പോഴും പ്രോജക്ടുകളായി ജനിക്കുന്നത്. ആവശ്യമായ യാതൊരു മുന്നൊരുക്കങ്ങളുമില്ലാതെ ജനിക്കുന്ന അത്തരം പ്രീമചർ ബേബികൾ പെട്ടെന്നു തകർന്നൊടുങ്ങുകയും ചെയ്യുന്നു.

ഒരാൾ സ്വന്തം ബിസിനസ് ചെയ്യാൻ തീരുമാനിച്ചു. റെഡിമെയ്ഡ് വസ്ത്രങ്ങളുടെ കച്ചവടം. അയാൾക്ക് ആകെ അറിയുന്നത് റെഡിമെയ്ഡ് വസ്ത്രങ്ങൾ കച്ചവടം ചെയ്താൽ വലിയ ലാഭം കിട്ടും എന്നു മാത്രമാണ്. അതു തമിഴ്നാട്ടിൽ നിന്നോ ഗുജറാത്തിൽ നിന്നോ വേണം വാങ്ങേണ്ടത് എന്നൊരു ധാരണയും ഉണ്ട്. ഇതിനപ്പുറം ഏതു തരം വസ്ത്രങ്ങളെന്നോ, ഏതു പ്രായക്കാരെയാണു ലക്ഷ്യമിടേണ്ടതെന്നോ കൃത്യമായ ധാരണ അയാളിലുണ്ടായിരുന്നില്ല. ഭാര്യയുടെ സ്വർണ്ണം പണയം വച്ചും, സഹകരണ ബാങ്കിൽ നിന്നും വസ്തു ഈടിന്മേൽ തരപ്പെടുത്തിയ വായ്പയും കൊണ്ടു ഒരു കടമുറി തരപ്പെടുത്തി. അഡ്വാൻസും വാടകച്ചീട്ടും എഴുതി, അതിൽ കടയുടെ അകവശം മോടിപിടിപ്പിക്കാൻ ആവശ്യം വേണ്ടതും വേണ്ടാത്തതും ചെയ്തു. ബാക്കി വന്ന കാശിനു

സ്റ്റോക്ക് എടുത്ത്, സ്ഥലത്തെ ഒരു സെലിബ്രിറ്റിയെക്കൊണ്ട് ഉദ്ഘാടനം ചെയ്യിച്ച കട, മൂന്നു മാസം കൊണ്ടു നഷ്ടത്തിൽ നിന്നു നഷ്ടത്തിലേക്കു കൂപ്പുകുത്തുകയും ഒരു വർഷത്തിനകം അതിനു താഴു വീഴുകയും ചെയ്തു.

ഇത്തരം ധാരാളം കഥകൾ നമുക്കു ചുറ്റുമുണ്ട്. എന്താണിതിനു പരിഹാരം? ഒരു കച്ചവടമാകട്ടെ, ഒരു സേവന കേന്ദ്രമാകട്ടെ, ഒരു വ്യവസായം പോലുമാകട്ടെ ആദ്യം വേണ്ടതു പ്ലാനിങ്ങും ഏറ്റവും ഒടുവിൽ വേണ്ടതു പണവുമാണ്. എന്നാൽ സാധാരണഗതിയിൽ നാം ആദ്യം മൂലധനത്തെക്കുറിച്ചു ചിന്തിക്കുകയും ഏറ്റവും ഒടുവിൽപ്പോലും പ്ലാനിങ്ങിനെക്കുറിച്ചു ചിന്തിക്കാതിരിക്കുകയും ചെയ്യും. വിവിധ ഘട്ടങ്ങളായി തിരിച്ച് ഓരോ ഘട്ടത്തിലും എന്തുമാത്രം ധനം ആവശ്യമായി വരും എന്നു കണ്ടെത്തി പരമാവധി വായ്പ എടുക്കാതെ ആരംഭിക്കാനാകുന്ന സംരംഭത്തിന്റെ പ്രധാന ഘടകം ആ ബിസിനസ്സിനെക്കുറിച്ചുള്ള അറിവാണ്. അതു വെറും വായിച്ചറിവോ, കേട്ടറിവോ ആകാനും പാടില്ല. നേരിട്ടു കാര്യങ്ങൾ കണ്ടു മനസിലാക്കി അതിന്റെ നഷ്ടസാധ്യതകൾ മനസിലാക്കി വേണം കളത്തിലിറങ്ങാൻ.

ചെറിയ മുതൽ മുടക്കിൽ ആരംഭിക്കുന്ന സംരംഭത്തിൽ സംഭവിക്കുന്നതിന്റെ നൂറിരട്ടി ആഘാതമാകും അനുയോജ്യമല്ലാത്ത സ്ഥലത്ത് വൻ കെട്ടിടങ്ങൾ കെട്ടിപ്പൊക്കി അതു വാടകയ്ക്കു പോലും നൽകാൻ സാധിക്കാതെ കൈ പൊള്ളിപ്പോയവർ നേരിട്ടിട്ടുണ്ടാവുക. മുതൽ മുടക്കുന്ന തുകയ്ക്കക്കനുസരിച്ചു ചുറ്റുമുള്ള ഉപദേഷ്ടാക്കളുടെ എണ്ണം വർദ്ധിക്കും. പക്ഷേ അവരുടെ പിന്തുണ മുതൽ മുടക്കുന്നയാളുടെ പണത്തിന്റെ കനമനുസരിച്ചായിരിക്കും എന്നു മാത്രം.

അതുപോലെ സാധാരണക്കാർ മാത്രമല്ല സാമ്പത്തികമായി മുന്നിൽ നിൽക്കുന്നവർ പോലും വെളിച്ചത്തിലേക്കു പാഞ്ഞടുക്കുന്ന ഈയാംപാറ്റയാകുന്ന സന്ദർഭമുണ്ട്. റിഡക്ഷൻ സെയിൽസ് എന്നാണു പേരതിന്.

നൂറു രൂപ മുടക്കൂ ആയിരം നേടൂ, ആയിരം രൂപയുടെ വസ്ത്രങ്ങൾ നൂറു രൂപയ്ക്ക്, ഒന്നിന്റെ വിലയ്ക്ക് മൂന്നെണ്ണം..... ഓഫറുകൾ നമ്മളെ കാത്തിരിക്കുകയാണ്. ഒരു നിമിഷത്തെ ചിന്ത പോലുമില്ലാതെ നമ്മൾ പഴയ നല്ല വീട്ടുപകരണങ്ങൾ മാറ്റി പുതിയവ വാങ്ങും. കാരണം ഓഫറുണ്ട്. എന്നാൽ നാം ഓർക്കാത്ത ഒന്നുണ്ട്. ഏതൊരു ഓഫറും ഉപഭോക്താക്കളുടെ നന്മയെക്കരുതി സൃഷ്ടിച്ചിരിക്കുന്നവയല്ല. മറിച്ച് അവരുടെ പണം എങ്ങനെ സ്വന്തം ലാഭമാക്കി മാറ്റാം എന്ന ചിന്തയിൽ വളരെ കൃത്യമായ പ്ലാനിങ്ങിൽ തയ്യാറാക്കപ്പെടുന്നവയാണ് എന്ന്.

ഒരു പുതിയ സംരംഭത്തിന് ഇറങ്ങിപ്പുറപ്പെടുകയാവട്ടെ. നമ്മുടെ

പണം കൊണ്ട് ഒരു സാധനം വാങ്ങുകയാകട്ടെ, ചിലവഴിക്കുന്ന ധനം നമ്മുടെ ഇത്തിരി നീക്കിയിരുപ്പിൽപ്പെടുന്നതാണ് എന്നു മറക്കാതിരുന്നെങ്കിൽ! ധനകാര്യമാണോ? എങ്കിൽ അതീവ ശ്രദ്ധ ആവശ്യമാണ്.

ഒരു പരീക്ഷക്കാണു നാം തയ്യാറെടുക്കുന്നതെങ്കിൽ, പരീക്ഷാവിജയത്തെക്കുറിച്ചു ചിന്തിക്കുന്നതിനൊപ്പം അതിന്റെ സർവ്വവിധമായ പരാജയ സാധ്യതകൾ പരിശോധിക്കുകയും വേണം. സ്കൂൾ തലം കഴിഞ്ഞാൽ മാർക്കിനുമപ്പുറം, സ്കോറുകൾക്കാവും പ്രാധാന്യം. അതു പല ഉന്നത തല കോഴ്സുകളുടേയും അടിസ്ഥാനമാകും. ഇനിയും ചില പരീക്ഷകളിൽ വിജയം നിശ്ചയിക്കുന്നത് ഒരു വിഷയത്തിലെ പാസ് മാർക്ക് മാത്രം നോക്കിയാവില്ല. മറിച്ച് ഓരോ വിഷയത്തിനും നിശ്ചിത ശതമാനവും എല്ലാ വിഷയങ്ങൾക്കും കൂടി നിശ്ചിത മാർക്കും ആവശ്യമായി വരും. മറ്റു ചില പരീക്ഷകളിൽ എഴുത്തുപരീക്ഷ ഒരു പ്രാഥമികതലം മാത്രമായിരിക്കും. അവയുടെ അടുത്ത ലവൽ നിങ്ങൾ ആ വിഷയത്തിൽ എത്ര മാത്രം അവഗാഹത്തോടെ ഇടപെടുന്നു എന്നതു കൂടി പരിഗണിക്കും. പ്രോജക്ടുകൾ, ലേഖനങ്ങൾ ഒക്കെ അതിന്റെ ഭാഗമായി വരും. അപ്പോൾ തയ്യാറെടുപ്പുകൾ അത്രയേറെ സാങ്കേതിക മികവോടെ ആകേണ്ടി വരും.

ഒരു കാര്യത്തിലേക്ക് ഇറങ്ങുവാൻ നിശ്ചയിച്ചാൽ അതു തുണിക്കടയ്ക്കു മുന്നിലെ, ഒന്നെടുത്താൽ അഞ്ചെന്ന വാഗ്ദാനം കണ്ട് അകത്തു കയറുന്നതു പോലാകരുത്. മറിച്ച്, ആ ഒരു സംഗതിയിൽ സംഭവിച്ചേക്കാവുന്ന സർവ്വവിധമായ പ്രശ്നങ്ങളും മുൻകൂട്ടിക്കാണുകയും അവ എഴുതി തയ്യാറാക്കി, അതിനെ ഘട്ടങ്ങളായി തിരിച്ച് ഓരോ ഘട്ടത്തിനും സമയപരിധി നിർണ്ണയിച്ച്, ഓരോ ഘട്ടത്തിലും വന്നേക്കാവുന്ന തടസങ്ങൾ കൂടി കണക്കിലെടുത്താകണം ഒരുക്കങ്ങൾ നടത്തേണ്ടത്.

ഇനി വ്യക്തിപരമായ ബിസിനസ് ചിന്തകൾ മാറ്റി വച്ച്, കൂട്ടായി ഒരു സംരംഭത്തെക്കുറിച്ചു ചിന്തിച്ചാലോ? പെട്ടെന്ന് ഓർമ്മ വരുന്നത് ഒരു കഥയാണ്. ശുദ്ധഗതിക്കാരനായ ആ പഴയ രാജാവിന്റെ കഥ.

രാജാവിന് ഒരു സുപ്രഭാതത്തിൽ ഒരു ചിന്ത. ജനങ്ങളെ വിളിച്ചു കൂട്ടി അവരുടെ നിർദ്ദേശങ്ങൾ പരിഗണിച്ചു കൊണ്ട് ഒരു രാജധാനി പണിയുക. അദ്ദേഹത്തിന്റെ പ്രധാനമന്ത്രി ഈ ആഗ്രഹം കേട്ട ഉടൻ തന്നെ ആപത്താണത് പ്രഭോ എന്ന് പറയാൻ ശ്രമിച്ചുവെങ്കിലും രാജാവതു കേൾക്കാൻ കൂട്ടാക്കിയില്ല. അങ്ങനെ സഭ ആരംഭിച്ചു. വലിയ മൈതാനത്തിലാണ് സഭ. പ്രജകൾക്കു മുന്നോട്ടു കടന്നു വന്ന് അഭിപ്രായം പറയാം. അഭിപ്രായം മാത്രം പറഞ്ഞാൽ മതിയല്ലോ. അതു കൊണ്ടു അതിനൊരു ലോഭവും ഉണ്ടായില്ല. ചിലർ നീളത്തിലെന്ന്, ചിലർ ചതുരത്തിലെന്ന്,

മറ്റു ചിലർക്കു വട്ടത്തിൽ വേണം, ഇനി ഒരു കൂട്ടർക്കോ നക്ഷത്രം പോലെ. അങ്ങനെ ആദ്യ ദിവസം, ത്രിശങ്കുവിന്റെ നിലം തൊടാതെ നിൽക്കുന്ന കൊട്ടാരമെന്ന ആശയം വരെ മുന്നോട്ട് വന്നു. ചർച്ച എങ്ങുമെത്തിയില്ല. ഇതിനിടയിൽ മറ്റൊരു കൂട്ടർ എത്തി.

അവർ പറഞ്ഞു,

'മഹാരാജൻ, അടിയൻ അങ്ങയെ അടുത്തു കാണുവാനുള്ള ആഗ്രഹത്താൽ ഇവിടേക്കു വന്നതാണ്. പട്ടിണിയാണ്. അങ്ങു കൊട്ടാരം എങ്ങനെ വേണമെങ്കിലും നിർമ്മിക്കൂ. എന്നാലും അങ്ങയുടെ പ്രജയായ എനിക്കു ജീവിതവൃത്തിക്ക് ഒരു നിവർത്തിയുണ്ടാക്കാൻ കനിവുണ്ടാകണം.'

അതോടെ ആ ദർബാർ രാജാവു പിരിച്ചുവിട്ടു.

ഇതൊരു വെറും കഥ. പക്ഷേ, പലപ്പോഴും പല നല്ല പ്രോജക്ടുകളും നടപ്പിലാക്കാനാകാതെ പോകുന്നതും ഇത്തരത്തിൽ അനാവശ്യമായ ബാഹ്യ ഇടപ്പെടൽ സംഭവിക്കുന്നതിലൂടെയാണ്. ഒരു കൂട്ടം ആളുകളോടു ക്രിയാത്മകമായ നിർദ്ദേശം ആവശ്യപ്പെട്ടാൽ അവർ നൽകുന്ന മറുപടി പലപ്പോഴും സന്ദർഭോചിതമാകണമെന്നില്ല.

ഇത്തരം സാഹചര്യങ്ങളിൽ നിർദ്ദേശങ്ങൾ സ്വീകരിക്കേണ്ടി വരുന്ന സന്ദർഭത്തിൽ ആ പ്രത്യേക സന്ദർഭത്തിന്റെ പ്രാധാന്യത്തെക്കുറിച്ച് ഓരോ അംഗങ്ങൾക്കും വ്യക്തമായ ധാരണ നൽകണം. പലപ്പോഴും ഗ്രൂപ്പുകളിൽ സംഭവിക്കുന്നത്, അത്തരം പ്രവർത്തനത്തിൽ തൃപ്തിയോ ആ പ്രവർത്തനത്തിന്റെ ആവശ്യകതയിൽ മതിപ്പോ ഇല്ലാത്ത ഒരംഗം ആ ചർച്ചയെ വഴിതിരിച്ചുവിടും. ക്രമേണ ആ ഒത്തുചേരലിന്റെ സാംഗത്യം തന്നെ നഷ്ടമാകും. എന്തിനാണോ ചർച്ച തുടങ്ങിയത്, അതു വെറും ഒത്തുചേരൽ മാത്രമായി മാറും.

നല്ല പല പദ്ധതികളും നടപ്പിലാക്കപ്പെടാതെ പോകുന്നത് ഇത്തരത്തിലാണ്.

നമ്മുടെ നാട്ടിൽ ഒത്തുചേർന്നുള്ള സംരംഭങ്ങൾ തുലോം കുറവാണ്. ഉണ്ടെങ്കിൽ തന്നെ പലതും സർക്കാർ തലത്തിലാണ്. പല പദ്ധതികളും വലിയ ആവേശത്തോടെ ആരംഭിക്കുകയും ഒടുവിലത് ഉപേക്ഷിക്കുകയും ചെയ്യുന്നു. അതുമല്ലെങ്കിൽ കേട്ടു പഴകിയ ഒരാശയം മാത്രം നടപ്പിലാക്കി സമാധാനിക്കാൻ ശ്രമിക്കും നമ്മൾ. കുടുംബശ്രീ യൂണിറ്റുകൾ മിക്കവയും ശ്രദ്ധ വെക്കുന്നതു മസാലപ്പൊടി, പലഹാരം, തുണിസഞ്ചി, മാസ്ക്, ക്ലീനിങ് സൊല്യൂഷൻ എന്ന രീതിയിലാണ്. എന്നാൽ ഇന്നത്തെ യുവതലമുറ പഠന കാര്യത്തിൽ എത്രയോ മുന്നിലാണ്. ഒരു സോഫ്റ്റ്‌വെയർ കമ്പനിയെക്കുറിച്ചു കുടുംബശ്രീ തലത്തിൽ ചിന്തിക്കാൻ

കേരളം പോലൊരു സംസ്ഥാനത്ത് എത്ര പേർക്കു സാധ്യമാകുന്നു?

അത്തരം വലിയ ആശയങ്ങളിലേക്കു കടക്കാൻ നമുക്കു തടസമാകുന്നത് ആശയരൂപീകരണത്തിന്റെ ഘട്ടത്തിൽ വരുന്ന അനുയോജ്യമല്ലാത്ത ഇടപെടലുകൾ നിമിത്തമാണ്. ഇതു സ്ക്കൂൾ തലം മുതൽ പ്രകടമായി അനുഭവപ്പെടുന്ന ഒന്നാണ്. കുട്ടികളെ ഒരു പ്രത്യേക രീതിയിൽ അച്ചടക്കത്തോടെ മുന്നോട്ടു കൊണ്ടു പോകുവാൻ ശ്രമിക്കുന്ന അധ്യാപകർ കുറച്ചു കഴിയുമ്പോൾ ആ ഗ്രൂപ്പിലെ അംഗങ്ങളുടെ (ഇവിടെ ക്ലാസിലെ വിദ്യാർത്ഥികളുടെ) ബാഹുല്യം നിമിത്തം, മറ്റു തടസ്സങ്ങൾ നിമിത്തം (ഇന്നു ടെസ്റ്റ് പേപ്പർ വേണ്ട ടീച്ചർ, അതല്ലങ്കിൽ സമരം, ഹർത്താൽ തുടങ്ങിയവ) ലക്ഷ്യം ഉപേക്ഷിക്കുന്നു. ഇതു കണ്ടു വളരുന്ന കുട്ടികൾ മുതിർന്നു കഴിയുമ്പോഴും ഒരു പ്രത്യേക ലക്ഷ്യം മുൻനിർത്തിയുള്ള സഞ്ചാരപഥത്തിൽ നിന്ന് അതിവേഗം പുറത്തു കടക്കുവാനാകും ശ്രമിക്കുക.

ഒരു ലക്ഷ്യത്തെ ലഘൂകരിച്ച് ഇല്ലാതാക്കുന്ന പ്രവണതയാണു യഥാർത്ഥത്തിൽ നമ്മുടെ നാട്ടിൽ സംരംഭങ്ങൾ വർദ്ധിക്കാത്തതിന്റേയും ഉണ്ടായി വരുന്നതു നിലനിൽക്കാത്തതിന്റേയും അടിസ്ഥാന കാരണം. ഒപ്പം സ്വയം പാലിക്കേണ്ട അച്ചടക്കത്തിന്റെ അഭാവവും.

ഒരു തുടക്കക്കാരന്റെ ബിസിനസ് പ്രശ്നങ്ങളും സാധ്യതകളും, ഒപ്പം ഒരുകൂട്ടം ആളുകൾ ഒത്തുചേർന്നാണെങ്കിൽപ്പോലും എന്തു ചെയ്യാൻ സാധിക്കും ഈ മേഖലയിൽ, എന്ന ചിന്തകളും പങ്കുവച്ചു ആനന്ദ് മടങ്ങി.

തയ്യാറെടുപ്പു കൃത്യതയോടെയല്ലെങ്കിൽ നമ്മുടെ സ്വപ്നങ്ങൾ തകർന്നടിയും. അതിനാൽ വാഗ്ദാനങ്ങളിൽ വഞ്ചിതരാകാതെ പ്ലാനിങ്ങിന്റെ സുരക്ഷിത പാളങ്ങളിലൂടെ സഞ്ചരിക്കാൻ നമുക്കു ശ്രദ്ധ വയ്ക്കാം.

○○

അധ്യായം 44
ടീം സ്പിരിറ്റ്

'എന്റെ പരീക്ഷയാണ് ആദ്യം. അപ്പോൾ, ചേച്ചി എന്നെ സഹായിക്കണ്ടേ? അമ്മ പറയൂ, ടീം സ്പിരിറ്റ് വീട്ടിലും വേണ്ടേ?'

'അമ്മേ... വീട്ടിലെന്ത് ടീം സ്പിരിറ്റ്? അവനോട് പഠിക്കാൻ പറയമ്മേ...'

സത്യം പറഞ്ഞാൽ അച്ചു പറഞ്ഞതിൽ കാര്യമില്ലാതില്ല. 'കുടുംബത്തിൽ ടീം സ്പിരിറ്റ് വേണോ?' എന്നതാണല്ലോ അവന്റെ ചോദ്യം. 'വേണം' എന്നതാണ് ഉത്തരം.

അപ്പോൾ ചോദിക്കാം അച്ഛന്റെ ലക്ഷ്യമല്ല അമ്മയുടേത്. അത് രണ്ടുമല്ല മക്കളുടേത്. ഒരാൾക്ക് ഇഞ്ചി പക്ഷമെങ്കിൽ മറ്റേയാൾക്കു കൊഞ്ചു പക്ഷം. ഈ സാഹചര്യത്തിൽ ടീം സ്പിരിറ്റിന് എന്തു കാര്യം? ഫുട്ബോൾ കളിയൊന്നുമല്ലല്ലോ ജീവിതം എന്നും ചിന്തിക്കാം.

കുടുംബത്തിന് ഒരു ലക്ഷ്യമാണുള്ളത് എന്നതാണ് നാം മനസ്സിലാക്കേണ്ടത്. നാലു പേരുണ്ടെങ്കിൽ നാലുപേരും നാലു വഴികളിലൂടെ സഞ്ചരിച്ച് ഒരേ ലക്ഷ്യത്തിലെത്തുന്നു. കുടുംബത്തിന്റെ ലക്ഷ്യം സാധാരണ ഗതിയിൽ സാമ്പത്തികഭദ്രത, ആരോഗ്യം, വിദ്യാഭ്യാസപരമായ ഉന്നതി, ഉദ്യോഗം, സാമൂഹികമായ അംഗീകാരം എന്നിവയാണ്. ഇത്രയും കാര്യങ്ങളിൽ സുരക്ഷിതരാകാൻ ഓരോരുത്തരും വ്യത്യസ്ത മാർഗ്ഗങ്ങളിലൂടെ സഞ്ചരിക്കുന്നുവെന്നു മാത്രം.

അപ്പോൾ, 'വ്യത്യസ്ത മാർഗ്ഗങ്ങളിലൂടെ സഞ്ചരിക്കുന്നവർക്കിടയിൽ എങ്ങനെയാണു ടീം സ്പിരിറ്റു വളർത്തുക?' എന്നു ചിന്തിക്കാം.

ഉദാഹരണത്തിനു ഗൃഹത്തിലെ സാമ്പത്തിക ഭദ്രതയും ആരോഗ്യവും മാത്രമെടുക്കാം. ഇവിടെ ഓരോ അംഗങ്ങൾക്കും ഏറെക്കാര്യങ്ങൾ ചെയ്യാനുണ്ട്. അതായതു വീട്ടിൽ ജോലിക്കാരി ഉണ്ടെന്നു വക്കുക. കുടുംബാംഗങ്ങൾ ഒത്തൊരുമിച്ചു നിന്നാൽ അവരുടെ സേവനം നിത്യേന യെന്നത് ആഴ്ചയിൽ ഒരു ദിവസത്തേക്കു ചുരുക്കി കാശു ലാഭിക്കാം. ഇവിടെ രണ്ടു നേട്ടങ്ങളുണ്ട്. സ്വന്തം വീട് എങ്ങനെ സ്വയം വൃത്തിയാ

ക്കി പരിരക്ഷിക്കാമെന്ന പ്രായോഗിക പരിജ്ഞാനം ലഭിക്കും. അതുപോലെ രാവിലെയുള്ള വ്യായാമം എന്ന നിലയിൽ ജോലികൾ എല്ലാവരും ഒന്നിച്ചു ചെയ്യുമ്പോൾ കുടുംബത്തിനുള്ളിലെ ആശയ വിനിമയതോത് വർദ്ധിക്കുന്നു. കൂടാതെ ആരും അധികം ശ്രദ്ധിക്കാത്തതും എന്നാൽ വളരെ പ്രാധാന്യമുള്ളതുമായ ഒന്നുണ്ട്. അത് ഏതെങ്കിലും തരത്തിലുള്ള അസുഖങ്ങളുടെ പ്രാഥമിക ലക്ഷണങ്ങൾ കണ്ടെത്താൻ സാധ്യത കൂടുന്നു എന്നതാണ്.

വിശദമായി പറഞ്ഞാൽ,

'എന്തു പറ്റി അമ്മക്ക് പതിവില്ലാത്ത ക്ഷീണം?'

'അച്ഛൻ നടക്കുമ്പോൾ വല്ലാതെ കിതക്കുന്നു, ഇത് പതിവുള്ളതല്ല.'

'മോൾക്ക് രാത്രി പനിയുണ്ട്. ഡോക്ടറെ കാണിക്കണം.'

'മകന്റെ വെയ്റ്റ് കൂടിയിട്ടുണ്ട്. ഭക്ഷണം ശ്രദ്ധിക്കണം.'

ഇപ്രകാരം സ്വയമല്ലാതെ കുടുംബാംഗങ്ങൾക്ക് പരസ്പരം ആരോഗ്യപരമായ കാര്യങ്ങളിൽ ശ്രദ്ധ പതിപ്പിക്കുവാനാകും. ഇത് ഏതെങ്കിലും രോഗങ്ങൾ പിടിപെട്ടാൽ ആദ്യമേ തിരിച്ചറിയാൻ സഹായിക്കും.

ഇനി പഠന കാര്യങ്ങളിലാകട്ടെ.

അവിടേയും ടീം സ്പിരിറ്റിനു സ്ഥാനമുണ്ട്.

അതായതു മക്കളിൽ ഓരോരുത്തരുടേയും പഠന കാര്യത്തിൽ കുടുംബാംഗങ്ങൾക്കൊക്കെ ഏറെക്കാര്യങ്ങൾ ചെയ്യുവാനുണ്ട്.

ഉദാഹരണത്തിന്, മകൾക്കു മിലിട്ടറിയിൽ ചേരാനാണ് ആഗ്രഹമെന്നു കേട്ടു ഞെട്ടേണ്ട കാര്യമില്ല. കുടുംബത്തിന് അവളെ ആ ആഗ്രഹം പൂർത്തീകരിക്കുവാനുള്ള യത്നത്തിൽ സഹായിക്കാനാവും. തോൽവികളിൽ താങ്ങാകാനും മനസ്സു പതറാതെ കാക്കാനും വീട്ടുകാർക്കാവും. അതുപോലെ പഠനരീതിയിൽ മാറ്റം വരുത്തേണ്ടതുണ്ടെങ്കിൽ അതു കൂട്ടായിരുന്നു സംസാരിച്ചു പുതിയ മാർഗ്ഗങ്ങൾ കണ്ടെത്താം. മാതാപിതാക്കളുടെ സുഹൃത്തുക്കളിൽ നിന്നുള്ള നിർദ്ദേശങ്ങൾ ആരായാം. കുട്ടികളുടെ ലക്ഷ്യങ്ങൾക്കൊപ്പം മാതാപിതാക്കളുമുണ്ടെന്ന ചിന്ത കൊണ്ടു നമുക്കു കുടുംബത്തിനുള്ളിൽ തന്നെ സുരക്ഷിത അന്തരീക്ഷം സൃഷ്ടിക്കാം.

ടീം സ്പിരിറ്റ് നിലനിർത്തുവാൻ അത്യാവശ്യം വേണ്ട ചില കാര്യങ്ങളുണ്ട്.

1. തുറന്ന ആശയ വിനിമയം.
2. ഏതു ലക്ഷ്യവും ഭേദിക്കാനാവശ്യമായ പിന്തുണ നൽകൽ.
3. തോൽവികളിൽ കുറ്റപ്പെടുത്താതിരിക്കൽ.
4. താത്പര്യപൂർവ്വം കാര്യങ്ങൾ നിത്യവുമന്വേഷിക്കൽ.

ഇങ്ങനെയൊക്കെയാകുമ്പോഴും ഒരുവേള കുടുംബത്തിന്റെ പൊതു താത്പര്യത്തിനു വിരുദ്ധമായി ഏതെങ്കിലുമൊരംഗം പ്രവർത്തിച്ചാലെന്തു ചെയ്യും?

ആദ്യം അറിയേണ്ടതു നാം ഓരോ അംഗത്തിനും സംഭവിക്കുന്ന മാറ്റം തിരിച്ചറിയണം എന്നതു തന്നെയാണ്. അതിനു സാധിക്കാതെ വരുമ്പോഴാണു കുടുംബതാത്പര്യത്തിനു വിരുദ്ധമാണു വ്യക്തി താത്പര്യമെന്നു വൈകി തിരിച്ചറിയുക.

കുറ്റപ്പെടുത്തലുകളുടെ അകമ്പടിയില്ലാതെ ക്ഷോഭിക്കാതെ കാര്യങ്ങൾ സംസാരിക്കാം. അത്തരത്തിൽ സംസാരിക്കുമ്പോൾ ചിലപ്പോൾ കുടുംബത്തിന്റെ പൊതു നിലപാടുകൾ മാറിമറിയാനും സാധ്യതയുണ്ട്. പ്രണയം, വിവാഹം തുടങ്ങിയ വിഷയങ്ങളിൽ ഗുണവും ദോഷവും പറഞ്ഞു മനസിലാക്കി സ്വയം തീരുമാനമെടുപ്പിക്കുന്നതാണു നല്ലത്. അവിടെ വ്യക്തിപരമായ നിലപാടുകൾക്കു പ്രാധാന്യമുണ്ട്. കാരണം ഒരു വ്യക്തിയുടെ ഏറ്റവും സ്വകാര്യമായ ഇടമാണ് അയാളുടെ പങ്കാളിയെക്കുറിച്ചുള്ള സങ്കല്പവും ആശയങ്ങളും.

പലപ്പോഴും ഏറ്റവുമധികം വൈരുദ്ധ്യങ്ങൾ ഉണ്ടാകുന്ന രണ്ടു കാര്യങ്ങൾ, പ്രണയം/വിവാഹം, വിദ്യാഭ്യാസം/ജോലി എന്നിവയിലാണ്.

പ്രണയം/വിവാഹം എന്ന വിഷയത്തിൽ കുടുംബം എന്നതിനുപരിയായി സാമൂഹികമായ ചില വശങ്ങൾ കൂടിയുണ്ട്. മതം, രാഷ്ട്രീയം, ബന്ധുത്വം, സാമ്പത്തികം എന്നീ വശങ്ങൾക്കു സ്വാധീനം ചെലുത്തുവാൻ സാധിക്കുന്ന ഒന്നാണിത്. തന്റെ മകൾ ഒരു അന്യജാതി/മതസ്ഥനെ വിവാഹം കഴിക്കുവാൻ നിശ്ചയിച്ചാൽ എല്ലാം തകർന്നു എന്നു കരുതുന്ന വീട്ടുകാർ ഇന്നും ഒട്ടും കുറവല്ല. ഇവിടെ വൈകാരികമായ ഇടപെടലുകൾ ആണ് പ്രതിസ്ഥാനത്തു വരുന്നത്.

'എന്റെ മകൾ അല്ലെങ്കിൽ മകൻ എന്റെ പ്രതീക്ഷയെ തകർത്തു. ഇതു ഞാൻ അനുവദിക്കില്ല.'

ഈ വരി ശ്രദ്ധിക്കുക. ഇതിൽ 'എന്റെ' എന്നതിനും 'ഞാൻ' എന്നതിനുമാണ് പ്രാധാന്യം. മറ്റുള്ളതൊക്കെ അപ്രധാനമാണ്. അതിനാൽ തന്നെ അതിവൈകാരികമായിട്ടാകും സംഗതി അറിഞ്ഞു കഴിയുന്ന നിമിഷം മുതലുള്ള പ്രതികരണം. ഒന്നുകിൽ തളർന്നുവീഴൽ, അലമുറയിടൽ തുടങ്ങിയവ സ്ത്രീജനങ്ങൾ കാഴ്ചവയ്ക്കും അതേസമയം വെട്ടും കൊല്ലും പൂട്ടിയിടും തുടങ്ങിയ ആക്രോശങ്ങൾ പുരുഷൻമാരുടെ വകയായും സംഭവിക്കും. സ്വഭാവികമായും എതിർപ്പിന്റെ മുനക്ക് മൂർച്ച കൂടും. യുവജനം, '....ന്നാ അതൊന്നു കാണട്ടെ' എന്നാവും. ഇത്തരം നീക്കങ്ങളുടെ ഫലം ഒരിക്കലും നന്മയാവില്ല എന്ന് പറയേണ്ടതില്ലല്ലോ.

ഇതിനൊരു പോംവഴി എന്താണ്? മറ്റൊന്നുമല്ല സമാധാനത്തിന്റെ പാത സ്വീകരിക്കുക എന്നതു തന്നെ. വൈകാരിക വിക്ഷോഭങ്ങളേക്കാൾ സമചിത്തതയാണു നല്ലത്. കുടുംബത്തിലെ മുതിർന്നവർ ആദ്യം കാര്യങ്ങൾ മനസിലാക്കുക. അതിന്റെ അപകടം എത്രത്തോളമുണ്ടെന്നു പരിശോധിക്കുക. ഇതു ജാതിയുടേയോ മതത്തിന്റെയോ അടിസ്ഥാനത്തിലാകരുത്. നേരെ മറിച്ച് ആ വ്യക്തിയുടെ സാമൂഹികവും വ്യക്തിപരവുമായ പശ്ചാത്തലത്തിന്റെ അടിസ്ഥാനത്തിലാകണം. കേട്ടറിവുകളും മുൻവിധികളും ഈഗോയും മാറ്റിവയ്ക്കാം. അതിൽ പോസിറ്റീവ് ആണ് കാര്യങ്ങളെങ്കിൽ കാര്യങ്ങൾ മുന്നോട്ടു കൊണ്ടു പോകുവാൻ വേണ്ടതു ചെയ്യാം.

ഇനി മറിച്ചാണെങ്കിലോ? ഒരിക്കലും സംഭവിക്കാൻ പാടില്ലാത്തതാണെങ്കിൽ? ഇവിടെ തുറന്ന സംസാരം വേണ്ടിവരും. ഒരു ദിവസം കൊണ്ടു മാജിക് സംഭവിക്കില്ല. കുടുംബത്തിന്റെ പിന്തുണ പ്രധാനമാണ്. മെല്ലെ പറഞ്ഞു മനസിലാക്കുക എന്നതു മാത്രമാണ് വഴി.

ഒന്നുണ്ട്, പരസ്പരം താങ്ങായി മുന്നേറുന്ന കുടുംബങ്ങളിൽ പരാജയം സംഭവിക്കില്ല. അതെ, ടീം സ്പിരിറ്റ് അത്യാവശ്യമാണു കുടുംബങ്ങളിലും.

അധ്യായം 45
സ്വഭാവത്തിലെ പരിവർത്തനങ്ങൾ

നമുക്കു ചിരപരിചിതമായ ഒരു പരസ്യമുണ്ട്, ശ്വാസകോശം സ്പോഞ്ച് പോലെയാണെന്നു പറഞ്ഞ്, അതുപോലെ സിഗരറ്റ് പാക്കറ്റുകളിലെ ക്യാൻസർ ബാധിച്ച ചിത്രങ്ങൾ, ടിവി യിലെ മുന്നറിയിപ്പുകൾ, ഇതൊക്കെ ഉണ്ടായിട്ടും സിഗരറ്റു വലിക്കുന്നവർ അതു നിർത്തുന്നില്ല. ഒരാളുടെ സ്വഭാവത്തിൽ വ്യത്യാസം വരുത്താൻ ഇത്തരം പേടിപ്പിക്കുന്ന മുന്നറിയിപ്പുകൾക്കു സാധിക്കുമോ?

ഒരു വ്യക്തിയുടെ സ്വഭാവം അയാളുടെ കുടുംബത്തേയും അതുവഴി സമൂഹത്തേയും സ്വാധീനിക്കുന്ന ഒന്നാണ്. വ്യക്തികളിൽ മാറ്റം വരുത്താൻ നാം പല തരത്തിലെ മുന്നറിയിപ്പുകൾ നൽകാറുമുണ്ട്. സിഗരറ്റുവലിയുടെ കാര്യത്തിൽ വളരെ വ്യാപകമായി തന്നെ ദോഷവശങ്ങൾ മുന്നറിയിപ്പായി നൽകുന്നുണ്ട്. അതു പോലെ തന്നെ മദ്യപാനത്തിന്റെ കാര്യത്തിലും, നിരന്തരമായ മുന്നറിയിപ്പുകൾ എല്ലാ മാധ്യമങ്ങളിലൂടെയും നൽകി വരുന്നുണ്ട്.

പക്ഷേ, ഇതു കാണുന്ന ഒരു ചെയിൻ സ്മോക്കർ ചിന്തിക്കുന്നതെന്താവും?

ലോകത്തുള്ള പുകവലിക്കാരെല്ലാം ക്യാൻസർ വന്നു മരിക്കുന്നില്ല. നന്നായി ബീഡി വലിച്ചിരുന്ന വല്യപ്പൻ തൊണ്ണൂറ്റഞ്ചാം വയസിൽ വീണ് എല്ലൊടിഞ്ഞു കിടന്നാണു മരിച്ചത്. ഇങ്ങനെ, ഒരു പുകവലിക്കാരൻ അതു തുടർന്നു കൊണ്ടുപോകാൻ നൂറു ന്യായങ്ങൾ കണ്ടെത്തും. കാരണം ആരും തന്നെ പുകവലിച്ച ഉടനെ വീണു മരിച്ചിട്ടില്ല. എന്നാൽ ഒരു കുപ്പി വിഷം ആരും മുന്നറിയിപ്പു നൽകിയില്ലെങ്കിലും ആരും അറിഞ്ഞു കൊണ്ട് കുടിക്കില്ല. മരണമോ അല്ലെങ്കിൽ അത്രയും ഗുരുതരാവസ്ഥയോ ഇവിടെ നിശ്ചയമാണ്. എന്നാൽ ചില ദുഃശീലങ്ങളുടെ കാര്യത്തിൽ പൊടുന്നനെ ഒരു ദുരന്തം ഉണ്ടാകാത്തതിനാൽ എത്ര മുന്നറിയിപ്പുണ്ടായിരുന്നാലും അത് അവഗണിച്ചു മുന്നോട്ടു പോകാനേ ശ്രമിക്കൂ.

അപ്പോൾ പിന്നെ ഒരാളുടെ സ്വഭാവത്തിൽ മാറ്റം വരുത്താൻ കുടുംബത്തിന് എങ്ങനെ ഇടപെടാനാകും?

ഭീഷണികളും നിർബന്ധങ്ങളും ഒന്നും ഉദ്ദേശിച്ച ഫലം നൽകില്ല.

ഇതു വളരെ ശ്രദ്ധിക്കേണ്ട ഒരു നിർദ്ദേശമാണ്. പലപ്പോഴും നമുക്കറിയാം മദ്യപൻമാരോടു മദ്യത്തിന്റെയും, പുകയില ഉപയോഗിക്കുന്നവരോട് അതിന്റേയും ദൂഷ്യവശങ്ങൾ പറയുന്നതു കൊണ്ടും യാതൊരു ഫലവുമുണ്ടാകുന്നില്ല എന്നത്. ഒരു കൊച്ചു കുട്ടി അവന്റെ അച്ഛൻ വലിക്കുന്ന സിഗരറ്റ് എടുത്തു ചുണ്ടിൽ വച്ചു സിഗരറ്റ് വലിക്കുന്നതായി ഭാവിച്ചാൽ അവനോടു നമ്മൾ പറയുക, അയ്യോ, മോനേ സിഗരറ്റ് വലിച്ചാൽ അസുഖം വരുമെന്നോ മരിക്കുമെന്നോ ആകും. എന്നാൽ ആ കുട്ടി കാണുന്നതെന്താണ്? അച്ഛൻ പുക വലിക്കുന്നു. പക്ഷേ കുഴപ്പമൊന്നുമില്ല. ഈ ബോധം നിലനിലക്കുന്ന കുഞ്ഞു വലുതായശേഷം യഥാർത്ഥത്തിൽ പുകവലിക്കുമ്പോഴും അസുഖത്തെക്കുറിച്ചുള്ള ഏതു മുന്നറിയിപ്പും അവഗണിക്കുകയേ ഉള്ളൂ. അതിനാൽ തന്നെ വീട്ടിലെ ഒരംഗത്തിന്റെ സ്വഭാവത്തിൽ മാറ്റം വരുത്താൻ വേണ്ടി പേടിപ്പിക്കൽ വേണ്ട തന്നെ.

കൗമാരപ്രായക്കാരിൽ പലവിധത്തിലെ സ്വഭാവദൂഷ്യങ്ങൾ പൊടുന്നനെ കടന്നു വരുന്നതു നമ്മൾ ശ്രദ്ധിച്ചിട്ടുണ്ടാകും. മോശം കൂട്ടുകെട്ട്, ലഹരിവസ്തുക്കളുടെ ഉപയോഗം, മൊബൈലിന്റെ അമിതമായ ഉപയോഗവും, ഗെയിമുകളും ഇങ്ങനെ പലതരത്തിലാണു പ്രശ്നങ്ങൾ. ശാരീരികവും മാനസികവുമായി മാറ്റങ്ങൾ ഉണ്ടാകുന്ന കാലഘട്ടമായതിനാൽ മുതിർന്നവരുടെ വാക്കുകളും ഉപദേശങ്ങളും ഗുണത്തേക്കാളേറെ ദോഷമാകും ഉണ്ടാക്കുക. കുട്ടി കരുതും ഇവർ എന്നെ അനാവശ്യമായി ഭയപ്പെടുത്തുകയാണ് എന്ന്. ഏറ്റവും എളുപ്പമുള്ള പരിഹാരമാർഗ്ഗം അവനെ അല്ലെങ്കിൽ അവളെ അലസമായിരിക്കുവാൻ അനുവദിക്കാതിരിക്കുക എന്നതാണ്. അവർക്കു താത്പര്യമുള്ള കാര്യങ്ങളിലേക്കു മെല്ലെ ശ്രദ്ധ ആകർഷിക്കുക. വീട്ടിലൊരു പച്ചക്കറി തോട്ടം ഉണ്ടാക്കുവാൻ സാധിച്ചില്ലെങ്കിലും ഒരു ചെറിയ ഫിഷ് ടാങ്കിൽ നാലു ഗപ്പികളെ വളർത്താൻ നൽകുന്നതു പോലും ഗുണപരമായ മാറ്റം സൃഷ്ടിക്കും.

പാചകം മിക്ക കുട്ടികൾക്കും ഇഷ്ടമാണ്. പക്ഷേ, അതിന് അവർക്ക് അവരുടേതായ ഇഷ്ടാനിഷ്ടങ്ങൾ ഉണ്ടാകുമെന്നു മാത്രം. ഒരു ദിവസം അടുക്കള അവർക്കു വിട്ടു നൽകാം. പരമ്പരാഗത സാമ്പാറിനും മീൻ കറിക്കും അവധി നൽകി ഒരു ദിവസം ചില ഭക്ഷണ പരീക്ഷണങ്ങൾക്കും സാധ്യത നൽകാം. അവശ്യഘട്ടങ്ങളിൽ ചെറു ഇടപെടലുകൾ മാത്രം നൽകി സംഗതി മറ്റൊരു ലവലിൽ എത്തിക്കാം. ഒരു വെറൈറ്റി

ആകാശത്തിനും ഉയരെ

ഫ്രൂട്ട് ജ്യൂസ് മകൻ ഉണ്ടാക്കി നൽകിയത് ആസ്വദിക്കുമ്പോൾ കൂടുതൽ ചിലവായ പഞ്ചസാരയെക്കുറിച്ച് ചിന്തിക്കാതിരിക്കാം. ഇത്തരം ഇടപെടലുകൾ വീടുകളിൽ ആരംഭിക്കുമ്പോൾ കുട്ടികൾ കൂടുതൽ ആത്മവിശ്വാസമുള്ളവരായി മാറും. അത്തരം കുഞ്ഞുങ്ങൾക്കു ലഹരിയുടെ സാന്ത്വനം ആവശ്യമായി വരില്ല.

കുട്ടികളാകട്ടെ മുതിർന്നവരാകട്ടെ സ്നേഹവും കരുതലും സാന്ത്വനവും ആഗ്രഹിക്കുന്നവരാണെന്നു മറക്കാതിരിക്കാം. അതിനു മൂന്നു മാസം പ്രായമുള്ള കുഞ്ഞെന്നോ തൊണ്ണൂറു കഴിഞ്ഞ വൃദ്ധരെന്നോ ഭേദമില്ല. കൂലിപ്പണിക്കാരനെന്നോ കലക്ടറെന്നോ വ്യത്യാസമില്ല. അടിസ്ഥാന പ്രമാണം മനുഷ്യനാണ് എന്നതു മാത്രമാണ്.

ചെറിയ മാറ്റങ്ങൾ പോലും തിരിച്ചറിയുക. പ്രോത്സാസാഹനം നൽകുക. എങ്ങനെയാണു നാം കുട്ടികളിലെ ചില മോശം സ്വഭാവങ്ങൾ മാറ്റിയെടുക്കുക?

ഉദാഹരണത്തിനു ചീത്ത വാക്കുകൾ ഉച്ചത്തിൽ പറയുന്ന ഒരു അഞ്ചു വയസുകാരനെ എങ്ങനെ മര്യാദക്കാരനാക്കും?

അടിയും ചീത്തപ്പറച്ചിലും കൊണ്ടു മാറുമോ? ചിലപ്പോൾ പേടി കൊണ്ടു മാറാം. അതു ശരിയായ രീതിയല്ല. യഥാർത്ഥത്തിൽ ആ സ്വഭാവത്തിനു മാറ്റം വരണം. അതെങ്ങനെ സാധിക്കും?

ആദ്യം അതിന്റെ മോശത്തരം പറഞ്ഞു കൊടുക്കുക. പിന്നീട് അവനാ വാക്കു പ്രയോഗിക്കാതിരിക്കുമ്പോൾ അവനെ അഭിനന്ദിക്കുക. മോൻ എത്ര മിടുക്കനായി എന്ന് പറയുക. ഈ രീതിയിൽ ഒരു ചീത്ത പ്രവണതയെ നല്ലതിലേക്കു നമുക്കു മാറ്റിയെടുക്കാനാകും. ഇതു തന്നെ മുതിർന്നവരിലും പരീക്ഷിക്കാം. പക്ഷേ, ഒരു ദുഃശ്ശീലം മാറ്റാൻ മുതിർന്ന ഒരാൾ സ്വയം തീരുമാനിക്കുകയാണ് ആദ്യം വേണ്ടത്. സ്വന്തം കുടുംബത്തിന്റെ സാമ്പത്തിക, ആരോഗ്യ കാര്യത്തിൽ ഉത്തമ ബോധമുള്ള ഒരാൾക്ക് അത്തരമൊരു തീരുമാനമെടുക്കുവാൻ സാധിക്കും. അയാൾ അത്തരമൊരു തീരുമാനത്തിൽ എത്തിച്ചേർന്നാൽ മറ്റു കുടുംബാംഗങ്ങൾക്കും ഇടപെടാനാകും.

ഇന്നു വലിച്ച സിഗരറ്റിന്റെ എണ്ണം കുറവാണ് അതിനാലൊരു ചെറിയ സമ്മാനം. അത്താഴത്തിന് ഏറ്റവും ഇഷ്ടമുള്ള കറികൾ തന്നെയാകട്ടെ. എന്ന മട്ടിൽ ഒരു ചെറു അഭിനന്ദനം നൽകിയാൽത്തന്നെ അതിന്റെ ഫലം വളരെ മികച്ചതായി മാറുന്നതു കാണാം.

അതുപോലെ മറ്റു ചില സംഗതികളുണ്ട് ഇലക്ട്രിസിറ്റി ബില്ല് തുടങ്ങിയവയുടെ വർദ്ധനവ് എങ്ങനെ കുറച്ചു കൊണ്ടു വരാം എന്നു നോക്കാം. ഒരാൾ വിചാരിച്ചാൽ മാത്രം നടക്കുന്ന കാര്യമല്ലിത്. കുടുംബം

ഒന്നാകെ തീരുമാനിച്ചാലേ അവിടെ തീരുമാനങ്ങളെടുക്കാനാവുകയുള്ളൂ.

ഇലക്ട്രിസിറ്റി ബില്ല് കുറച്ചാലുള്ള ഗുണത്തെക്കുറിച്ചു പറയുകയാവും കുറയ്ക്കാതിരുന്നാലുള്ള ദോഷത്തെക്കുറിച്ച് പറയുന്നതിലും നല്ലത്.

ദോഷവശങ്ങൾ കേൾക്കുമ്പോൾ മനസ് അതിൽ ശ്രദ്ധ വയ്ക്കില്ല. എന്നാലതിന്റെ ഗുണത്തെക്കുറിച്ചു പറയുമ്പോൾ ജാഗരൂകരാവുകയും ചെയ്യും.

കുടുംബത്തിനുള്ളിലെ ചെറിയ മാറ്റങ്ങൾ പോലും ഒരാളുടെ വ്യക്തി പരമായ ഉന്നതിക്കു ഏറെ സഹായകമായ ഘടകമാണ്. ചെറിയ കാര്യ ങ്ങളിലെ മാറ്റം നമുക്കു മുന്നിൽ തുറന്നു തരുന്നതു അനന്തവിഹായസ്സി ലേക്കു കുതിച്ചുയരുവാനുള്ള സാഹചര്യമാകും.

○○

അധ്യായം 46

പരിശ്രമത്തിന്റെ ഫലം

'ആന്റീ.. മടുത്തു. എത്ര വട്ടമായി തോൽക്കുന്നു. അതും നിസ്സാര വ്യത്യാസങ്ങൾക്ക്. എല്ലാവരും ചോദിക്കുന്നതു ജോലി കിട്ടുമ്പോൾ കിട്ടട്ടെ, അതിന്റെ പേരിൽ വിവാഹം വൈകിക്കുന്നതെന്തിനാ എന്നാണ്..'

ശനിയാഴ്ച വൈകുന്നേരം ആൽമരച്ചുവട്ടിലെ കൂട്ടായ്മക്കു മറ്റംഗങ്ങളേയും കാത്തിരിക്കുമ്പോഴാണു സിനി തന്റെ സങ്കടം കുടഞ്ഞിട്ടത്.

അന്നത്തെ ചർച്ച തോൽവികളെ ധീരമായി നേരിട്ട പ്രതിഭകളെക്കുറിച്ചായതിനാൽ, സിനിയോടു പറയുവാൻ ഒട്ടേറെ പ്രചോദനാത്മകങ്ങളായ ജീവിത കഥകൾ മനസിൽ കടന്നു വന്നു.

പടിഞ്ഞാറൻ കാറ്റിൽ അരയാലിലകൾ ഇളകിയാടി.

ഞാൻ കണ്ണടച്ചിരുന്നു.

ഞാൻ ഓർത്തത് മറ്റൊന്നുമല്ല, പത്തിരുപത്തെട്ട് അംഗങ്ങളുള്ള ഒരു കൂട്ടുകുടുംബത്തെക്കുറിച്ച് ആയിരുന്നു.

ഇനി പെൺകുഞ്ഞുങ്ങൾ പിറക്കരുതേയെന്നു പ്രാർത്ഥിച്ചുകൂടിയവർക്കിടയിലേക്കു പിറന്നു വീണ ഒരു പെൺകുഞ്ഞിനെക്കുറിച്ചായിരുന്നു.

ചുറ്റും മുറുമുറുപ്പുകൾ, അമർഷം, വിധിയെപ്പഴിക്കൽ...

അതിനിടയിൽ സ്വന്തം അച്ഛനമ്മമാർക്കു മാത്രം പ്രിയപ്പെട്ടവളായിരുന്ന ഒരു കുഞ്ഞു വളർന്നു.

ആ പെൺകുട്ടി,

അവളുടെ കഥ പറയേണ്ടത് ഏറെപ്പഴയ ഭൂതകാലത്തിന്റെ അതിശയോക്തികൾ കലർന്ന ഒന്നായല്ല. നേരെ മറിച്ചു വർത്തമാനകാലഘട്ടത്തിൽ, 'ദേ നോക്കൂ, അവളൊരു മിടുമിടുക്കിയാണല്ലോ.' എന്നു പറയാവുന്നത്രയും യാഥാർത്ഥ്യം ഉൾക്കൊള്ളുന്ന ജീവിത കഥയായി തന്നെയാണ്. അവൾ ജനിച്ചു വളർന്ന പശ്ചാത്തലമാണു, പശ്ചിമ ബംഗാളിലെ, ഭദ്രേശ്വറിൽ നിന്നുള്ള 'ശ്വേത അഗർവാൾ ഐഎ എസ്സിനെ' നമ്മൾ അടുത്തറിയേണ്ടുന്ന വ്യക്തിത്വമാക്കി, മറ്റുള്ളവർക്ക് അനുകരി

ക്കാവുന്ന ഒരു മാതൃകയാക്കി മാറ്റുന്നത്.

ഒരു കൂട്ടുകുടുംബമാകുമ്പോൾ ഭക്ഷണവും തല ചായ്ക്കാനൊരിടവും നിശ്ചയമായും ലഭിക്കും. പക്ഷേ സ്വന്തം വരുമാനമെന്നൊന്നുണ്ടാകില്ല. സ്വന്തം തീരുമാനങ്ങളെടുക്കുന്നതും ഏറെക്കുറെ അസാധ്യമായതു തന്നെ. ഒരു മകനെ പ്രസവിക്കുക അല്ലെങ്കിൽ ദത്തെടുക്കുകയെന്ന കുടുംബത്തിന്റെ ഭൂരിപക്ഷ അഭിപ്രായം തള്ളിക്കളഞ്ഞു കൊണ്ട് ശ്വേതയുടെ മാതാപിതാക്കൾ അവളെ ഇംഗ്ലീഷ് മീഡിയം സ്ക്കൂളിൽ മാസം 165 രൂപ ഫീസ് നൽകി പഠിപ്പിക്കുവാൻ തീരുമാനിച്ചു. പെൺകുട്ടികൾ ഇംഗ്ലീഷ് പഠിക്കേണ്ടതിന്റെ ആവശ്യകത ആ കുടുംബത്തിൽ മിക്കവർക്കും അപരിചിതമായിരുന്നു. പതിനെട്ടു വയസിൽ വിവാഹിതരാകേണ്ട പെൺകുട്ടികളെ ഇംഗ്ലിഷ് പഠിപ്പിക്കുന്നതു പാഴ്ച്ചിലവെന്നു ചിന്തിച്ച ഇടത്തു നിന്നു ശ്വേത പഠിച്ചു തുടങ്ങി. അതിനായി അച്ഛൻ ദിവസക്കൂലിക്കു പണിയെടുത്തു. മകൾ ബന്ധുവീടുകൾ സന്ദർശിക്കുമ്പോൾ ലഭിക്കുന്ന ഇത്തിരി നാണയങ്ങൾ പോലും ചേർത്തു വച്ച് അമ്മയെ ഏൽപ്പിച്ചു, ഫീസിനായി തന്റെ ഭാഗം അവളും നൽകി. കുട്ടിക്കാലത്തു തൊട്ടടുത്ത പോലീസ് സ്റ്റേഷനിലെ പോലീസുദ്യോഗസ്ഥനെക്കണ്ടു വലുതാകുമ്പോൾ പോലീസാകാൻ ആഗ്രഹിച്ചു. എന്നാൽ, പന്ത്രണ്ടാം ക്ലാസിൽ പഠിക്കുമ്പോൾ യാദൃശ്ചികമായി കലക്ട്രേറ്റിൽ ഒരാവശ്യത്തിനായി ചെല്ലേണ്ടിവരികയും അവിടെ ഉദ്യോഗസ്ഥർ അനാവശ്യമായി സമയം വൈകിക്കുകയും ചെയ്തപ്പോൾ നിശ്ചയിച്ച തീരുമാനം, ഭാവിയിൽ കലക്ടറാവുക തന്നെ ചെയ്യുമെന്ന നിശ്ചയം, അതായിരുന്നു ശ്വേതയെ പിന്നീടു മുന്നോട്ടു നയിച്ചത്. ആ കൂട്ടുകുടുംബത്തിലെ ആദ്യ ഡിഗ്രിക്കാരി, ആദ്യ എംബി എക്കാരി ഒക്കെ ശ്വേതയായിരുന്നു. അപ്പോഴും ബന്ധുക്കൾ അതേ വാചകം ആവർത്തിച്ചു. വിവാഹം എപ്പോഴാണ്? പെൺകുട്ടികൾ പഠിച്ചിട്ടെന്ത്?

എംബിഎ കഴിഞ്ഞ ശ്വേത ഒരു മൾട്ടിനാഷണൽ കമ്പനിയിൽ ജോലിയിൽ പ്രവേശിച്ചു. മാസങ്ങൾ കടന്നു പോയി. ഇതായിരുന്നില്ല തന്റെ ലക്ഷ്യമെന്ന് ഉറപ്പായതോടെ പതിമൂന്നാം മാസം ആ ജോലി ഉപേക്ഷിച്ചു. ശ്വേതയുടെ രാജി തീരുമാനത്തോടു കമ്പനിയിലെ മേധാവി പ്രതികരിച്ചത് ഇങ്ങനെയാണ്.

'അഞ്ച് ലക്ഷം പേർ എഴുതുമ്പോൾ തൊണ്ണൂറു പേർ ജയിക്കുന്ന പരീക്ഷക്കായി ഇത്ര നല്ല വരുമാനമുള്ള ജോലി ഉപേക്ഷിക്കുകയോ?'

ശ്വേതക്ക് മറുപടി ഒന്നു മാത്രമേ ഉണ്ടായിരുന്നുള്ളൂ.

'സർ, ആ തൊണ്ണൂറിൽ ഒരാളാകുവാനാണു ഞാൻ ജോലി രാജിവയ്ക്കുന്നത്.'

പിന്നീടു സിവിൽ സർവ്വീസിനുള്ള തയ്യാറെടുപ്പ്, കോച്ചിങ് സെന്ററുകൾക്കു തന്നെ സഹായിക്കാനാകില്ലെന്നു തിരിച്ചറിഞ്ഞ ശ്വേത, തനിക്കു മുൻപ് ആ കടമ്പ കടന്നവരെ കണ്ട് അവരുടെ അഭിപ്രായങ്ങളും അവരുടെ പരിശീലന രീതികളും മനസിലാക്കി. പിന്നെ സ്വന്തം നിലയിലായി പഠനം.

കൊൽക്കത്തയിലെ ഒറ്റമുറി ഫ്ലാറ്റിൽ രാവും പകലും തനിച്ചിരുന്നു പഠിക്കുക, അങ്ങനെ കടന്നു പോയ വർഷങ്ങൾ. മൂന്നു തവണ പരാജയത്തിന്റെ കയ്പ്പ്. മാനസികമായും ശാരീരികമായും തളർന്ന ഘട്ടം. സ്വന്തം തീരുമാനമാണ്. കൂട്ടായി അച്ഛനുമമ്മയുമുണ്ട്, എന്നിരുന്നാലും സമൂഹം വെറുതേ വിടില്ലല്ലോ.

'എന്തായി? തോറ്റു അല്ലേ? എന്നാ ഇനി വിവാഹം കഴിക്കരുതോ?' തുടങ്ങിയ ചോദ്യങ്ങൾക്കിടയിൽ നാലാംവട്ടം ഐആർഎസ് നേടി. പക്ഷേ, ഉള്ളിലെ ശ്വേത സമ്മതിച്ചില്ല. അഞ്ചാം തവണ ഐപിഎസ് തേടിയെത്തി.

വേണമെങ്കിൽ ഇനി സ്വസ്ഥയാകാം. ഒട്ടും മോശമല്ലാത്ത സ്ഥാനത്ത് എത്തിയിരിക്കുന്നു. പക്ഷേ, ശ്വേതയുടെ ഉള്ളു സമ്മതിച്ചില്ല. 2016-ൽ അടുത്ത ശ്രമത്തിൽ പശ്ചിമ ബംഗാളിൽ നിന്നു വളരെക്കാലത്തിനു ശേഷം ഓൾ ഇന്ത്യാ ടോപ്പേഴ്സിൽ പത്തൊമ്പതാം റാങ്ക് നേടി ശ്വേത ഐ. എ. എസ്സിലേക്ക് എത്തിച്ചേർന്നു!

ഓരോ പരാജയത്തിനിടയിലും വിവാഹത്തെക്കുറിച്ചോർമ്മിപ്പിച്ചവരോട് അവർ പറഞ്ഞു,

'നോക്കൂ, 32 വയസു വരെയേ എനിക്കു സിവിൽ സർവ്വീസ് എഴുതുവാനാകൂ. വിവാഹം അതിനു ശേഷവുമാകാം.'

ശ്വേത അഗർവാൾ ഐ.എ.എസ്സിന്റെ ജീവിതം ശനിയാഴ്ച കൂട്ടായ്മയിലെ കുട്ടികളോട് പങ്കുവച്ചു കഴിഞ്ഞപ്പോൾ ഞാൻ ഒരു ചോദ്യം അവരോടു ചോദിച്ചു. ആ ചോദ്യമിതായിരുന്നു.

'എന്താണു ശ്വേത അഗർവാളിന്റെ യഥാർത്ഥ ശക്തി?'

ധാരാളം ഉത്തരങ്ങൾ വന്നുവെങ്കിലും ഒരു പെൺകുട്ടി മുന്നിലേക്കു കടന്നു വന്നു. അവൾ സംസാരിച്ചു തുടങ്ങി,

'ആന്റീ... ശ്വേത അഗർവാളിനെ ശ്വേത അഗർവാൾ ഐ.എ.എസ് ആക്കി മാറ്റിയത് അവരുടെ സ്വന്തം മനസ്സാണ്. ആ മനസ്സു തിരിച്ചറിഞ്ഞതാണു അവരുടെ വിജയം. യഥാർത്ഥ വിജയത്തിനു മുൻപായി കിട്ടുന്ന പ്രോത്സാഹന വിജയങ്ങളിൽ തട്ടി വീണു പോയില്ല അവർ. ആ വിജയങ്ങൾ തന്റെ കുതിപ്പിന്റെ അവസാനമായല്ല മറിച്ചു വീണ്ടും കുതിക്കുവാനുള്ള ഇന്ധനമാക്കി അവർ മാറ്റി. പിന്നീടുണ്ടായ പരാജയങ്ങളെ

വെറും പരാജയങ്ങളായി മറ്റുള്ളവർ കണ്ടു. എന്നാൽ അവർ മനസിലാക്കാത്ത ഒന്നുണ്ടായിരുന്നു. കട്ടി കൂടിയ തൂവലുകൾ കൊത്തിപ്പറിച്ചു പുതിയ തൂവലുകൾക്കായി കാത്തിരുന്ന പരുന്തിനെപ്പോലെ സ്വയം മാറ്റം വരുത്തിക്കൊണ്ടേയിരുന്നു ശ്വേത അഗർവാൾ. അതുവഴി സ്വന്തം ജീവിതവും, മുന്നേ നടന്നു പോയവർ തെളിച്ച വഴിയിലൂടെ ആകണമെന്നാരും നിർബന്ധം പിടിക്കേണ്ടതില്ല എന്നവർ സ്ഥാപിച്ചു. അതിന്റെ ഫലമാണ് അവരുടെ പത്തൊമ്പതാം റാങ്ക്. പെൺകുട്ടികൾ വിവാഹച്ചരക്ക് അല്ല എന്നു സ്വയം തിരിച്ചറിയേണ്ടതുണ്ട്.അങ്ങനെ തിരിച്ചറിഞ്ഞതു കൊണ്ടാണ് അവർ ലക്ഷ്യം ഭേദിച്ചത്.'

ഇത്രയും പറഞ്ഞു കഴിഞ്ഞ് അവൾ എന്നെ നോക്കി. സിനി ആയിരുന്നു അത്. അവളുടെ തിളങ്ങുന്ന കണ്ണുകളിൽ അവൾക്കു വേണ്ട ഉത്തരം കിട്ടിയ സംതൃപ്തിയുണ്ടായിരുന്നു.

ലക്ഷ്യത്തിനു വ്യക്തത ഉണ്ടെങ്കിൽ ആ ലക്ഷ്യം എത്ര വലുതുമാകട്ടെ അതു നേടാനാകും. അതിനു വേണ്ടത് തോൽവികളിൽ അടിപതറില്ല എന്ന ഉറപ്പു മാത്രമാണ്.

○○

അധ്യായം 47

കലഹത്തിനു കാരണം

'പരസ്പരം പറഞ്ഞു മനസിലാക്കുവാൻ കഴിയാത്ത പ്രശ്നങ്ങളുണ്ടോ?'

നല്ല ചോദ്യം.

പരസ്പരം പറഞ്ഞാൽ പോരേ? തീരില്ലേ?

തീരില്ല എന്നതാണു സത്യം. അതിന്റെ കാരണമാണു വിചിത്രം. തൊണ്ണൂറു ശതമാനം വഴക്കുകളുടേയും യഥാർത്ഥ കാരണം ആശയ വിനിമയത്തിനുള്ള വൈമുഖ്യമാണ്.

അതെന്തായെന്നല്ലേ? ആരും പറയേണ്ട കാര്യങ്ങൾ പറയാറില്ല. എന്നാലോ എന്താണോ പറയേണ്ടാത്തത്, അതു പറയുകയും ചെയ്യും. പറഞ്ഞു തീരുന്ന നിമിഷം തിരിച്ചറിയും ഈശ്വരാ പറയേണ്ടിയിരുന്നില്ലല്ലോ എന്ന്.

അതെന്താണെന്നല്ലേ? എന്താണു പറയാവുന്നത് എന്താണു പറയാൻ പാടില്ലാത്തത് എന്ന അറിവില്ലായ്മ കൊണ്ടു തന്നെ.

ഒരു ഉദാഹരണം നോക്കാം.

ഒരു വീട്ടിൽ, മകൻ വിവാഹിതനായി. പുതിയ പെൺകുട്ടി ആ കുടുംബത്തിലേക്കു കടന്നു വന്നു. അവൾ ജീവിച്ച സാഹചര്യമേ അല്ല ഭർത്താവിന്റെ വീട്ടിലേത്. അവൾ അമ്മയില്ലാതെ അച്ഛൻ വളർത്തിയ കുട്ടി. അച്ഛൻ അവൾക്കു നല്ല വിദ്യാഭ്യാസവും നൽകി. സ്വന്തം പങ്കാളിയെ തെരഞ്ഞെടുക്കുവാനുള്ള സ്വാതന്ത്ര്യവും നൽകി. അവൾ നന്നായി പഠിച്ചു ജോലിയും സാമ്പത്തിക സ്വാതന്ത്ര്യവും നേടി. അതിനിടയിലാണ് വിവാഹം. അതച്ഛന്റെ ആഗ്രഹപ്രകാരമായിരുന്നു. ഉടൻ വിവാഹം വേണ്ട എന്ന അവളുടെ തീരുമാനം മാറി. നല്ല സുന്ദരനായ ഉദ്യോഗസ്ഥനായ യുവാവുമായി ബന്ധം നിശ്ചയിച്ചുറപ്പിച്ചു. എല്ലാം ഭദ്രം.

പക്ഷേ, വിവാഹം കഴിഞ്ഞ് അധികം വൈകാതെ പ്രശ്നങ്ങളാരംഭിച്ചു. കേൾക്കുമ്പോൾ വളരെ നിസ്സാരപ്രശ്നം.

എന്നാൽ അവളെ സംബന്ധിച്ചു വളരെ ഗൗരവതരമായത്. സംഭവമി

താണ്. ഭർത്താവു ഭാര്യയെ മറ്റുള്ളവരുടെ മുന്നിൽ വച്ചു നീ എന്നും എടീ എന്നും വിളിച്ചു.

ഭാര്യയെ സംബന്ധിച്ച് ഒരിക്കലും സഹിക്കാൻ കഴിയാത്ത അഭിസം ബോധനകളായിരുന്നു അത്. അവളുടെ അച്ഛൻ അവളെ അങ്ങനെ വിളിച്ചിട്ടില്ല. മറ്റാരേയും വിളിക്കുന്നതു കേട്ടിട്ടുമില്ല. രണ്ടു ദിവസം കൊണ്ടു പ്രശ്നം വല്ലാതെ വഷളായി.

അച്ഛൻ മകളെ വിളിച്ചു. കാര്യങ്ങൾ വിശദമായി ചോദിച്ചറിഞ്ഞു. ഉള്ളി തൊലിക്കുന്ന പോലെ ഓരോ അടരുകൾ അടർത്തിമാറ്റി. ഏറ്റവും ഒടുവിൽ അച്ഛൻ കാരണം കണ്ടെത്തി. അദ്ദേഹം മരുമകനോടു കാര്യങ്ങൾ വിശദമാക്കി. അയാൾക്കും കാര്യങ്ങൾ പിടികിട്ടി. സ്വന്തം വീട്ടുകാരോട് അയാൾ കാര്യങ്ങൾ വിശദീകരിച്ചു. പിന്നീട് അച്ഛനും ഭർത്താവും ചേർന്നു കാര്യങ്ങൾ അവളെ പറഞ്ഞു മനസിലാക്കി ജീവിതം ശരിയായ ട്രാക്കിലേക്കു പിടിച്ചിട്ടു. ഇവിടെ ഭർത്താവും മാറ്റത്തിനു തയ്യാറായി എന്നതു പ്രധാന കാര്യമാണ്.

മറ്റൊരു കഥ കൂടി നോക്കാം.

ഇവിടെ ഭാര്യയും ഭർത്താവും അവരുടെ പതിനഞ്ചു വർഷം നീണ്ട ദാമ്പത്യം, പതിനഞ്ചു നിമിഷം പോലെ പറന്നു പോയി എന്നു ചിന്തിക്കുന്നവരാണ്. രണ്ടു പേർക്കും സ്ഥിരവരുമാനം. നല്ല ആരോഗ്യം, മക്കൾ പഠിക്കാൻ മിടുക്കർ, എല്ലാ ഭൗതിക സാഹചര്യങ്ങളും നൂറു ശതമാനവും മികച്ചത്. ദുഃശ്ശീലങ്ങൾ ഭർത്താവിനില്ല. ഭാര്യയും അതുപോലെ. പക്ഷേ, ഭാര്യക്ക് ഈയിടെയായി എന്തോ സംശയം ഭർത്താവിനെക്കുറിച്ച്. ആൾ രാത്രി വളരെ വൈകി മാത്രം ബെഡ് റൂമിലെത്തുന്നു. വന്നാൽ ഒന്നു കെട്ടിപ്പിടിച്ചു എന്നു വരുത്തി ഉറക്കം വരുന്നു എന്നോ, നല്ല ക്ഷീണമെന്നോ പറഞ്ഞു തിരിഞ്ഞു കിടന്ന് ഉറങ്ങുന്നു. ഭാര്യക്ക് ആദ്യം അത്ര കാര്യമായിത്തോന്നിയില്ലെങ്കിലും മെല്ലെ മെല്ലെ എന്തോ ഒരു വല്ലായ്ക തോന്നിത്തുടങ്ങി. അതോടെ ഉറങ്ങി ഉണരുമ്പോൾ മുൻപുണ്ടായിരുന്ന പ്രസന്നത നഷ്ടമായി. ഭർത്താവിന്റെ ചോദ്യങ്ങൾ ഒന്നുകിൽ അവഗണിക്കുകയോ അതുമല്ലെങ്കിൽ തർക്കുത്തരം പറഞ്ഞു ചൊടിപ്പിക്കുകയോ ചെയ്തു.

ഒരു ദിവസം അത്തരമൊരു പ്രതികരണത്തിനു മറുപടിയായി ഭർത്താവ് അവരുടെ വിവാഹ നാളുകളിൽ സംഭവിച്ച കുടുംബക്കാർ തമ്മിലുണ്ടായ ഒരു അസ്വാരസ്യം പുറത്തേക്കെടുത്തു. അതു ഭാര്യക്കു വലിയ നാണക്കേടായി. എന്തിനേറെ ഒരു മാസത്തിനുള്ളിൽ ഭർത്താവു വൈകി മാത്രം വീട്ടിൽ വന്നു കയറുവാൻ തുടങ്ങി. സ്വർഗ്ഗം നാണിക്കുമായിരുന്ന വീട്ടിൽ ചെകുത്താൻ ഭരണം തുടങ്ങി.

പറയാമോ എന്തായിരുന്നു അവിടെ യഥാർത്ഥ വില്ലനെന്ന്?

ഒരു കേടുവന്ന പല്ലായിരുന്നു സർവ്വതിനും കാരണമെന്നു പറഞ്ഞാൽ വിശ്വസിക്കുമോ?

എന്നാൽ സത്യമതായിരുന്നു.

ഭാര്യയുടെ വായിലെ മുൻ നിരയിലെ ഒരു പല്ലിന് കേടു ബാധിച്ചു. അതിനാൽ വായ്നാറ്റവും. മണങ്ങളുടെ കാര്യത്തിൽ ഒരു വിട്ടുവീഴ്ചക്കും സാധ്യമല്ലായിരുന്നു ഭർത്താവിന്. എന്നാൽ പഠിപ്പും ഉന്നത ഉദ്യോഗവുമുള്ള ഭാര്യയോടു വായ്നാറ്റം ഉണ്ട്, 'പോയി പല്ലുതേച്ചു വരൂ' എന്നു പറയാൻ ഭർത്താവു മടിച്ചു. ചെറിയ പല്ലുവേദന വന്നു തുടങ്ങിയിട്ടും വീട്ടുവൈദ്യം ചെയ്തു. 'ഓ സാരമില്ല' എന്നാണു ഭാര്യ ആ പല്ലു പ്രശ്നത്തെ കണ്ടത്.

ഒടുവിൽ ഭർത്താവ് ഹൃദയം തുറന്ന് ആ സങ്കടം ഉറ്റ സുഹൃത്തിനോടു പങ്കുവച്ചു. അയാൾ തന്റെ ഭാര്യയെക്കൊണ്ടു വളരെ നയപരമായി സുഹൃത്തിന്റെ ഭാര്യയെ ഒരു ഡന്റിസ്റ്റിനടുത്ത് എത്തിച്ചു വേണ്ട ട്രീറ്റ്മെന്റ് ചെയ്തു. ഏതായാലും വായ്നാറ്റം എന്ന വലിയ പ്രശ്നം മാറിയതോടെ ക്ഷമാപണത്തോടെ ഭർത്താവു ഭാര്യയ്ക്കരികിലെത്തി. മെല്ലെ മെല്ലെ ആ വീടു വീണ്ടും സ്വർഗ്ഗമായി.

ഒന്നു ചിന്തിച്ചാൽ ഇതുപോലുള്ള എത്രയെത്ര പരിഭവങ്ങളാണു നമ്മളെല്ലാവരും ഉള്ളിൽ ഒളിപ്പിച്ചു വയ്ക്കുന്നത്?

എന്തെങ്കിലും കാര്യമുണ്ടോയെന്നു ചോദിച്ചാൽ ഒരു കാര്യവുമില്ല. ഇല്ലേയെന്നു ചോദിച്ചാൽ വലിയ ബ്രഹ്മാണ്ഡ പ്രശ്നമാണുതാനും. ഈ ചെറിയ വലിയ പ്രശ്നങ്ങളെ കൈകാര്യം ചെയ്യുന്നതിലെ പിഴവാണ് ഒടുവിൽ വലിയ പ്രശ്നങ്ങളായി മാറുന്നതും കൈവിട്ടു പോകുന്നതും.

അസ്വാരസ്യങ്ങൾ തുറന്നു പറയുവാൻ തയ്യാറാവുന്നതു വളരെ പ്രധാനമാണ്. എന്നാൽ ആപ്പറയുന്നത് വെറും സംശയങ്ങളുടെ പുറത്ത് നിരന്തര ആക്രമണത്തിന്റെ മട്ടിലാകരുത് എന്നു മാത്രം.

ഒന്നാമത് എന്റെ പെരുമാറ്റം വളരെ സ്വാഭാവികമാണെന്നും ഞാനെങ്ങനെ ചിന്തിക്കുന്നുവോ അങ്ങനെ തന്നെയാണു മറ്റുള്ളവരും ചിന്തിക്കുകയെന്നും പ്രവർത്തിക്കുകയെന്നുമാണു നാം കരുതുക. ഈ വിശ്വാസം മാറ്റുക. ഓരോ വ്യക്തികളും ജനിച്ചുവളരുന്ന സാഹചര്യമാണ് അയാളുടെ ശീലങ്ങളും ഭാഷയും പ്രയോഗങ്ങളും പെരുമാറ്റ രീതികളും നിർണ്ണയിക്കുക. അപ്പോൾ പങ്കാളിയിൽ കാണപ്പെടുന്ന നമുക്കു യോജിക്കുവാനാകാത്ത പെരുമാറ്റ രീതികളുണ്ടെങ്കിൽ അതിന്റെ യഥാർത്ഥ കാരണം കണ്ടെത്താം.

ഉദാഹരണത്തിനു ചിലർ വിശേഷാവസരങ്ങളിൽ ഓരോരുത്തർക്കും

വസ്ത്രങ്ങളെടുക്കണമെന്ന ശീലക്കാരായിരിക്കും. എന്നാൽ ചിലർക്ക് അങ്ങനെയൊരു ശീലമേ കാണില്ല. ഇനി ചിലർക്ക് രാവിലെ ചായയോടൊപ്പം രണ്ടു ബിസ്ക്കറ്റു നിർബന്ധമാണ്. ഇതു പങ്കാളിക്ക് അറിയില്ലെങ്കിൽ?

ചിലർക്ക് ഉടുത്ത വസ്ത്രങ്ങൾ പിറ്റേന്നു തന്നെ കഴുകണമെന്ന നിർബന്ധമുള്ളവരാണ്. ചിലർക്കു വസ്ത്രമലക്കൽ സമയം കിട്ടുമ്പോൾ ചെയ്യേണ്ട ഒന്നാണ്. ഇനി ചിലർക്ക് ആഴ്ചയിലൊരിക്കൽ നിർബന്ധമായും ബെഡ്ഷീറ്റ് മാറ്റി വിരിക്കേണ്ടവരാണ്. എന്നാൽ മറ്റു ചിലർക്ക് അതത്ര ആവശ്യമുള്ള കാര്യമല്ല. ചിലർക്കു സ്വന്തം മേശപ്പുറം വളരെ അടുക്കും ചിട്ടയോടും കൂടി വേണം. എന്നാൽ മറ്റു ചിലർക്ക് ആകെ കുഴഞ്ഞുമറിഞ്ഞ് വലിച്ചു വാരിയിട്ടു വേണം.

അപ്പോൾ പരസ്പരം പറയേണ്ടത് എന്താണ്? നമുക്കു വളരെ ന്യായമെന്നു തോന്നുന്നതു നമ്മുടെ പങ്കാളിക്ക് അങ്ങനെയാകണമെന്നില്ല. നമുക്കു ശരികേടെന്ന് തോന്നുന്ന പെരുമാറ്റമുണ്ടായാൽ സംശയിക്കണ്ട തുറന്നു ചോദിക്കാം. അങ്ങനെ ചോദിക്കുമ്പോൾ അതിൽ എന്റെ ഭാഗമാണു ശരിയെന്ന ഭാവം വേണ്ട. കാരണം ശരിതെറ്റുകൾ എപ്പോഴും ആപേക്ഷികമാണ്. അതിനാൽ തന്നെ പരസ്പരം മുറിവേൽപ്പിക്കാതെ സംസാരിക്കുവാനായാൽ ഒരു പ്രശ്നം ഉണ്ടാകാതെ മുന്നോട്ടു പോകുവാനാകും.

കലഹങ്ങളുണ്ടാകാതെ നോക്കുകയാണു കലഹങ്ങളാൽ മുറിവേറ്റ ശേഷം അതു പരിഹരിക്കാൻ ശ്രമിക്കുന്നതിനേക്കാൾ നല്ലത്.

നമ്മുടെ ജീവിതലക്ഷ്യം പാതിവഴിയിൽ ഉപേക്ഷിക്കപ്പെടുന്നതിൽ ഒരു പ്രധാന ഘടകം കുടുംബ പ്രശ്നങ്ങളാണ്. വീട്ടിലെ തർക്കങ്ങളും അതുവഴി രൂപം കൊള്ളുന്ന അസ്വസ്ഥതകളും നിരാശകൊണ്ടു ലക്ഷ്യത്തിൽ നിന്നും വ്യതിചലിക്കുവാനോ ലക്ഷ്യം തന്നെ ഉപേക്ഷിക്കാനോ കാരണമാകും. ലക്ഷ്യങ്ങൾ ചെറുതോ വലുതോ എന്നത് ആപേക്ഷികമാണ്. ലക്ഷ്യം ഉണ്ടാവുക എന്നതാണ് പ്രധാനം.

OO

അധ്യായം 48

ആകാശത്തിനും ഉയരെ

നമ്മൾ മാതൃകയാക്കേണ്ട ഏതെങ്കിലും പക്ഷികളുണ്ടോ? ഉണ്ടെങ്കിൽ എന്തുകൊണ്ടാണ് അപ്രകാരം പറയുന്നത്?

ഈ ചോദ്യം കുട്ടികളോടു ചോദിക്കാം.

എത്രയെത്ര ഉത്തരങ്ങളാവും വരുക?

മനം മയക്കും വർണപ്പീലി വിടർത്തുന്ന മയിൽ, മനം മയക്കും പാട്ടുമായി കുയിൽ, പച്ചപ്പനം തത്തയുടെ കിളിക്കൊഞ്ചൽ, കുറുകുറുകുറുകി പ്രാവ്, അങ്ങനെ പറഞ്ഞു വന്നാൽ മുറ്റത്തെ എച്ചിൽ കൊത്തിത്തിന്നുന്ന കാക്ക വരെ ആ ലിസ്റ്റിൽപ്പെടും.

എന്നാൽ അധികമാരും ചിന്തിക്കാത്ത ഒരു പക്ഷിയുണ്ട്. പരുന്ത്!

നീലാകാശത്ത് ചിറകു വിടർത്തി പറന്നുയരുന്ന പരുന്ത് കരുത്തിന്റെ പ്രതീകമാണ്. നിശ്ചയദാർഢ്യത്തിന്റെ പ്രതീകമാണ്.

പക്ഷി കുലത്തിന്റെ രാജാവാണ്.

എന്താണു പരുന്ത് നമുക്കു കാട്ടിത്തരുന്ന പാഠം?

മാറ്റത്തിനു സ്വയം തയ്യാറാവുക എന്നതു തന്നെ. മുന്നോട്ടുള്ള കുതിപ്പിനു സ്വന്തം ശരീരത്തിനെ അനുയോജ്യമാക്കി മാറ്റുന്ന കരുത്ത്, മനോധൈര്യം, അവ മനുഷ്യർ കണ്ടു പഠിക്കേണ്ടതു തന്നെ. മണിക്കൂറിൽ മുന്നൂറു കിലോമീറ്ററിലധികം വേഗതയിൽ പറക്കുവാനാകുന്ന പരുന്തുകൾ വരെയുണ്ട്. അവയുടെ സാധാരണ ആയുസ്സ് എഴുപതു വർഷവും. ആ എഴുപതു വർഷവും മൂർച്ചയേറിയ കൂർത്ത ചുണ്ടുകളും നഖങ്ങളും ഭാരം കുറഞ്ഞ തൂവലുകളും ഒരുപോലെ നിലനിൽക്കില്ല. നാല്പതു വർഷത്തോളം ജീവിച്ചു കഴിയുമ്പോൾ പരുന്തിനെ വാർദ്ധക്യം കീഴടക്കിത്തുടങ്ങും. കൊക്കുകൾ ഉള്ളിലേക്കു വളഞ്ഞു, നഖങ്ങളുമതു പോലെ വളഞ്ഞു മൂർച്ച കുറഞ്ഞു, തൂവലുകൾക്കു ഭാരം വർദ്ധിച്ചു പതുക്കെ ഇര തേടുവാനുള്ള ശേഷി നഷ്ടമായി മെല്ലെ മെല്ലെ മരണത്തിലേക്ക്. എന്നാൽ പരുന്തുകൾ അത്ര വേഗം വാർദ്ധക്യത്തിനു കീഴടങ്ങുവാൻ

തയ്യാറാവില്ല. പകരം അതു പോരാടാൻ നിശ്ചയിക്കും. പോരാട്ടം അവന വനോടു തന്നെയാണ്. കട്ടി കൂടിയ ചുണ്ട് ഉരച്ചു കൂർപ്പിച്ച് എടുക്കുന്ന ശ്രമകരമായ ജോലി ആരംഭിക്കുകയാണ്. ഭക്ഷണം ഉപേക്ഷിച്ചു സ്വയം മാറുക. പിന്നെ, നഖങ്ങൾ ഉരച്ചു കൂർപ്പിക്കൽ അതിനും ശേഷം ഭാരമേ റിയ തൂവലുകൾ കൊത്തിപ്പറിച്ചു പുതിയ തൂവലുകൾക്കായി കാത്തിരി പ്പ്. ആ കാത്തിരിപ്പു വെറുതേയല്ല. അത്ര കാലമുയർന്നു പറന്ന മഴമേ ഘങ്ങൾക്കു മീതേ വീണ്ടും ഒഴുകിപ്പറക്കുവാനായൊരു തയ്യാറെടുപ്പ്. ആ കാത്തിരിപ്പിനൊടുവിൽ പുതുതൂവലുകളിൽ യുവത്വം തിരിച്ചുപിടിച്ച് ഉയർന്നു പൊങ്ങൽ. വിജയമവന്റേതാണ്.

നിശ്ചയദാർഢ്യത്തിന്റെ,

മാറ്റത്തിനുള്ള സന്നദ്ധതയുടെ വിജയമാണത്.

പരുന്ത് പ്രത്യേകതകളേറെയുള്ള പക്ഷിയാണ്. അതിൽ നിന്നും മനുഷ്യർക്കു പഠിക്കുവാനേറെയുണ്ട്.

പരുന്ത് ആകാശത്ത് ഏകനായ് പറക്കുന്നു.

അവന് അകമ്പടി ആവശ്യമില്ല. നേതാവാകാൻ സർവ്വഥാ യോഗ്യത യുള്ള പക്ഷി. കാരണം, അനുയായിവൃന്ദത്തിന്റെ ജയ് വിളികളിൽ ഭ്രമി ച്ചല്ല അവന്റെ ഉയർച്ച. മറിച്ചു സ്വന്തം ചിറകുകളുടെ കരുത്തിന്റെ ബല ത്തിലാണ്. നാം തിരിച്ചറിയേണ്ട സംഗതിയെന്തെന്നാൽ സ്വന്തം കരുത്തി ലാണ് ഒരുവൻ വിജയി ആകുന്നത്.

പരുന്തിന്റെ സൂക്ഷ്മമായ കാഴ്ച പ്രശസ്തമാണല്ലോ!

എത്ര ഉയരത്തിൽ പറക്കുമ്പോഴും ഇരയുടെ മേലുള്ള അഥവാ പരു ന്തു ലക്ഷ്യം വെക്കുന്നതെന്തോ അതിന്മേലുള്ള പരുന്തിന്റെ ദൃഷ്ടി സൂ ക്ഷ്മവും കൃത്യതയുള്ളതുമാകും. അതിനാൽ തന്നെ സാധാരണഗതി യിൽ ലക്ഷ്യം പിഴയ്ക്കാൻ സാധ്യത വളരെ കുറവുമാണ്.

തന്റെ ലക്ഷ്യത്തിൽ നിന്ന് വ്യതിചലിക്കാതെ നീങ്ങുന്നവനു ലക്ഷ്യം നേടാനുള്ള സാധ്യത പരമാവധിയാണെന്നു പരുന്തിന്റെ ഈ പ്രത്യേക ത നമ്മോടു പറയുന്നില്ലേ?

പരുന്ത് ജഡം ഭക്ഷിക്കില്ല.

അതിന്റെ ലക്ഷ്യം എന്നും സചേതനമാണ്. അതായതു പഴകിയ നേ ട്ടങ്ങളിൽ അഭിരമിച്ചു മൃതമായ ചിന്തകളിൽ കുടുങ്ങിക്കിടക്കാൻ പരുന്ത് ആഗ്രഹിക്കുന്നില്ല. നവനവങ്ങളായ പദ്ധതികൾക്കു വിജയികൾ രൂപം നൽകും.

അതിനാൽ കടന്നു വന്ന നേട്ടങ്ങളിൽ മുഴുകി ഭാവിയെ മറക്കില്ല.

ഏറ്റവും പ്രധാനമായ കാര്യം കൂടിയുണ്ട്, പരുന്ത് തന്റെ ഇണയെ നിരീക്ഷിച്ചു മാത്രമേ തിരഞ്ഞെടുക്കുകയുള്ളൂ എന്നത്.

ആകാശത്തിനും ഉയരെ

വിശ്വാസ്യത ഏതൊരു ബന്ധത്തിന്റെയും മൂലക്കല്ലാണ്. പരുന്ത് തന്റെ ഇണയുടെ വിശ്വാസ്യത ഉറപ്പു വരുത്തുന്നു. മനുഷ്യർക്കും ജീവിത വിജയത്തിന് അവശ്യം വേണ്ട ഗുണമാണ് അവനവനോടൊപ്പം കൂടുന്നവരോടു തോന്നുന്ന വിശ്വാസ്യത.

പരുന്തെന്ന പക്ഷിയുടെ ഏറ്റവും വലിയ പ്രത്യേകത അതു മഴമേഘങ്ങളേയും കൊടുങ്കാറ്റിനേയും ഭയക്കുന്നില്ല എന്നതാണ്.

മറ്റു പക്ഷിമൃഗാദികൾ കൊടുങ്കാറ്റിലും മഴയിലും മരപ്പൊത്തുകളിൽ അഭയം തേടുമ്പോൾ, പരുന്ത് അത്യുത്സാഹത്തോടെ പറന്നു പൊങ്ങി മഴ മേഘങ്ങൾക്കൊപ്പം കാറ്റിന്റെ ആനുകൂല്യമേറ്റുവാങ്ങി ഒഴുകി നടക്കും. അതായത് പ്രതിസന്ധികളെ പൂമാല പോലെ സ്വീകരിക്കുന്നതാണ് പരുന്തിന്റെ രീതി. പ്രതിസന്ധിയിൽ മനുഷ്യർ പുതിയ വഴികൾ വെട്ടിത്തുറക്കേണ്ടത് എങ്ങനെയെന്ന് പരുന്ത് നമ്മെ പഠിപ്പിക്കുന്നു.

മറ്റൊരു വലിയ കാര്യം, കുഞ്ഞുങ്ങളെ പരിശീലിപ്പിക്കുന്ന പക്ഷിയാണ് പരുന്ത് എന്നതാണ്.

മുട്ട വിരിയും വരെ മാർദ്ദവമേറിയ തൂവലുകൾ കൊണ്ടാണ് കൂട് പരിരക്ഷിക്കുന്നതെങ്കിൽ, കുഞ്ഞ് വളരുന്നതനുസരിച്ച് കൂട്ടിൽ നിന്ന് മാർദ്ദവമേറിയ തൂവലുകൾ മാറ്റി ബലമുള്ള കമ്പുകൾ ഉപയോഗിച്ചു തുടങ്ങുന്നു. ഏറെ കഠിനമായ പുറം ലോകത്തേക്ക് കുഞ്ഞിനെ ആനയിക്കും മുൻപ് അതിനു ശരിയായ ശിക്ഷണം നൽകാൻ പരുന്ത് ശ്രദ്ധവയ്ക്കുന്നുണ്ട്.

ഇതു മനുഷ്യർക്കും മാതൃകയാക്കാം. നാം കുഞ്ഞുങ്ങളെ പരമാവധി സൗകര്യങ്ങളൊരുക്കി, ജീവിതത്തിന്റെ പരുക്കൻ യാഥാർത്ഥ്യങ്ങളിൽ നിന്നകറ്റി നിർത്തുകയാണു ചെയ്യുന്നത്. കുട്ടികളെ പരുന്ത് പരിശീലിപ്പിക്കുന്നതു പോലെ പരിശീലിപ്പിക്കുവാൻ പഠിക്കാം നമുക്ക്.

പരുന്തിനെപ്പോലെയാകാം നമുക്ക്. മാനത്തെ മേഘങ്ങളെ തൊട്ട്, ഭൂമിയാകെ കണ്ടു കൊണ്ടു തികഞ്ഞ ലക്ഷ്യബോധത്തോടെ ഉന്നം തെറ്റാതെ ജീവിക്കാം നമുക്ക്.

ററ

അധ്യായം 49

വിജയത്തിനു പരിമിതി തടസമോ?

ശാരീരിക പരിമിതികൾക്കുള്ളിൽ നിന്നു കൊണ്ടു ജീവിതവിജയം നേടിയവരില്ലേ? അതുപോലെ, നമ്മുടെ സ്വപ്നങ്ങൾ ശരീരത്തിന്റെ അവശതകൾ കാരണം മാറ്റി വയ്ക്കേണ്ടതുണ്ടോ?'

ശനിയാഴ്ച വൈകുന്നേരങ്ങളിൽ അരയാൽത്തറയിൽ ഒത്തുകൂടിയ ചെറു കൂട്ടത്തിലെ ഏക ഭിന്നശേഷിക്കാരിയായ പെൺകുട്ടി, അവൾക്കു വേണ്ടി ആയിരുന്നു ആ ചോദ്യം.

ദീപ മാലിക്!

ചർച്ച ഈ പേരിൽ നിന്ന് ആരംഭിക്കാൻ തീരുമാനമായി.

ആരാണ് ദീപ മാലിക്? ഒരു സൈനിക കുടുംബത്തിലെ യുവതി. ഭർത്താവു കാർഗിൽ യുദ്ധത്തിൽ പങ്കെടുക്കവേ ഭാര്യ, സൈനിക ആശുപത്രിയിൽ മറ്റൊരു യുദ്ധത്തിലേർപ്പെട്ടിരിക്കുകയായിരുന്നു. നട്ടെല്ലിലെ വലിയ മുഴ നീക്കം ചെയ്യുവാനുള്ള തുടരെയുള്ള ശസ്ത്രക്രിയകളിലൂടെ കടന്നു പോവുകയായിരുന്നു അവർ. ഇരുന്നൂറിലേറെ സ്റ്റിച്ചുകൾ. എല്ലാറ്റിനും ഒടുവിൽ ഇനി സ്വയം നടക്കുവാനാകില്ലെന്ന സത്യം തെളിഞ്ഞതോടെ അവർ തളർന്നു. രണ്ടു പെൺകുട്ടികളുടെ അമ്മ. അവർ വീൽചെയറിന്റെ പരിമിതികളിലേക്ക് ഒതുങ്ങാൻ തയ്യാറായിരിക്കുന്നു, തോറ്റു കൊടുക്കാൻ തയ്യാറായിരിക്കുന്നു.

അതു തിരിച്ചറിഞ്ഞപ്പോൾ അവരുടെ ഭർത്താവ് ആ ധാരണയെ തിരുത്തി.

'നിന്നെ, എന്റെ കൈകളിലേറ്റി ഞാൻ ലോകം കാണിക്കും.'

അരയ്ക്കു കീഴ്പ്പോട്ടു തളർന്നു കഴിഞ്ഞാൽ നാലു ചുമരുകൾ, കട്ടിൽ ഇവയിൽ മരിക്കുവോളം ജീവിച്ചു തീർക്കണമെന്ന പരമ്പരാഗത ചിന്തയെ ദീപ മാലിക് അതിജീവിച്ചു തുടങ്ങിയതു രോഗത്തിന്റെ മൂർദ്ധന്യത്തിലും സ്വന്തം കാറ്ററിങ് സ്ഥാപനം ആറു വർഷത്തോളം നടത്തി

ക്കൊണ്ടാണ്. അതിനു ശേഷം അവർ കുറച്ചു കൂടി ശക്തമായി തനിക്കി ടപെടാൻ കഴിയുന്ന ഒരു പുതിയ തട്ടകം കണ്ടെത്തുക തന്നെ ചെയ്തു .

എന്താണെന്നോ? സ്പോർട്സ്!

അവിടെ ആരംഭിക്കുന്നു ദീപാ മാലികിന്റെ അത്ഭുതകരമായ വിജയ കഥ. അരയ്ക്ക് കീഴ്പ്പോട്ടു ചലനമില്ലാത്തവർക്കു പറ്റിയ പണികളെന്തൊ ക്കെയെന്നു ചോദിച്ചാൽ ദീപാ മാലിക് പറയും. ജാവലിൻ ത്രോ, ഷോർട്ട് പുട്ട്, ബൈക്ക് റേസിങ്, നീന്തൽ, മോട്ടിവേഷണൽ സ്പീക്കിങ്, പാരാ ളിംമ്പിക്സിൽ പങ്കെടുത്തു മെഡൽ നേടൽ, ഇനി ഇതൊന്നും പോരെ ങ്കിൽ കായിക പരിശീലകയാവുക.

അതെ, രണ്ട് കാലിലും നിവർന്നു നടക്കുന്നവർ പോലും ഇത്രയും ധൈര്യപ്പെടില്ല. പക്ഷേ ദീപാ മാലിക് എന്ന സ്ത്രീശക്തിയിൽ അതു ണ്ട്. അവരതു തെളിയിച്ചിട്ടുമുണ്ട്!

അവർ ഇന്ത്യക്കു വേണ്ടി മെഡൽ നേടി.

രാജ്യത്തിന്റെ അഭിമാനമായി.

ഇന്ത്യൻ രാഷ്ട്രപതിയിൽ നിന്നും അംഗീകാരം നേടി.

പത്മ പുരസ്ക്കാരവും ഖേൽരത്നയും നേടി.

എങ്ങനെയാണ് ഒരു വ്യക്തിക്ക് ഇപ്രകാരം ചിന്തിക്കാനാവുക? അവർ വ്യത്യസ്ത ആയിരുന്നു. അതിനാൽ ലക്ഷ്യം നിർണ്ണയിക്കേണ്ടത് അന്നേവരെ ഉപയോഗിച്ചു പഴകിയ വഴികളിലൂടെയാകില്ലെന്നു നിശ്ചയി ച്ചു. അതിനായി പുതുവഴികൾ കണ്ടെത്തുകയും അതിലൂടെ നടന്നു തു ടങ്ങുകയും ചെയ്തു.

കേൾക്കുന്ന അത്ര എളുപ്പമല്ല ഇതൊന്നും.

കാരണം പുറമേ നിന്നുള്ള തടസ്സങ്ങളേക്കാൾ യഥാർത്ഥ തടസം സ്വ ന്തം മനസ്സു തന്നെയാണ്. നമ്മൾ തിരിച്ചറിയാത്തത് അവനവന്റെ മന സു സൃഷ്ടിക്കുന്ന തടസ്സങ്ങളെയാണ്. എന്തെന്നാൽ ആത്യന്തികമായി ഒരാളുടെ ഏറ്റവും വലിയ ശത്രുവും മിത്രവും സ്വന്തം മനസ്സാണ്.

ആ കടമ്പ കടന്നു കഴിഞ്ഞാൽ മറ്റു തടസ്സങ്ങളൊക്കെയും അനായാ സം മറികടക്കാം.

ഒരുദാഹരണം നോക്കാം.

ഒരു പെൺകുട്ടി, അവളുടെ എഞ്ചിനീയറിങ് പഠനത്തിനു ശേഷം നല്ല ശമ്പളത്തിൽ ജോലിക്കു കയറി. ഇതേ സമയത്തു തന്നെ അവളു ടെ സ്വപ്നമായ സ്വന്തം ബിസിനസ് ആരംഭിക്കുവാനുള്ള എല്ലാ സാഹ ചര്യങ്ങളും രൂപപ്പെടുകയും ചെയ്തു.

ഇവിടെ തിരഞ്ഞെടുപ്പു ദുഷ്കരമാണ്.

ഹൃദയവും തലച്ചോറും തമ്മിലാണു മത്സരം. ജീവിതമത്സരത്തിൽ

തലച്ചോറിന്റെ വഴി തിരഞ്ഞെടുത്താൽ പുറമേക്ക് എല്ലാം ഭദ്രമായിരിക്കും. ആന്തരിക സംഘർഷം നാൾക്കുനാൾ വർദ്ധിക്കുകയും ചെയ്യും. എന്നാൽ ഹൃദയത്തിന്റെ പക്ഷത്തു നിന്നു ചിന്തിക്കുമ്പോൾ പുറമേയ്ക്ക് അരക്ഷിതാവസ്ഥയാവും വെളിപ്പെടുക. എന്നാൽ ആന്തരികമായി അവർ ഏറ്റവും സന്തോഷത്തിലായിരിക്കും.

ഇവിടെ തീരുമാനമെടുക്കുമ്പോൾ അവൾക്ക് അതീവ മാനസിക സംഘർഷം അനുഭവപ്പെടും.

ഒരു പക്ഷേ ഒരാൾ പോലും അവളുടെ ഹൃദയത്തിന്റെ പക്ഷത്തിൽ നിലയുറപ്പിക്കില്ല. എല്ലായ്പ്പോഴും മറ്റുള്ളവർ തേടുന്നതു സുരക്ഷിതത്വത്തിന്റെ കൂടാണ്.

എന്നാൽ വിജയിക്കുന്നവർ പറയുക മറ്റൊന്നാണ്. സുരക്ഷിതത്വത്തേക്കാൾ സ്വന്തം ഹൃദയതാത്പര്യത്തോട്ട ചേർന്നു നിൽക്കുകയെന്ന്. അത്ര എളുപ്പത്തിലല്ലെങ്കിൽ പോലും ആ ലക്ഷ്യം നടപ്പിലാവുക തന്നെ ചെയ്യും. അതിന് വേണ്ടതാകട്ടെ നിശ്ചയദാർഢ്യവും.

ദീപാ മാലികിന്റെ കഥ പറഞ്ഞു തീർന്നപ്പോൾ, കസേരയുരുട്ടി അവൾ മുന്നിലേക്കു വന്നു. ചുറ്റും കൂടിയിരുന്നവരോടു പറഞ്ഞു, 'ദീപാ മാലിക്കും മറ്റ് അനേകം അംഗപരിമിതരും കൂടി ജീവിക്കുന്ന ലോകമാണിത്. എന്നിട്ടും ദീപ മാലിക് എന്ന വ്യക്തിത്വത്തെക്കുറിച്ചു നമ്മൾ ചർച്ച ചെയ്യുന്നു. അതിനു കാരണം അവർ പുതിയൊരു വഴി സ്വന്തമായി വെട്ടിത്തെളിച്ചു എന്നതുകൊണ്ടാണ്. ഇപ്പോൾ എനിക്കു എന്നിൽ വിശ്വാസം തോന്നുന്നു. പരിമിതികളെയോർത്ത് ഇനി ഞാൻ വിഷമിക്കില്ല. എന്റെ വഴി ഞാനും കണ്ടെത്തും. അതിനുള്ള സമയമായിരിക്കുന്നു. നിങ്ങളുടെ എല്ലാവരുടേയും സ്നേഹവും പ്രാർത്ഥനയും ഉണ്ടായാൽ മാത്രം മതി.'

എല്ലാവരും കൈയടിച്ച് അവളെ പ്രോത്സാഹിപ്പിച്ചു.

എല്ലാവരിലും പരിമിതിയുണ്ട്.

അത് അതിജീവിക്കലാണു ജീവിതവിജയം.

○○

അധ്യായം 50

ഉത്തരം

മോന് ഏറ്റവുമിഷ്ടം ആരെയാണ്? അച്ഛനെയോ അമ്മയേയോ? പലപ്പോഴും കുഞ്ഞുങ്ങളോടു നാം ഈ ചോദ്യം ചോദിക്കാറുണ്ട്. ഈ ചോദ്യം ചോദിക്കുന്നത് അമ്മയാണെങ്കിൽ കുഞ്ഞു പറയും അമ്മയെ ആണെന്ന്. അല്ലെങ്കിൽ മറിച്ചും. ഏതായാലും പെട്ടെന്ന് ഉത്തരം നൽകാനാകാത്ത ഒരു ചോദ്യമാണിത്.

ഒരാളുടെ ജീവിതത്തിന്റെ തുടക്കത്തിൽ അമ്മയെന്ന വ്യക്തിയോടു മാത്രമാകും അടുപ്പവും സ്നേഹവും. കാരണം ഭക്ഷണത്തിനു ഭക്ഷണം, സംരക്ഷണം, സാന്ത്വനം ഒക്കെ അമ്മയാണ്. അമ്മ മാത്രം. മെല്ലെ ആ ലോകത്തിലേക്ക് അച്ഛൻ കടന്നു വരും. ക്രമേണ അച്ഛനും കൂടി ചേർന്നതാണു താനെന്നു കുഞ്ഞ് അറിഞ്ഞു തുടങ്ങും. പിന്നെ പലരും അതിലേക്കു കടന്നുവരും. വാത്സല്യമുഖവുമായി അപ്പൂപ്പനും അമ്മൂമ്മയും, സ്നേഹത്തോടെ, അതിലുപരി കൗതുകത്തോടെ സഹോദരനോ സഹോദരിയോ ഒക്കെ ആ കുഞ്ഞു ലോകത്തിൽ നിറയുന്ന കാലം. അമ്മ വഴക്കു പറഞ്ഞാൽ, തല്ലിയാൽ പിടിച്ചു മാറ്റുന്ന അമ്മൂമ്മയോടാവും പിന്നീടു കൂടുതൽ സ്നേഹം.

കാലം പിന്നേയും മുന്നോട്ടു പോകുമ്പോൾ സ്കൂളിലെ തൊട്ടടുത്തിരിക്കുന്ന കുട്ടിയോടാവും ഏറ്റവും ഇഷ്ടം. വീണ്ടും കാലം നീളുമ്പോൾ പ്രണയത്തിന്റെ നാളുകൾ ആരംഭിക്കുമ്പോൾ വിശാലമായ പ്രപഞ്ചം വെറും രണ്ടു വ്യക്തികളിലൂടെ ഒരു മനസ്സായി ചുരുങ്ങും. അപ്പോൾ, എന്റെ ഹൃദയം തുടിക്കുന്നതു നിനക്കു വേണ്ടിയെന്നാവും മന്ത്രിക്കുക. കാലം മുന്നോട്ടു പായുമ്പോൾ, ഒരാത്മാവ് എന്നു ഘോഷിച്ചത്, ഒരു ഫോൺ കോളിൽ പലതായി മുറിഞ്ഞിട്ടുണ്ടാകും. അതു കഴിഞ്ഞു വിവാഹം, അപ്പോൾ സ്വയം പറയും, എനിക്കു നീയും നിനക്കു ഞാനുമെന്ന്, പിന്നെ, രണ്ടു പേരുടേയും അംശം പേറി നവാഗതൻ അല്ലെങ്കിൽ നവാഗത. കാലം ആർക്കു വേണ്ടിയും കാത്തു നിൽക്കാതൊഴുകുമ്പോൾ, പരാ

തികളും പരിഭവങ്ങളും നിറഞ്ഞ ലോകത്ത് ഒട്ടൊരു അസംതൃപ്തിയോടെ നമ്മൾ. ഒടുവിൽ ആരെയാണു നാം സ്നേഹിച്ചതെന്നു ചോദിച്ചാൽ ഉത്തരമില്ലാത്ത വലിയൊരു ചോദ്യമാകും ബാക്കിയാവുക.

ഇനി പറയട്ടെ, ആരെയാണു നാം സ്നേഹിക്കേണ്ടത്?

ഒരു മനുഷ്യൻ അവന്റെ ജനനം മുതൽ കടപ്പെട്ടിരിക്കുന്ന ഒട്ടനവധി ഘടകങ്ങളുണ്ട്. കാറ്റും മഴയും മേഘവും, കടലും ആകാശവും നിറഞ്ഞ പ്രകൃതിയെന്ന അമ്മ, ഒന്നാമത്തെ ഘടകം. അവന് അന്നം നൽകുന്ന അസംഖ്യം ചെടികൾ, മരങ്ങൾ, ശ്വസിക്കാൻ ശുദ്ധവായു നൽകുന്ന കാട്, അനേകം ജന്തുക്കൾ, പക്ഷികൾ അങ്ങനെ ചിന്തിച്ചാൽ മനുഷ്യർ, മനുഷ്യരല്ലാതെയുള്ള എത്രയെത്ര ജീവജാലങ്ങളുമായി ബന്ധപ്പെട്ടാണു നിലനിൽക്കുന്നത്. ഒപ്പം എത്രയെത്ര അചേതന വസ്തുക്കൾ!

ഏറ്റവും പ്രിയപ്പെട്ട വസ്ത്രം, വാച്ച്, പേന തുടങ്ങി പ്രാണനെപ്പോലെ ചേർത്തു പിടിച്ച എത്രമാത്രം അചേതന വസ്തുക്കൾ! കാര്യങ്ങളിങ്ങനെ ആയിരിക്കേ, ആരോടാണ് ഏറ്റവുമിഷ്ടമെന്ന ചോദ്യം അപ്രസക്തമായിത്തീരുന്നുവെന്നതാണ് സത്യം.

നാമൊരിക്കലും ഒറ്റയ്ക്കല്ല എന്ന സത്യം, എത്രമാത്രം ശ്രമിച്ചാലും ഒരാൾക്കും ഒറ്റയ്ക്കീ ഭൂമിയിൽ പാർക്കാനാവില്ല എന്ന സത്യം, ഈ രണ്ടു കാര്യങ്ങളും ശരിക്കുഗ്രഹിച്ചാൽ, ഞാനെന്ന ഭാവവും, ഞാനെന്ന ചിന്തയും പോയ് മറയും.

ഒരു വ്യക്തിയേയോ, ഒരു വസ്തുവിനേയോ അല്ല നാം സ്നേഹിക്കേണ്ടത്. ഓരോന്നിനേയും എല്ലാറ്റിനേയും സ്നേഹിക്കാം. ഒരു പുൽക്കൊടിത്തുമ്പിനേയും ജന്മം നൽകിയ പൊന്നോമനയേയും സ്നേഹിക്കാം. അങ്ങനെ സ്നേഹിക്കാനാകുമ്പോൾ നമുക്ക് ഒരുത്തരം കിട്ടും. ആരെയാണ് കൂടുതൽ സ്നേഹിക്കുന്നതെന്ന ചോദ്യത്തിനുള്ള ഉത്തരം.

അതിങ്ങനെയാണ്.

പ്രാണൻ പകുത്തു നൽകിയ അച്ഛനമ്മമാരെ എത്രമാത്രമെന്നോ അത്രത്തോളം തന്നെ, സഹപാഠികളേയും, പ്രണയത്തേയും, ജീവിതയാത്രയിലെ നല്ല പാതിയേയും പ്രാണൻ നൽകി ജനിപ്പിച്ച മക്കളേയും എല്ലാവരോടും സ്നേഹം തന്നെ. അതെ, നിറഞ്ഞ പാത്രം തുളുമ്പുന്ന പോലെ സ്നേഹം തുളുമ്പട്ടെ. അങ്ങനെ സ്നേഹിക്കാനാകുന്ന നിമിഷം, നമ്മളിൽ നിന്നു ചിലതു നഷ്ടമാകും. കോപവും വൈരാഗ്യവും, പകയും, നൈരാശ്യവും, അസൂയയും ഒക്കെ ഇല്ലാതാകും. മെല്ലെ നാം ആവശ്യങ്ങളില്ലാത്തവരാകും. നമുക്കു ചുറ്റും സ്നേഹം അലയടിക്കും.

ഇത്തിരി മണ്ണിന്റെ നനവു പറ്റി വളർന്നൊരു കുഞ്ഞു കാട്ടുപുല്ലിൽ വിടരുന്ന പൂവിനും നമ്മുടെ ഹൃദയത്തെ നിർമ്മലമാക്കാനാകും. അതു

പോലെ സ്വയമൊരു പൂവാകാനായാൽ മറ്റുള്ളവരുടെ ഹൃദയത്തിന്റെ കാലുഷ്യം അല്പം കുറയ്ക്കാനായാൽ ജീവിതം ധന്യമായി.

ആകാശത്തേക്കാൾ ഉയരേക്കു വളരുന്ന ചിന്തകൾ, സർവ്വ ചരാചരങ്ങളോടും സ്നേഹത്തോടെയും കരുതലോടെയും ഇടപെടാനുള്ള മനസ്സു സൃഷ്ടിക്കും.

അങ്ങനെ കൂടുതൽ നന്മ നിറഞ്ഞ മനുഷ്യരുള്ള ഇടമായി നമ്മുടെ ഭൂമി മാറും. പരിശ്രമശാലികളും അതേ സമയം നന്മ വറ്റാത്തവരുമായ ഒരു ജനത, അനാദിയായ പ്രപഞ്ചത്തിലെ തിളങ്ങുന്ന മരതകക്കല്ലായി ഈ ഭൂമിയെ മാറ്റും.

OO

www.ingramcontent.com/pod-product-compliance
Lightning Source LLC
LaVergne TN
LVHW090345051026
849518LV00006B/2047
9788195009701